पाच लोक ज्यांना तुम्ही स्वर्गात भेटता

आंतरराष्ट्रीय स्तरावर गाजलेल्या '*ट्यूजडेज विथ मॉरी*' या पुस्तकाबरोबरच इतर सहा पुस्तकांचं लेखन मिच ॲल्बम यांनी केलेलं आहे. वृत्तपत्रात स्तंभलेखक आणि समालोचक म्हणून ते काम करतात. त्याचप्रमाणे अनेक लोककल्याणकारी संस्थांच्या मंडळांसाठी ते काम करतात. मिशिगन इथे पत्नी जेनिन यांच्यासमवेत त्यांचं वास्तव्य आहे.

D9900264

पाच लोक ज्यांना तुम्ही स्वर्गात भेटता

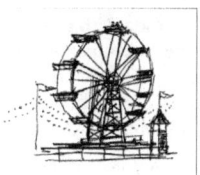

मिच अॅल्बम

अनुवाद : डॉ. शुचिता नांदापूरकर–फडके

MANJUL

मंजुल पब्लिशिंग हाउस

First published in India by

MANJUL

Manjul Publishing House

Corporate and Editorial Office
•2nd Floor, Usha Preet Complex, 42 Malviya Nagar,
Bhopal 462 003 – India

Sales and Marketing Office
•C-16, Sector 3, Noida, Uttar Pradesh 201301, India
Website: www.manjulindia.com

Distribution Centres
Ahmedabad, Bengaluru, Bhopal, Kolkata, Chennai,
Hyderabad, Mumbai, New Delhi, Pune

Marathi translation of *The Five People You Meet In Heaven*

Copyright © 2003 by ASOP Inc.

The author gratefully acknowledges permission to quote from
the following: 'You Made Me Love You' Copyright 1913 (renewed)
Broadway Music Corp, Edwin H. Morris Col, Redwood Music Ltd. All
rights on behalf of Broadway Music Corp administered by Sony/ATV
Music Publishing, 8 Music Square, Nashville, TN 37203.
All rights reserved. Used by permission.

This Marathi edition first published in 2022

Translation by Dr. Shuchita Nandapurkar-Phadke

ISBN 978-93-5543-024-3

Printed and bound in India by Parksons Graphics Pvt Ltd.

एडवर्ड बिचमन, माझे लाडके काका ज्यांनी पहिल्यांदा स्वर्गाची कल्पना माझ्या समोर मांडली त्यांनाच हे पुस्तक समर्पित. प्रत्येक वर्षी थँक्सगिव्हिंगच्या वेळेस जेवणाच्या टेबलभोवती आम्ही बसलेले असताना हॉस्पिटलमधल्या एका रात्रीबद्दल ते आवर्जून बोलत असत. त्या रात्री त्यांना जाग आली तेव्हा त्यांना सोडून गेलेल्या कित्येकांचे आत्मे त्यांच्या पलंगाच्या कडेवर बसलेले त्यांना दिसले. सगळे त्यांचीच वाट पाहत होते. ती गोष्ट मी कधीच विसरलो नाही. काकांनाही मी कधीच विसरलो नाही.

स्वर्गाची कल्पना प्रत्येकाला असते. प्रत्येक धर्मात स्वर्ग आहेच. प्रत्येक धर्माचा आदर केला पाहिजे. या पुस्तकातून मी एक कयास मांडला आहे. त्यामागे माझी एक इच्छा आहे. माझे काका आणि कित्येक जण या पृथ्वीवर असताना स्वतःला खूप क्षुल्लक समजत होते. ते आमच्यासाठी किती महत्त्वाचे होते आणि आमचं त्यांच्यावर किती प्रेम होतं याची त्यांना येनकेन प्रकारे जाणीव व्हावी म्हणून हा पुस्तक-प्रपंच.

अंत

एडी नावाच्या एका व्यक्तीची ही कथा आहे जिची सुरुवात शेवटापासून होते. भर माध्यान्ही एडीचा मृत्यू होतो. एखादी गोष्ट शेवटापासून सुरू करणं तुम्हाला कदाचित विचित्र वाटेलही. परंतु प्रत्येक शेवट ही एक सुरुवात असतेच. फरक इतकाच की त्या त्या वेळेस ती ती गोष्ट आपल्याला अवगत नसते.

एडीच्या आयुष्याचा शेवटचा तास इतर सर्वांसारखाच व्यतीत झाला होता. रुबी पियर या मनोरंजन उद्यानात तो होता. बाजूलाच अथांग पसरलेला महासागर होता. त्या बगिचात नेहमीची चित्तवेधक खेळणी होती. बोर्ड वॉक, आकाशपाळणा, फेअरीज व्हील्स, रोलर कोस्टर्स, बम्पर कार्स, खाऊचं दुकान आणि एक मोठी कमान. त्या कमानीच्या जागी एका विदूषकाचं भलंमोठं तोंड होतं, ज्यात पाण्याचे फवारे भिरकावता येत असत. नुकताच तिथे फ्रेडीज फ्री फॉल नावाचा नवीन खेळ आला होता. नेमक्या याच जागी एडी मारला जाणार होता.

त्याचा अपघात होणार होता. राज्यभरातील वर्तमानपत्रांत
बातमी छापून येणार होती.

७७ मृत्यूसमयी एडी पांढऱ्या केसांचा बडबड्या म्हातारा
होता. त्याची मान बुटकी होती. छाती पुढे आलेली होती.
दंड रुंद होते. त्याच्या उजव्या खांद्यावरचा आर्मीचा टॅटू आता
फिकुटला होता. त्याचे पाय काटकुळे होते. त्यावर शिरांचं
जाळं दिसत होतं. त्याचा डावा गुडघा युद्धात जखमी झाला
होता आणि वयपरत्वे अर्थ्रायटिस म्हणजे संधिवाताने तो
अधिक जायबंदी झाला होता. चालण्यासाठी त्याला काठीचा
आधार घ्यावा लागे. त्याचा रुंद चेहरा सतत उन्हात राबल्याने
रापला होता. मिशासुद्धा चांगल्याच पांढऱ्या झाल्या होता.
किंचित पुढे आलेल्या त्याच्या खालच्या जबड्यामुळे तो
उगाचच गर्विष्ठ असल्यासारखा वाटे. डाव्या कानावर सिगरेट
आणि कमरेच्या पट्ट्यात किल्ल्यांचा जुडगा अडकवण्याची
त्याला सवय होती. त्याच्या पायात नेहमी रबरी तळाचे जोडे
असत. एक जुनी कापडी टोपी तो आवर्जून घाले. त्याचा
फिकुटलेला तपकिरी गणवेश पाहताच तो कष्टकरी असल्याचं
लक्षात येई. तो खरोखरंच कष्टकरी होता.

७७ त्या बागेत असलेल्या प्रत्येक राइडची 'देखभाल' करणं
हे एडीचं काम होतं. म्हणजेच, प्रत्येक गोष्ट सुरक्षित ठेवणं
त्याचं काम होतं. रोज दुपारी तो त्या बागेतून फेरफटका
मारत असे. तिथे असलेल्या प्रत्येक उपकरणाची कसून पाहणी
करत असे. आकाशपाळण्यापासून पाण्याच्या घसरगुंड्यांपर्यंत
कुठलीच गोष्ट त्याच्या नजरेतून सुटत नसे. कुठे एखादी पट्टी
तुटली आहे का? काही नट-बोल्ट ढिले झाले आहेत का?
कुठे गंज चढला आहे का? तो सगळ्याचा कसून शोध घेई.

कधीकधी तो नुसताच उभा राहत असे. अशा वेळेस त्याची नजर शून्यात असे. बाजूने जाणाऱ्या लोकांना काय झालं आहे ते कळत नसे. कारण तेव्हा तो केवळ ऐकायचं काम करत असे. इतकी वर्षं तिथे घालवल्यानंतर येणारी अडचण त्याला ऐकू येत असे असं त्याचं म्हणणं होतं. प्रत्येक उपकरणाच्या कुंईकुंई आणि कर्रर्र–कर्रर्रमधून त्याला बरोबर ऐकू येई.

१७ पृथ्वीवर एडीची पन्नास मिनिटं उरलेली असताना त्याने रुबी पियर इथे एक फेरफटका मारला. तितक्यात त्याच्या बाजूने एक ज्येष्ठवयीन जोडपं गेलं.

'नमस्कार,' असं म्हणून त्याने टोपीला हात लावला.

त्या जोडप्यानेही नम्रतेने मान डोलावली. तिथे येणारी मंडळी एडीला ओळखत होती. निदान, जे नियमितपणे येत ते त्याला नक्कीच ओळखत. गेले कित्येक उन्हाळे ते त्याला पाहत आले होते. एखाद्या जागेशी आपण एखादा चेहरा निगडित करतो, नाही का? तसंच त्याच्या बाबतीत झालं होतं. त्याच्या गणवेशाच्या खिशावर 'मेन्टेनन्स' किंवा 'देखभाल' असं लिहिलं होतं आणि त्याच्या अगदी बरोबर वर एडी हे त्याचं नाव लिहिलं होतं. कधीकधी त्याला बघून लोक हसून म्हणत, ''अरे, एडी देखभाल!'' त्याला मात्र त्यात काहीही विनोद वाटत नसे.

त्या दिवशी एडीचा जन्मदिन होता – त्र्याऐंशीवा जन्मदिन. मागच्याच आठवड्यात एका डॉक्टरने म्हटलं होतं की, त्याला शिन्गल्स नावाचा त्वचारोग झाला आहे. शिन्गल्स? हे नेमकं काय आहे हेसुद्धा एडीला माहीत नव्हतं. कोणे एके काळी दोन्ही हातांत बगिचातल्या एक–एक फिरता घोडा उचलण्याची ताकद त्याच्या बाहूंत होती. अर्थात कोणे एके काळी!

७७ ''एडी!... आमच्या बरोबर बस ना, एडी!''... ''आमच्या बरोबर बस ना!''

त्याच्या मृत्यूला आता चाळीस मिनिटं उरली होती. रोलर कोस्टरच्या समोरच्या भागाकडे तो चालत निघाला. आठवड्यातून एकएकदा तरी प्रत्येक उपकरणात तो स्वतः बसत असे. त्या उपकरणाचे ब्रेक नीट चालत आहेत की नाही, चाकं व्यवस्थित चालत आहेत की नाही याची खात्री करून घेण्याचा त्याचा तो मार्ग होता. त्या दिवशी कोस्टर दिन होता. या कोस्टरला 'घोस्टर कोस्टर' असं नाव सगळ्यांनी दिलं होतं. जी मुलं एडीला ओळखत होती तीच त्याला आता हाका मारत होती. आपल्या बरोबर त्याने कोस्टरमध्ये बसावं म्हणून त्यांच्या या हाका होत्या. लहान मुलांना एडी आवडत असे. अर्थात, कुमारवयीन मुलांना तो आवडत नसे. कुमारवयीन मुलं म्हणजे निव्वळ डोकेदुखी होती. गेल्या कित्येक वर्षांत एडीने नको ती प्रत्येक गोष्ट पाहिली होती असं त्याचं मत होतं. ही कुमारवयीन मुलं फार खेकसत असत. पण लहान मुलांची गोष्ट वेगळी होती. ती मुलं एडीकडे पाहत. खालचा जबडा किंचित पुढे आलेला एडी त्या मुलांना सतत हसतमुख वाटत असे. तो एखादा डॉल्फिन आहे असं मुलांना वाटत असे. मुलांचा त्याच्यावर फार विश्वास होता. थंडगार पडलेले हात जसे आसुसून शेकोटीकडे खेचले जातात तशीच ती मुलं एडीकडे खेचली जात. त्याच्या पायाला मिठ्या घालत. त्याच्या किल्ल्यांशी खेळत. फारसं काही न बोलता एडी नुसताच हुंकार देत राही. फारसं बोलत नसल्यामुळेच तो मुलांना आवडत होता असा त्याचा तर्क होता. तिथल्या दोन छोट्या मुलांनी उलट्या टोप्या घातल्या होत्या. एडीने त्यांना थोपटलं. घाईने कार्टकडे धाव घेत त्या मुलांनी आत बसकण घेतली. एडीने हातातली

काठी तिथल्या कर्मचाऱ्याला दिली. त्यानंतर अगदी सावकाश तो त्या दोन मुलांमध्ये जाऊन बसला.

"हे पाहा, आम्ही निघालो... *हे पाहा आम्ही निघालो!...*" एक मुलगा आनंदाने किंचाळला. दुसऱ्याने एडीचा हात आपल्या खांद्याभोवती ओढून घेतला. एडीने समोरची कडी लावून घेतली. *क्लॅक-क्लॅक-क्लॅक,* त्यांचा पाळणा वरच्या दिशेने निघाला.

๏ एडीची कथा सर्वांना ठाऊक होती. तो जेव्हा लहान होता तेव्हा याच रुबी पियर – जेट्टीमध्ये तो मोठा झाला होता. इथल्याच एका गल्लीत त्याची मुलांबरोबर जुंपली होती. पिटकिन ॲव्हेन्यूच्या पाच मुलांनी एडीचा भाऊ याला गराडा घातला होता. ते त्याला चांगले बुकलून काढणार होते. एडी पुढच्या गल्लीत सॅन्डविच खात होता. त्याच्या कानावर भावाची किंकाळी पडली. तो तसाच धावत सुटला. रस्त्यात दिसलेल्या कचराकुंडीचं झाकण त्याने उचलून घेतलं. त्यानंतरच्या धुमश्चक्रीमुळे दोन मुलांना हॉस्पिटलमध्ये दाखल करावं लागलं. त्यानंतर कित्येक महिने 'जो'ने त्याच्याशी अबोला धरला होता. 'जो'वर लाजिरवाणी वेळ आली होती. तो सगळ्यांत मोठा मुलगा होता. त्याचा जन्म सर्वांत आधी झाला होता पण मारामारी मात्र एडीच करत असे.

๏ "एडी, आपण पुन्हा बसू या? प्लीज?"

जगण्याची चौतीस मिनिटं उरली होती. एडीने समोरचा दांडा सोडवत प्रत्येक मुलाच्या हातात लॉलीपॉप ठेवलं. आपली काठी हातात उचलून तो देखभाल खोलीकडे लंगडत निघाला. तिथल्या सावलीत त्याला जरा बरं वाटलं असतं.

आपला मृत्यू अगदी नजीक आला आहे हे जर कळलं असतं तर तो कदाचित दुसरीकडे कुठेतरी गेला असता. त्याऐवजी आपण सगळेच जे नेहमी करतो तेच त्याने केलं. त्याचा दैनंदिन रटाळ नित्यक्रम त्याने सुरू ठेवला. जणूकाही जगातले सगळे दिवस अजून अवतरायचे होते. तिथे काम करणाऱ्यांपैकी एक होता डॉमिन्गेझ. गालफाडं वर आलेला काटकुळा तरुण होता तो. द्रावणाने भरलेल्या टबपाशी उभं राहून एका चाकावरचं ग्रीस तो पुसून काढत होता.

"ए, एडी," त्याने आवाज दिला.

"बोल डॉम," एडीने उत्तर दिलं.

त्या जागी सगळीकडे लाकडी भुश्श्याचा वास येत होता. जरा अंधारी होती ती जागा. खूप अडचण होती तिथे. तिचं छत जरा बुटकं होतं. भिंतींवरच्या नाना खुंट्यांवर अनेक ड्रिल्स, करवती, हातोड्या अशी हत्यारं अडकवलेली होती. त्या फन पार्कमधल्या अनेक राइड्सचे सांगाडे जिथे तिथे लटकत होते. कॉम्प्रेसर्स, इंजिनं, पट्टे, लाइटचे बल्ब, चाच्यांची डोकी अशा विविध वस्तू विखुरल्या होत्या. एका भिंतीपाशी कॉफीच्या वेगवेगळ्या कॅनसमधून विविध आकारांचे स्क्रू आणि खिळे ठेवलेले होते. दुसऱ्या भिंतीपाशी ग्रीसच्या असंख्य ट्यूब होत्या.

एडीच्या मते एखाद्या मार्गाला ग्रीस लावणं हे एखादी बशी धुण्याइतकं सोपं होतं. त्यासाठी डोक्याची गरज नव्हती. फरक इतकाच की, ग्रीस लावताना आपण स्वच्छ न होता अधिकाधिक घाण होत जातो. एडीच्या कामाचं तेच स्वरूप होतं. ग्रीस पसरवायचं, ब्रेक ठीकठाक करायचे, नट-बोल्ट घट्ट करायचे, इलेक्ट्रिक पॅनेल तपासायचे. ही जागा सोडून जावं असं कित्येकदा त्याच्या मनात येई. कुठेतरी दुसरं काम शोधावं, वेगळ्या प्रकारचं जीवन जगावं असं त्याला वाटे. तितक्यात युद्ध

सुरू झालं. त्याने आखलेल्या योजना कधीच फळाला आल्या नाहीत. योग्य वयात तो उतार वयाकडे झुकला. त्याचे केस पांढरे होऊ लागले, अंगातले कपडे ढगळ होऊ लागले. जे येईल ते स्वीकारण्याची मानसिकता त्याच्यात निर्माण झाली. तो जो आणि जसा होता तो आणि तसा त्याने बिनशर्त स्वीकारला. पायातल्या जोड्यांत रेती असलेला माणूस, आजूबाजूला चालणारी मशीनची घरघर आणि खायला ग्रील केलेले फ्रँकफर्टर्स. त्याच्या आधी त्याच्या वडिलांनी हाच व्यवसाय केला होता. त्यांच्याही शर्टावर एडीप्रमाणेच 'देखभाल' हा शिक्का होता. एडी या विभागाचा प्रमुख होता. कित्येकदा मुलं त्याला हाक मारत, ''रुबी पियरचा राइडवाला माणूस.''

൭൭ तीस मिनिटं उरली.

''आज कोणाचातरी वाढदिवस आहे असं ऐकलं,'' डॉमिन्गेझ म्हणाला.

एडी हसला.

''काही पार्टीबिर्टी आहे की नाही?''

त्याला वेड लागलं की काय अशा नजरेने एडीने त्याच्याकडे पाहिलं. 'बुद्धीके बाल'चा गंध दरवळण्याच्या जागेत असं उतार वयाला लागणं किती विचित्र आहे असा विचार त्याच्या मनात क्षणभर चमकला.

''हे बघ एडी, पुढच्या आठवड्यात माझी सुट्टी आहे. सोमवारनंतर मी नाही. मेक्सिकोला चाललो आहे ना.''

एडीने मान डोलवली. डॉमिन्गेझने तितक्यात नाचून घेतलं.

''मी आणि माझी थेरेसा. आम्ही आमच्या कुटुंबाला भेटणार आहोत. ध-म्मा-ल येणार आहे!''

एडी आपल्याकडे टक लावून पाहतो आहे हे लक्षात आल्यावर त्याने नाचणं थांबवलं.

''तू कधी गेला आहेस तिथे?'' डॉमिनेग्झने विचारलं.

'तिथे?'

'मेक्सिको?'

एडीने खोल श्वास घेत म्हटलं, ''बाळा, हातातल्या रायफलसकट जहाजातून जिथे पाठवलं गेलं त्याव्यतिरिक्त मी कुठेही गेलेलो नाही.''

डॉमिनेग्झ पुन्हा एकदा सिंकच्या दिशेने गेला. एडी त्याला न्याहाळत राहिला. क्षणभर तो विचारात हरवला. खिशातून नोटांचं छोटंसं बंडल काढून त्यातून त्याने वीसच्या दोन नोटा काढल्या. त्या शेवटच्या होत्या. त्या डॉमपुढे धरत तो म्हणाला,

''तुझ्या बायकोसाठी काहीतरी छानसं आण यातून.''

डॉमिनेग्झने थोड्या वेळ त्या नोटांकडे पाहिलं. मग त्याला हसू आलं. त्याने खात्री करण्यासाठी विचारलं, ''अरे सद्गृहस्था, नक्की का?''

एडीने डॉमिनेग्झच्या हातात ते पैसे खुपसले. मग तो साठवणूक विभागाकडे गेला. कैक वर्षांपूर्वी जेट्टीच्या फळ्यांना एक छोटंसं भोक पाडण्यात आलं होतं. ते त्यांचं 'मासेमारीचं छिद्र' होतं. एडीने तिथली प्लॅस्टिकची टोपी उचलली. समुद्रात ऐंशी फूट खालपर्यंत सोडलेली नायलॉनची दोरी ओढून पाहिली. त्या गळाच्या टोकाला आमिष बांधलेलं होतं.

''गळाला काही लागलंय का?'' डॉमिनेग्झने जोरात विचारलं. ''अरे, काहीतरी लागलं आहे असं सांग बाबा मला.''

हा माणूस इतका आशावादी कसा राहू शकतो याचं आश्चर्य एडीला वाटलं. त्या गळाला आजपर्यंत कधीच काही लागलं नव्हतं.

"तू बघ! एक दिवस या गळाला मोठा सागरी मासा लागणार आहे!" डॉमिन्गोझने आरोळी ठोकली.

'हो,' एडी पुटपुटला. या एवढ्याशा भोकातून मोठा मासा कधीही वर काढता येणार नाही हे एडीला चांगलंच ठाऊक होतं.

ॡ जगण्याची सव्वीस मिनिटं उरली होती.

त्या फळ्या ओलांडून एडी दक्षिणेच्या टोकाला गेला. आताशा व्यवसाय फार कमी झाला होता. गोळ्या, बिस्किटं विकणारी मुलगी च्युईंगम चघळत कोपरांवर रेलून नुसतीच उभी होती. रुबी पियर ही कोणे एके काळी गजबजून जाणारी *अशी* एक जागा होती. तिथे अनेक हत्ती असायचे, आतषबाजी सुरू राहायची, मॅरेथॉन डान्सच्या स्पर्धा व्हायच्या. पण आताशा लोक समुद्राबाजूच्या अशा करमणूक केंद्रांत जाईनासे झाले होते. त्याऐवजी, दणदणीत पंचाहत्तर डॉलर्सचं तिकीट काढून एखाद्या थीम पार्कमध्ये जायला, तिथल्या धिप्पाड आणि केसाळ प्राण्यांबरोबर फोटो काढून घ्यायला त्यांना अधिक आवडू लागलं होतं.

तसाच लंगडत एडी पुढे झाला. आता त्याने बंपर्स कार्स मागे टाकल्या. रेलिंगवरून वाकणाऱ्या काही कुमारवयीन मुलांवर त्याचे डोळे खिळले होते. "*फार छान!*" तो स्वतःशीच म्हणाला. "*याचीच कमी होती!*"

'उतरा,' रेलिंगवर आपली काठी आपटत एडी म्हणाला. "चला, ही जागा सुरक्षित नाही."

त्या मुलांनी त्याच्याकडे रोखून पाहिलं. गाड्यांसाठी उभारलेल्या खांबांमधून धावणाऱ्या वीजप्रवाहाचा आवाज येत होता *झप् झप् झप् झप्*.

''ते सुरक्षित नाही,'' एडी पुन्हा म्हणाला.

मुलांनी एकमेकांकडे पाहिलं. त्यातल्या एका मुलाच्या केसांची एक बट केशरी रंगात रंगवली होती. एडीकडे तुच्छतेने पाहत त्याने मधल्या रेलिंगवर पाय ठेवला.

''या रे इकडे, द्या मला टक्कर!'' असं म्हणत गाडी चालवणाऱ्या लहान मुलांना त्याने हात दाखवला. ''द्या मला टक्कर.''

त्या क्षणी एडीने रेलिंगवर त्याची काठी इतक्या जोरात हाणली की, तिचे दोन तुकडे झाले. तो तार सप्तकात म्हणाला, ''निघा इथून!'' त्यासरशी त्या मुलांनी तिथून धूम ठोकली.

᳕᳕ एडीबाबत एक आख्यायिका सांगितली जात असे. सैनिक असताना एडीने अनेक युद्धांत भाग घेतला होता. तो शूर होता. त्याने पदकसुद्धा मिळवलं होतं. पण, शेवटी शेवटी स्वतःच्याच एका सैनिकाशी त्याची मारामारी झाली होती. त्यामुळेच तो जखमी झाला होता. दुसऱ्या माणसाचं नेमकं काय झालं होतं हे कोणालाच माहीत नव्हतं.

कुणी विचारलंही नव्हतं.

᳕᳕ पृथ्वीवर १९ मिनिटं उरली होती. समुद्रकिनारी असलेल्या त्या जुन्या पत्र्याच्या खुर्चीवर एडी शेवटचा बसला. त्याने आपल्या लहानखुऱ्या हातांची छातीवर घडी घातली. त्याला तसं पाहून सील माशांच्या पंखांची आठवण होत होती. सूर्याच्या उष्णतेने एडीचे पाय गरम झाले होते. त्याच्या डाव्या गुडघ्यावरचे व्रण अजूनही दिसत होते. खरं सांगायचं तर एडीच्या शरीराकडे पाहून सहज लक्षात येत होतं की, तो एखाद्या एन्काउंटरमधून – समर प्रसंगातून वाचला होता. त्याची बोटं वेडीवाकडी वाकली

होती. इथल्या पियरमधल्या असंख्य यंत्रांमुळे त्याला कित्येक फ्रॅक्चर्स झाले होते. म्हणूनच त्याच्या बोटांची ही अवस्था झाली होती. अनेकदा झालेल्या 'हाथापायी'त त्याच्या नाकाचं हाडसुद्धा कित्येकदा मोडलं होतं. कोणे एके काळी त्याचा रुंद जबडा देखणा दिसत असेलही. पण अनेकदा आपटल्यामुळे आता तो तितका देखणा उरला नव्हता.

आताशा एडी फक्त थकलेला दिसत असे. रूबी पियरच्या त्या जेट्टीवरची ही त्याची नेहमीची बसायची जागा होती. त्याच्या समोरच्या बाजूला जॅक रॅबिट राइड होती. १९८० मध्ये ती थंडरबोल्ट राइड होती, १९७० मध्ये ती स्टील ईल होती, १९६०मध्ये लॉलीपॉप स्विंग तर १९५०मध्ये लॅफ इन द डार्क होती. त्या आधी ती स्टारडस्ट बँड शेल होती.

तिथेच एडी मागरिटला भेटला होता.

॥० प्रत्येक जीवनात एकतरी खऱ्या प्रेमाचं चित्र असतंच. एडीसाठी ते चित्र एका सुखद सप्टेंबरच्या रात्रीचं होतं. नुकतंच वादळ होऊन गेलं होतं. वातावरण उबदार होतं. फळकुटांची पायवाट पाण्यामुळे चांगलीच भिजट झाली होती. मागरिटने पिवळा सुती ड्रेस घातला होता. केसांना गुलाबी चाप बांधला होता. एडी फारसं काही बोलला नव्हता. तो इतका भांबावला होता की, त्याची जीभ टाळूला चिकटून बसली होती. एव्हरग्लेड्स ऑर्केस्ट्राच्या लाँग लेग्ज डिलॅनी याच्या मोठ्या बँडच्या तालावर ती दोघं नाचत होती. त्याने तिच्यासाठी सरबत घेतलं होतं. आईवडील चिडण्याआधी परत गेलं पाहिजे असं ती म्हणाली होती. पण जाताना मागे वळून तिने एडीकडे पाहून हात हलवून निरोप घेतला होता.

हेच चित्र एडीच्या मनात कायमचं कोरलं गेलं होतं. पुढच्या आयुष्यात जेव्हा जेव्हा त्याच्या मनात मागरिटचा विचार

येत असे तेव्हा तो क्षण त्याला लख्खकन त्याला आठवत
असे. किंचित मागे पाहत तिने उंचावलेला हात, तिच्या एका
डोळ्यावर आलेल्या दाट केसांच्या बटा, आत्यंतिक प्रेमाने
एडीच्या धमन्यांतून सळसळणारं रक्त. त्या आठवणीसरशी
प्रत्येक वेळेस त्याला तीच अनुभूती येत असे.

त्या रात्री घरी गेल्यावर त्याने आपल्या मोठ्या भावाला
गदागदा हलवलं. आपल्याला एक मुलगी भेटली असून तो
तिच्याशी लग्न करणार आहे हे त्याने भावाला सांगितलं.

''एडी, झोप बरं आता,'' भाऊ नुसताच गुरकावला
होता.

हुऽऽऽश्श. किनाऱ्यावर एक लाट आदळली. एडीला
खोकला आला. घशात दाटून आलेला कफ त्याला पाहायचा
नव्हता. त्याने तो थुंकून टाकला.

हुऽऽऽश्श. पूर्वी मागरिटचा विचार त्याच्या मनात फार
येत असे. हल्ली तो तितका येत नसे. एका अतिशय जुन्या
बँडेजखाली झाकलेल्या जखमेसारखी झाली होती ती आता.
आताशा त्याला त्या बँडेजचीच जास्त सवय झाली होती.

हुऽऽऽश्श.
हे शिनगल्स प्रकरण काय आहे?
हुऽऽऽश्श.
जगण्याची सोळा मिनिटं.

७७ कुठलीही गोष्ट एकांडी नसते. काही गोष्टी एखाद्या
कोपऱ्यावर भेटतात. कित्येकदा त्या एकमेकांना पूर्णतः झाकोळून
टाकतात, जसे नदीच्या प्रवाहाखाली झाकलेले दगडगोटे.

एडीच्या कथेला अजून एका निरागस कथेचा स्पर्श झाला
होता. कित्येक महिन्यांपूर्वीच्या ढगाळ रात्री ती कथा घडली

होती. एक तरुण त्याच्या तीन मित्रांबरोबर रुबी पियर इथे आला होता.

त्या तरुणाचं नाव निकी होतं. नुकतीच त्याने गाडी चालवायला सुरुवात केली होती. म्हणूनच की काय, हातात गाडीची किल्ली घेऊन फिरण्याची त्याला सवय नव्हती. त्याने गाडीची किल्ली जुड्यातून काढून आपल्या जाकिटाच्या खिशात ठेवली. ते जॅकेट त्याने आपल्या कंबरेला बांधलं.

पुढचे काही तास तो आपल्या मित्रांबरोबर सगळ्या वेगवान राइड्समध्ये बसला – फ्लाइंग फॅल्कन, स्प्लॅश डाऊन, फ्रेडीज फ्री फॉल, घोस्टर कोस्टर.

कोणीतरी ओरडलं, ''दोन्ही हात वर करा!''

सगळ्यांनी एकसाथ दोन्ही हात वर केले.

खूप रात्र झाल्यावर ते चौघं वाहनतळापाशी आले. फार थकले होते ते. त्यांच्या हसण्याला सुमार नव्हता. कागदी पिशव्यांतून काढलेल्या बियरचा आस्वाद घेण्यात ते गर्क होते. गाडीशी येताच निकीने जाकीटच्या खिशात हात घातला. त्याच्या हाताला किल्ली लागेना. तो चाचपडून पाहू लागला. तो वैतागला. किल्ली नव्हतीच.

७७ मृत्यूला चौदा मिनिटं. एडीने रुमालाने कपाळावरचा घाम टिपला. समुद्राच्या पाण्यांतून हजारो हिरकण्या सूर्यप्रकाशात नृत्य असल्यागत त्याला वाटत होतं. त्या चपळ हालचालीकडे एडीने काही क्षण निरखून पाहिलं. युद्धानंतर त्याचं चापल्य कमी झालं होतं.

मात्र काही वर्षांपूर्वी स्टारडस्ट बँड शेल इथे मागरिटबरोबर असताना एडीच्या हालचाली खूप डौलदार होत्या. डोळे मिटून त्याने त्या दिवशीचं गाणं आठवण्याचा प्रयत्न केला.

त्या गाण्यामुळेच तर ती दोघं एकत्र आली होती. ज्युडी
गार्लंडने एका सिनेमात ते गाणं गायलं होतं. या क्षणी लाटांच्या
आवाजाच्या कल्लोळात त्या गाण्याचे शब्द त्याला नीट आठवत
नव्हते. शिवाय, वेगवेगळ्या राइड्सवर खिदळणाऱ्या मुलांचीही
त्यात भर पडत होती.

"यू मेड मी लव्ह यू –"

हुऽऽऽश्श.

"– डू इट, आय डिड नॉट वॉन्ट टु डू ईऽऽ–"

स्प्लॅऽऽऽऽश.

"– मी लव्ह यू –"

ईऽऽऽऽऽ!

"– टाइम यू नीव्ह् इट, अँड ऑल दऽऽऽ"

हुऽऽऽऽश्श.

"– नीव्ह् इट..."

एडीला त्याच्या खांद्यांवर तिच्या हाताचा स्पर्श जाणवला.
डोळे घट्ट मिटून घेत त्याने ती आठवण मनात कुरवाळली.

౧౧ जगण्याची बारा मिनिटं.

"एस्क्क्यूज मी."

जेमतेम आठ वर्षांची एक छोटी मुलगी एडीसमोर उभी
होती. तिच्यामुळे त्याच्या डोळ्यांवर येणारा सूर्यप्रकाश अडला
होता. तिचे केस सोनेरी आणि कुरळे होते. पायात साध्या
चपला होता. डेनिमची शॉर्ट्स आणि हिरवट पिवळा टीशर्ट
तिच्या अंगात होता. त्यावर एका बदकाचं कार्टून दिसत होतं.
तिचं नाव बहुतेक एमी किंवा अॅनी असं काहीतरी होतं असा
विचार त्याच्या मनात आला. या सुट्टीत ती इथे अनेकदा आली

होती. पण एडीला तिच्या बरोबर तिचे आई किंवा वडील कधीच दिसले नव्हते.

"एस्क्क्यूज मी," तिने पुन्हा म्हटलं. "एडी देखभाल?"

उसासा टाकत एडी म्हणाला, "फक्त एडी म्हण."

'एडी?'

"अं, काय?"

"तू माझ्यासाठी..."

तिने दोन्ही हात एकत्र जोडले.

"ए पोरी, बोल पटकन."

"*तू मला एक प्राणी करून देशील? करता येईल तुला?*"

विचारात पडल्यासारखं दाखवत एडीने वर पाहिलं. मग शर्टाच्या खिशात हात घालून त्याने पिवळ्या रंगाचे तीन पाइप क्लीनर बाहेर काढले. एवढ्या एकाच कारणासाठी तो खिशात नेहमी पाइप क्लीनर बाळगे.

'आऽऽऽहाऽऽऽ!' टाळ्या वाजवत ती लहान मुलगी नाचू लागली.

एडीने ते पाइप क्लीनर वळवायला सुरुवात केली.

"तुझे आई-बाबा कुठे आहेत?"

"त्या राइड्सवर बसले आहेत."

'तुझ्याशिवाय?'

त्या मुलीने खांदे उडवत म्हटलं, "माझी आई तिच्या बॉयफ्रेंडबरोबर आहे."

एडीने तिच्याकडे पाहिलं. 'अस्सं!'

एकीकडे त्याचे हात वळत होते. त्या पाइप क्लीनरमध्ये त्याने अनेक छोटे छोटे लूप तयार केले. मग ते हातांनी इकडून तिकडे वळवले. आताशा त्याचे हात थरथरत होते त्यामुळे

ही नेहमीची गोष्ट करायला त्याला जास्ती वेळ लागत होता. तरीसुद्धा पाहता पाहता त्या पाइप क्लीनरमधून एक डोकं, कान, शरीर आणि शेपटी तयार झाली.

'ससा?' ती लहान मुलगी म्हणाली.

तिच्याकडे पाहत एडीने मिश्किलपणे डोळा मारला.

'थँ ऽऽऽऽऽऽक्यू!'

त्याच्या हातातून तो ससा घेऊन ती वळली. पाहता पाहता ती त्या सगळ्या मुलांमध्ये हरवली. पुन्हा एकदा एडीने कपाळावरचा घाम टिपत डोळे मिटून घेतले. पुन्हा एकदा तो त्या खुर्चीवर बसून राहिला. पुन्हा एकदा ते जुनं गाणं आठवण्याचा तो प्रयत्न करू लागला.

आकाशात उडणाऱ्या एका सी-गलचा आवाज तेवढ्यात आला.

☙ निरोपाचे शेवटचे शब्द लोक कसे निवडतात? परिस्थितीचं गांभीर्य त्यांच्या लक्षात येतं का? त्या क्षणी त्यांनी अतिशय समजूतदार असणं त्यांच्या नशिबात असतं का?

एडीचा त्र्याऐंशीवा जन्मदिवस होता. त्याला आपुलकी वाटणाऱ्या जवळपास प्रत्येकालाच तो गमावून बसला होता. काहींचा मृत्यू तारुण्यात झाला होता. काहींनी वार्धक्यापर्यंत मजल मारली होती. त्यानंतर रोगाने किंवा अपघाताने त्यांचा मृत्यू झाला होता. त्या प्रत्येकाच्या अंत्यविधीला हजर असणाऱ्या एडीच्या कानांवर इतर उपस्थितांचे शब्द आवर्जून पडत. गत व्यक्तीच्या शेवटच्या आठवणींबद्दल जमलेले लोक बोलत.

"आपला मृत्यू समीप येऊन ठेपला आहे हे त्याला समजलं होतं..." अशा प्रकारचं वाक्य कोणीतरी हमखास उच्चारे.

एडीचा त्यावर कधीच विश्वास बसला नाही. त्याच्या मते, काळ आला की आला. कदाचित त्या शेवटच्या क्षणी आपण एखादी चटपटीत किंवा चतुर टिप्पणी करतही असू. त्याचप्रमाणे, आपण काहीतरी बावळटासारखं विधान करण्याची शक्यतासुद्धा तितकीच होती.

तुम्हाला म्हणून सांगतो, ''मागे व्हा!'' हे एडीचे शेवटचे शब्द असणार होते.

०७ पृथ्वीवर एडीची शेवटची काही मिनिटं राहिली असताना विविध आवज येत होते. लाटांचा खळबळाट, दूर कुठेतरी सुरू असलेल्या रॉक म्युझिकचा ठेका, एखाद्या छोट्याशा विमानाची घरघर. त्या विमानाच्या शेपटीला अडकवलेल्या जाहिरातीची फडफड. आणि हासुद्धा आवाज –

''अरे बाप रे! ते पाहा!''

या वाक्यासरशी मिटल्या पापण्यांआड एडीच्या डोळ्यांची हालचाल झाली. गेल्या कित्येक वर्षांत रुबी पियरमध्ये ऐकू येणारा प्रत्येक आवाज त्याला सुपरिचित झाला होता. त्या आवाजांचं अंगाई गीत ऐकत तो निवांत झोपू शकत होता. हा आवाज मात्र अंगाई गीताचा नव्हता.

''अरे बाप रे! ते पाहा!''

एडी ताडकन उठला. जाडजूड हातांची एक स्त्री कुठेतरी बोट दाखवत किंचाळत होती. तिच्या हातात शॉपिंग बॅग होती. तिच्या भोवती काही जण जमा झाले होते. त्या सगळ्यांच्या नजरा आकाशाच्या दिशेने होत्या.

क्षणार्धात एडीनेही ते दृश्य टिपलं. फ्रेडीज फ्री फॉल हे तिथे आलेलं सगळ्यांत नवीन खेळणं होतं. त्याचा सगळ्यांत वरचा पाळणा झपकन खाली येत असे. हेच त्याचं वैशिष्ट्य

होतं. मात्र त्या घटकेला वरचा एक पाळणा तिरका झाला होता. कोणत्याही क्षणी आतलं सामान बाहेर फेकून देण्याच्या तयारीत तो होता. फक्त इथे सामानाऐवजी माणसं आत बसली होती. त्या पाळण्यात बसलेल्या दोन स्त्रिया आणि पुरुष जिवाच्या आकांताने ओरडत होते. त्यांच्या समोर आडवा सेफ्टीबार असल्यामुळेच ते अजून खाली कोसळले नव्हते.

"अरे बाप रे! ते पाहा!" ती लठ्ठ बाई पुन्हा किंचाळली. "त्या लोकांचं काय होईल! ते नक्की खाली कोसळणार!"

तितक्यात एडीच्या बेल्टला अडकवलेल्या रेडिओतून आवाज आला, "एडी! एडी!"

एडीने रेडिओचं बटन दाबत म्हटलं, "दिसलंय मला ते. ताबडतोब सिक्युरिटीला घेऊन या."

लोकांनी किनाऱ्याकडे धाव घ्यायला सुरुवात केली. जणूकाही त्यांना सराव झाला होता. त्यांची बोटं अजूनही आकाशात असलेल्या त्या पाळण्याकडे लागली होती. "ते *पाहा! वरती पाहा! आकाशपाळणा सैतान झाला आहे!"* कशीबशी आपली छडी उचलत एडीने त्या आकाशपाळणाच्या तळाकडे धाव घेतली. कमरेला अडकवलेला किल्ल्यांचा जुडगा खळखळत होता. त्याचं हृदय जोरजोरात धडधडत होतं.

फ्रेडीज फ्री फॉलचे दोन दोन पाळणे पोटात गोळा येईल इतक्या वेगाने झपकन खाली येण्याची योजना होती. अगदी शेवटच्या क्षणी हायड्रॉलिक हवेच्या झोताचा वापर करून ते तिथल्या तिथे थांबवले जात. त्या दोनपैकी एक पाळणा असा सैल कसा झाला? वरच्या दिशेने असलेल्या प्लॅटफॉर्मच्या जेमतेम काही फूट वर तो वाकडा झाला होता. जणूकाही खाली यायला सुरुवात केल्यावर अचानक त्याने विचार बदलला असावा.

फाटकाशी पोहोचल्यावर एडी श्वास घेण्यासाठी थांबला. धावत आलेला डॉमिन्गेझ त्याच्यावर जवळपास आदळलाच.

त्याचा खांदा पकडून एडी घाईने म्हणाला, "मी काय सांगतो ते ऐक!" त्याची खांद्यावरची पकड इतकी घट्ट होती की, डॉमिन्गेझचा चेहरा पिळवटला. पण एडीचं तिकडे लक्ष कुठे होतं? "मी काय सांगतो ते ऐक! वरती कोण आहे?"

'विली.'

"ठीक आहे. त्याने चुकून इमर्जन्सी स्टॉप बटण दाबलं असणार म्हणून तो पाळणा असा लोंबकळतो आहे. ताबडतोब शिडी घेऊन वर जा आणि विलीला सांग की, हातांनीच आपत्कालीन बटण दाब. म्हणजे आतल्या अडकलेल्या लोकांना बाहेर पडता येईल. समजलं का? त्या पाळण्याच्या मागच्या भागात आहे ते. त्यासाठी, तुला विलीला धरून ठेवावं लागेल तरच तो ते बटन दाबू शकेल. आलं का लक्षात? त्यानंतर... त्यानंतर, तुम्ही दोघं – आता तुम्ही दोघं असाल, तो एकटा नसेल. येतंय ना लक्षात? तुम्ही दोघं आतल्या लोकांना बाहेर आणा. एकाने दुसऱ्याला धरून ठेवा! समजलं का?... *समजलं का?*"

डॉमिन्गेझने घाईने मान डोलावली.

"इतकं सगळं झालं की, तो वाईट पाळणा खाली पाठव. नेमकं काय झालं आहे हे आपल्याला शोधून काढता येईल."

एडीच्या डोक्यात जणू घणाचे घाव पडत होते. आजवर त्याच्या या पार्कमध्ये फारसे मोठे अपघात झाले नसले तरी या व्यवसायात घडून गेलेल्या इतर भयानक घटना त्याला अवगत होत्या. ब्रायटन इथे एकदा एका गोंडोला राइडचा खटका उघडल्याने दोघं जण कोसळले होते. ते जागच्या जागी ठार झाले होते. असंच एकदा वंडरलँड पार्कमध्ये एका माणसाने रोलर कोस्टरच्या ट्रॅकवरून चालण्याचा प्रयत्न केला होता.

नेमका तो पडला आणि त्याचा खांदा ट्रॅकमध्ये अडकून बसला. रोलर कोस्टर्सच्या कार्ट्स त्याच्या दिशेने धडधड करत येत असताना तो जोरजोरात किंचाळत होता. सुटकेचा कोणताही मार्ग नव्हता. फार वाईट अंत झाला होता त्याचा.

ते सगळे विचार एडीने मनातून दूर सारले. त्याच्या भोवताली आता अनेक जण गोळा झाले होते. प्रत्येकाचेच हात तोंडावर होते. शिडी चढणाऱ्या डॉमिनगेझवर सगळ्यांच्या नजरा खिळल्या होत्या. फ्रेडीज फ्री फॉलची अंतर्गत रचना डोळ्यांसमोर आणण्याचा एडी प्रयत्न करू लागला. *इंजीन, सिलेंडर्स, हायड्रॉलिक्स, सील्स, केबल्स.* हा पाळणा सैल कसा झाला असेल? त्याने नजरेनेच त्या पाळण्याचा अगदी वरून खालपर्यंत वेध घेतला. वरच्या पाळण्यात जीव मुठीत घेऊन बसलेल्या, भेदरलेल्या त्या चार माणसांपासून मधल्या टॉवरिंग शाफ्टवरून त्याची नजर तळावर खिळली. *इंजीन, सिलेंडर्स, हायड्रॉलिक्स, सील्स, केबल्स...*

डॉमिनगेझ आता वरच्या प्लॅटफॉर्मवर पोहोचला होता. एडीने दिलेल्या सूचनांनुसार त्याने विलीला घट्ट धरून ठेवलं. त्यानंतर पुढे झुकून विलीने त्या पाळण्याचं बटन दाबलं. त्यासरशी आत बसलेली एक स्त्री विलीकडे झेपावली. तिच्या त्या आवेगाने तो प्लॅटफॉर्मवरून ओढला जाऊन कोसळणारच होता. खाली जमलेल्या गर्दीचा श्वास अडकला.

''जरा थांब...'' एडीने स्वतःला बजावलं.

विलीने पुन्हा प्रयत्न केला. या वेळेस मात्र त्याला सेफ्टी बटण नीट दाबता आलं.

'केबल...' एडी पुटपुटला.

पाळण्याचा बार उचलला गेला. गर्दीच्या तोंडून हुऽऽश्श असा आवाज आला. पाळण्यातल्या चौघांनाही

एक-एक करत घाईने प्लॅटफॉर्मवर ओढून घेण्यात या दोघांना यश आलं.

"केबल अडकून बसली आहे..." एडीचा विचार अगदी योग्य होता. फ्रेडीज फ्री फॉलच्या आतमध्ये तळाशी, सगळ्यांच्या नजरेपासून दूर दोन नंबरच्या पाळण्याला वर उचलणारी केबल, गेले कित्येक महिने, एका अडकलेल्या कप्पीशी घासली जात होती. कप्पी अडकल्याने हळूहळू केबलच्या स्टीलच्या तारांचं घर्षण होऊ लागलं होतं. जणू मक्याच्या कणसाचा सुटणारा एक एक पापुद्रा. पाहता पाहता केबल पूर्णपणे तुटायला आली होती. कुणालाही ते लक्षात आलं नव्हतं. येणारंच कसं? रांगत जाऊन त्या यंत्रणेच्या आत डोकावणाऱ्यालाच समस्येच्या मुळापर्यंत कदाचित जाता आलं असतं, असा विचारही कोणाच्या मनात अन्यथा आला नसता. मुळात ती कप्पी एका छोट्याशा वस्तूने अडकली होती. अत्यंत मोक्याच्या क्षणी तिथे ती वस्तू आत येऊन पडली असणार. ती गाडीची किल्ली होती.

०७ बेंबीच्या देठापासून एडी किंचाळला, "पाळणा मोकळा करू नकोस!" दोन्ही हातांनी इशारे करत तो पुन्हा ओरडू लागला, "अरे ए! इकडे बघ! केबल – केबल कारणीभूत आहे. पाळणा सोडू नकोस! तो तुटेल!"

गर्दीच्या आवाजापुढे त्याचा आवाज ऐकू येणं शक्यच नव्हतं. पाळण्यातून शेवटच्या रायडरला बाहेर काढणाऱ्या विली आणि डॉमिनगेझला प्रोत्साहन देण्यात गर्दी मग्न होती. चारही माणसं सुरक्षित होती. आता ते प्लॅटफॉर्मवर एकमेकांच्या मिठीत उभे होते.

"डॉम! विली!" एडी तार सप्तकात किंचाळला. तितक्यात कोणीतरी त्याच्या कमरेशी आदळलं. त्याचा वॉकीटॉकी

जमिनीवर फेकला गेला. तो घेण्यासाठी एडी वाकला. त्याच क्षणी विली बटणांच्या दिशेने पुढे झाला. आता त्याने हिरव्या बटणावर बोट ठेवलं. एडीने वर पाहिलं.

''नाही, नाही, नाही, तसं करू नकोस!''

गर्दीकडे वळत एडी म्हणाला, ''मागे व्हा !''

एडीच्या स्वरात असलेल्या वेगळेपणामुळे बहुधा लोकांचं लक्ष त्याच्याकडे गेलं असावं. वरच्या मंडळींना प्रोत्साहन देणं थांबवून लोक भराभर पांगू लागले. फ्रेडीज फ्री फॉलच्या तळाशी थोडी जागा मोकळी झाली. त्या क्षणी एडीला त्याच्या आयुष्यातला शेवटचा चेहरा दिसला.

त्या राइडच्या अवाढव्य लोखंडी तळाशी ती उताणी पडली होती. कुणाचातरी धक्का लागून ती तशी पडली असावी. तिचं नाक वाहत होतं. डोळे गच्च भरून आले होते. तिच्या हातात पाइप क्लीनरपासून तयार केलेला प्राणीसुद्धा होता. ती तीच मुलगी होती ॲमी? ॲनी?

''मा... मॉम... मॉम...'' ती हुंदके देत होती. असं रडणाऱ्या मुलांचं शरीर जसं विचित्र थिजतं तसंच तिचं झालं होतं.

''मा... मॉम... मा... मॉम...''

एडीची नजर तात्काळ वरच्या पाळण्यांकडे गेली. त्याच्या हातात काही अवधी होता का? ती आणि वरचे पाळणे –

कर्रकच्च! छे:! आता वेळ नव्हता. पाळणे खाली यायला सुरुवात झाली होती. *जीझस, विलीने ब्रेक सोडला होता!* एडीसाठी प्रत्येक गोष्ट संथपणे सरकू लागली. त्याने आपल्या हातातली काठी खाली भिरकावली. स्वतःचा दुखरा पाय जोरात पुढे ओढला. गुडघ्यात आलेली कळ त्याच्या पार

मस्तकात भिनली. त्या वेदनेपायी तो कोसळणारच होता. तरीही स्वतःला सावरत त्याने एक ढांग टाकली, मग दुसरी ढांग. एव्हाना फ्रेडीज फ्री फॉलच्या शाफ्टमधली ती केबल, तिचा शेवटचा तंतू तुटला होता. हायड्रॉलिक लाइनवर ती केबल पूर्णपणे कापली गेली. दोन नंबरचा पाळणा वेगाने खाली येऊ लागला. आता कशानेही तो थोपवता येणार नव्हता. जणू एखाद्या सुळक्यावरून कोसळणारा एखादा मोठा खडक.

शेवटच्या त्या क्षणांमध्ये एडीला संपूर्ण जगाचा आवाज ऐकू आला - दूरवरून येणाऱ्या किंकाळ्या, लाटा, संगीत, हवेचा झोत आणि कोणतातरी खोलवरून येणारा मोठा आणि घाणेरडा आवाज - तो त्याचाच स्वतःचा आवाज होता हे त्याला लक्षात आलं. त्याचा ऊर फुटेल की काय असं त्याला वाटू लागलं. त्या लहानशा मुलीने दोन्ही हात वर केले. एडी तिच्या दिशेने झेपावला. त्याच्या दुखरा पाय अडकला. त्याने स्वतःला तिच्या दिशेने झोकून दिलं. त्या आवेगात तो त्या लोखंडी प्लॅटफॉर्मवर कोसळला. त्यापायी त्याचा शर्ट फाटला. शर्टावर जिथे एडी आणि देखभाल असं लिहिलेलं होतं त्याच्या अगदी खालीच त्याची त्वचा चिरली गेली. स्वतःच्या हातांत दोन इवले हात आल्याचं त्याला जाणवलं.

धाडकन काहीतरी कोसळलं. डोळ्यांसमोरून लख्ख प्रकाश चमकला.

आणि त्यानंतर... सारं काही संपलं.

आज एडीचा जन्मदिवस

ते वर्ष १९२० आहे. शहरातल्या अत्यंत गरीब भागातल्या त्या हॉस्पिटलमध्ये खूप गर्दी आहे. तिथल्या प्रतीक्षालयात म्हणजेच वेटिंग रूममध्ये एडीचे वडील सिगरेट ओढत बसले आहेत. इतर अनेक उत्सुक वडीलसुद्धा सिगरेटी ओढत आहेत. तितक्यात हातात क्लिपबोर्ड घेतलेली नर्स तिथे येते. ती एडीच्या वडिलांचं नाव घेते. ती चुकीचं स्पेलिंग वाचते. बाकीची माणसं सिगरेटी ओढत राहतात. ''कोण आहे?''

एडीचे वडील हात वर करतात.

'अभिनंदन,' नर्स म्हणते.

ते तिच्यामागून चालायला सुरुवात करतात. नुकत्याच जन्मलेल्या मुलांना ठेवलेल्या खोलीत ते येतात. त्यांच्या बुटांच्या टाचांचा जमिनीवर आवाज होतो.

''इथेच थांबा,'' ती म्हणते.

ती खोलीत शिरते. तिथल्या लाकडी पाळण्याचे नंबर ती तपासत असल्याचं त्यांना काचेआडून दिसतं. एक-एक पाळणा ओलांडत ती पुढे जाते. पुढे होते, हे त्यांचं नाही, पुढे होते, हे त्यांचं नाही, पुढे होते, हे त्यांचं नाही, पुढे होते, हे त्यांचं नाही. ती थांबते. हा पाहा, पांघरुणाच्या खाली. एका छोट्याशा निळ्या टोपीखालचं इवलंसं डोकं! हातातला क्लिपबोर्ड ती तपासून पाहते मग त्या पाळण्याकडे निर्देश करते.

वडील मोठा श्वास घेत मान डोलावतात. क्षणभर त्यांचा चेहरा पिळवटतो. जणू नदीत कोसळू पाहणारा एखादा पूल. मग ते हसतात.

त्यांचं....

प्रयाण

पृथ्वीवरच्या आपल्या शेवटच्या क्षणांपैकी एडीने काहीही पाहिलं नाही. ना तिथे जमलेली गर्दी ना तुटलेला पाळणा.

मृत्यूपश्चात जीवनाबाबत असं म्हटलं जातं की बहुतेक वेळा आत्मा निरोपाच्या क्षणाच्या वर तरंगत राहतो. रस्त्यावर झालेल्या अपघाताच्या बाजूला उभ्या असलेल्या पोलिसांच्या गाड्यांच्या वर तो तरंगतो किंवा मग हॉस्पिटलच्या खोलीत छतावरती कोळ्यासारखा चिटकून बसतो. अशा सर्व लोकांना जगण्याची दुसरी संधी मिळते. कुठल्या न कुठल्या कारणाकरता त्यांना या जगातली त्यांची जागा परत मिळते. एडीला मात्र अशी कुठलीही दुसरी संधी मिळणार नव्हती.

꧁ कुठे...?

कुठे...?

कुठे...?

आकाशाचा रंग धुकट लालसर पिवळा होता. मग तो मोरपंखी झाला, त्यानंतर आकाश पिवळं दिसू लागलं. एडी आता तरंगत होता. त्याचे दोन्ही हात अजून पसरलेलेच होते.

कुठे...?

पाळणा वरून कोसळत होता. त्याला ते आठवत होतं. ती छोटी मुलगी – ॲमी? ॲनी? – ती रडत होती. त्याला ते आठवत होतं. तो झेपावला होता हेही त्याला आठवत होतं. तो प्लॅटफॉर्मवर जाऊन आदळला होता हेही त्याला आठवत होतं. त्याच्या हातात तिचे दोन इवले हात आले होते याची जाणीव त्याला होत होती.

त्यानंतर काय घडलं?

मी तिला वाचवलं का?

अनेक वर्षांपूर्वी घडल्याप्रमाणे एडीला दूर अंतरावर कुठेतरी केवळ चित्र दिसत होतं. त्यापेक्षा विचित्र गोष्ट म्हणजे त्यासमवेत असणारी कुठलीही भावना त्याला *जाणवत* नव्हती. त्याला फक्त एक प्रकारची निश्चिंतता जाणवत होती. लहान बाळाला आपल्या आईच्या कुशीत जाणवते अगदी तशीच.

कुठे...?

त्याच्या भोवतालच्या आकाशाचा रंग पुन्हा बदलू लागला. आता अगदी पपनसासारखं पिवळं झालं होतं ते. त्यानंतर गडद हिरवं आणि मग गुलाबी झालं. त्या क्षणी एडीला सगळ्या वस्तू सोडून 'बुद्धीके बालची' आठवण झाली.

मी तिला वाचवलं का?

ती जगली का?

कुठे...?

...माझी चिंता?

माझ्या वेदना कुठे गेल्या?

त्या वेदना जाणवत नव्हत्या हेच काय ते वेगळं होतं. आजवर त्याला झालेल्या जखमा, आजवर सोसलेलं प्रत्येक दुःख – एखाद्या सोडलेल्या श्वासाप्रमाणे सारं काही गायब झालं होतं. त्याला कुठलीही पीडा जाणवत नव्हती. कुठलंही दुःख जाणवत नव्हतं. त्याची जाणीव धुरकट आणि विखारी झाली होती. शांत राहणं त्या सजगतेला शक्य नव्हतं. त्याच्या खाली पुन्हा एकदा सगळे रंग बदलले. काहीतरी गरगरत होतं. पाणी. महासागर. एका असीम पिवळ्या समुद्रावर तो तरंगत होता. पाण्याचा रंग लाल झाला मग आकाशी झाला. आता तो खाली कोसळू लागला. पृष्ठभागाकडे ओढला जाऊ लागला. आजवर त्याने कधी विचार केला नव्हता इतकी त्याची गती होती. तरीसुद्धा, त्याच्या चेहऱ्याला वाऱ्याची साधी झुळूकदेखील जाणवत नव्हती. इतकंच नाहीतर त्याला भीतीचीसुद्धा जाणीव होत नव्हती. एका सोनेरी किनाऱ्यावरची रेती त्याला दिसली.

त्यानंतर तो पाण्याखाली गेला.

मग सारं काही शांत झालं.

माझी चिंता कुठे गेली?

माझ्या वेदना कुठे गेल्या?

आज एडीचा जन्मदिन

तो पाच वर्षांचा झाला आहे. रविवारची दुपार आहे. रुबी पियरच्या जेट्टीवर पिकनिक टेबल्स मांडले आहेत. इथूनच समोर पसरलेला अथांग महासागर नजरेस पडतो. वाढदिवसासाठी खास व्हॅनिला केक आणला आहे. त्यावर निळ्या मेणबत्त्या लावल्या आहेत. संत्र्यांचं सरबतही तयार आहे. पियरवर प्रत्येक जण आपापल्या कामात मग्न आहे. वेगवेगळ्या सादरीकरणात भाग घेणारे कलाकार, प्राणी प्रशिक्षक, इतकंच नाही तर काही मासेमारसुद्धा तिथे आहेत. नेहमीप्रमाणेच एडीचे वडील पत्ते खेळण्यात मग्न आहेत. एडी त्यांच्या पायाशी खेळतो आहे. त्याचा मोठा भाऊ 'जो' काही ज्येष्ठ महिलांसमोर दंडबैठका काढून दाखवतो आहे. त्याही नाइलाजाने टाळ्या वाजवून त्याचं कौतुक करत आहेत.

वाढदिवसासाठी आणलेला खास पोशाख एडीने घातला आहे. डोक्यावर लाल काऊबॉय हॅट आहे. खेळण्यातलं होलस्टरपण त्याने लावलं आहे. बसल्या जागेवरून पटकन उठत बाजूच्या एका गटासमोर जाऊन उभं राहत होलस्टरमधून खेळातली बंदूक काढत त्यांच्यावर रोखून तो म्हणतो, ''बँग, बँग!''

''ए बाळा इकडे ये,'' बेंचवर बसलेला मिकी शिआ त्याला बोलावतो.

"बँग, बँग," असं म्हणत एडी त्याच्या समोर उभा राहतो.

मिकी शिआ एडीच्या वडिलांबरोबर पियरमधल्या राइड्सची देखभाल करतो. तो लठ्ठ आहे. त्याचा चेहरा लालसर आहे. तो नेहमी सस्पेंडर्स घालतो. त्याच्या तोंडात नेहमी आयरिश गाणी असतात. त्याच्या अंगाला काहीतरी वास येतो असं एडीला वाटतं – काहीसा खोकल्याच्या औषधासारखा.

'ये इकडे, तुला चांगले बर्थडे बम्प्स देतो," तो म्हणतो. "आयर्लंडमध्ये आम्ही असंच करतो."

अचानक मिकी आपल्या भल्यामोठ्या हातांनी एडीला बगलेतून वर उचलतो आणि उलटंपालटं करतो. पुढच्या क्षणी एडी खाली डोकं वर पाय, अशा अवस्थेत येतो. मिकी त्याचे पाय आपल्या हातात घट्ट पकडून धरतो. एडीची हॅट खाली पडते.

'मिकी, जरा काळजी घे!' एडीची आई ओरडते. एडीचे वडील वर बघतात, कुत्सित हसतात आणि पुन्हा आपल्या पत्त्यांच्या खेळात मग्न होतात.

"हो, पकडलंय मी त्याला," मिकी उत्तर देतो. "आता प्रत्येक जन्मदिनासाठी एक झोका."

असं म्हणत मिकी त्याला हळुवारपणे खाली आणतो. एडीचं डोकं जमिनीला पुसटसं लागतं.

'एक!'

असं म्हणून मिकी एडीला पुन्हा वर करतो. बाकीचे सगळे हसू लागतात. जवळ येऊन ते ओरडतात, "दोन!... तीन!"

उलटं टांगल्यामुळे नेमकं कोण कोण आहे हे एडीला समजेनासं होतं. त्याचं डोकं आता जड होऊ लागलं आहे.

'चार!...' सगळे ओरडतात. 'पाच!'

मिकी एडीला झटक्यात सरळ करून खाली ठेवतो. सगळे जण टाळ्या वाजवतात. खाली पडलेली हॅट उचलायला एडी पुढे होतो आणि अडखळून पडतो. उठून उभं राहत तो मिकी शिआच्या दिशेने धावतो आणि त्याच्या हातावर ठोसे लगावतो.

''अरे, अरे! छोट्या माणसा हे कशासाठी म्हणे?'' मिकी विचारतो. सगळे हसू लागतात. ताबडतोब तिथून वळून एडी पळू लागतो. त्याने जेमतेम तीन पावलं टाकली असती नसती तोच त्याची आई त्याला पटकन कुशीत घेते.

''लाडक्या बाळा, ठीक आहेस ना?'' तिचा चेहरा अगदी त्याच्या जवळ आला आहे. तिने लावलेलं गडद लाल लिपस्टिक, तिचे गोबरे मऊ गाल आणि तिचे पिंगट केस त्याला दिसतात.

''मला उलटं केलं होतं,'' तो तिला सांगतो.

''हो, पाहिलं मी ते,'' ती उत्तर देते.

ती हळूच त्याची टोपी त्याच्या डोक्यावर ठेवते. नंतर ती त्याला पियरवर फेरफटका मारायला नेणार असते. कदाचित ती त्याला हत्तीवर फेरी मारून आणणार असते किंवा कोळ्यांनी संध्याकाळी फेकलेली जाळी ते कशी ओढतात, त्यातून चकचकणारे मासे कसे वळवळत बाहेर पडतात हे दाखवायला ती त्याला नेणार असते. त्याचा हात हातात घेऊन ती त्याला सांगणार असते की, वाढदिवसाच्या दिवशी तो शहाण्या मुलासारखा वागला म्हणून ईश्वराला त्याचं कौतुक वाटत आहे. हे सगळं झाल्यावर जगाची उलटापालट झाल्यासारखं त्याला पुन्हा एकदा वाटणार असतं.

आगमन

एडीला एका चहाच्या कपात जाग आली.

एका जुन्या ॲम्युझमेन्ट पार्क राइडचा तो भाग होता. चांगलाच मोठा होता तो चहाचा कप. त्या गडद लाकडाच्या कपाला छान पॉलिश केलं होतं. बसायला मऊ आसन होतं आणि दाराला स्टीलच्या बिजागऱ्या होत्या. त्या कपाच्या काठावरून एडीचे हातपाय लोंबकाळत होते. आकाशाचे रंग अजूनही बदलत होते. बुटाच्या तपकिरी रंगापासून आता गडद लाल रंगात आकाश बदललं होतं.

पटकन पुढे होत काठी घ्यावी असा विचार एडीच्या मनात आला. गेली काही वर्षं तो काठी पलंगाच्या अगदी बाजूला ठेवू लागला होता. कित्येक सकाळी काठीवाचून त्याला अंथरुणातून उठताही येत नसे. कोणे एके काळी मित्रांच्या पाठीवर धपाटे घालून त्यांचं अभिवादन करणाऱ्या एडीवर आता अशी वेळ आली होती हे त्याच्यासाठी लाजिरवाणं होतं.

पण त्याला काठी कुठे दिसलीच नाही. एडीने सुस्कारा टाकत स्वतःला उठवण्याचा प्रयत्न केला. मजा म्हणजे त्याची पाठ थोडीही दुखली नाही किंवा त्याच्या पायात कळही आली नाही. मग त्याने थोडा नेटाने प्रयत्न केला. आणि मग चहाच्या कपाच्या काठावरून त्याने स्वतःला अलगद बाहेर काढलं. पुढच्या क्षणी तो जमिनीवर थोडा वेडावाकडा उभा राहिला. त्याबरोबर त्याच्या मनात झटकन तीन विचार आले.

पहिलं म्हणजे, त्याला फार छान वाटत होतं.

दुसरं म्हणजे, तो अगदी एकटा होता.

तिसरं म्हणजे, तो अजूनही रुबी पियर इथेच होता.

पण हे रुबी पियर वेगळं होतं. इथे सगळीकडे कापडी तंबू लागले होते. जागोजागी गवत उगवलेलं होतं. शिवाय, एकूणच सगळीकडे फार कमी वस्तू होत्या. त्यामुळे महासागराचं शेवाळलेलं पाणी अगदी सहज दिसत होतं. तिथे कुठेही झगझगीत रंगांची रेलचेल नव्हती. फायर हाउसचा लाल आणि मोतिया रंग तेवढा लक्ष वेधून घेत होता. हिरवट निळा किंवा तपकिरी रंग कुठेही दिसत नव्हता. प्रत्येक खेळासाठी स्वतंत्र तिकीट खिडकी होती. ज्या चहाच्या कपात एडीला जाग आली होती तो कप स्पिन–ओ–रॅमा या खेळाचा एक भाग होता. खेळाच्या नावाची लाकडी पाटी लटकत होती. तशा अनेक लाकडी पाट्या अनेक दुकानांसमोर लटकत होत्या. समुद्रकिनाऱ्यापर्यंत जाणाऱ्या त्या चिंचोळ्या पट्टीच्या बाजूने दुकानांची रांग लागली होती. काही पाट्यांवर पुढीलप्रमाणे मजकूर होता –

एल् तिम्पो सिगार्स! अहाहा! धूर असावा तर असा!

चाउडर सूप – दहा सेन्ट्स!

व्हिपरवर बसा – आजच्या काळाची सर्वांत मोठी धमाल!

एडीने रोखून पाहिलं. त्याच्या लहानपणीचं रुबी पियर होतं ते. सुमारे पंचाहत्तर वर्षांपूर्वीचं. फरक इतकाच की प्रत्येक गोष्ट नवीन आणि चकचकीत दिसत होती. कित्येक दशकांपूर्वी ज्या लूप–द–लूप राइडला बाद करण्यात आलं होतं ती राइडसुद्धा तिथे होती. १९५०च्या दशकात बोलबाला असलेले खाऱ्या पाण्याचे स्विमिंग पूल्स आणि बाथहाउसेससुद्धा दिसत होते. थोडा पलीकडे, अगदी आभाळाला भिडेल असा मूळचा आकाशपाळणा होता. त्याचा पांढराशुभ्र रंग झळकत होता. त्याही पलीकडे एडी राहत असलेल्या भागाचे रस्ते आणि दाटीवाटीने उभ्या असलेल्या इमारतींची कौलं दिसत होती. खिडक्यांमधून धुतलेले कपडे वाळत घातलेले होते.

एडीने ओरडण्याचा प्रयत्न केला. पण त्याच्या तोंडातून फक्त हवा तेवढी बाहेर पडली. त्याने ''कुणी आहे का?'' असं विचारायचा प्रयत्न केला. पुन्हा एकदा त्याच्या घशातून एकही आवाज उमटला नाही.

त्याने हातपाय चाचपडून पाहिले. घशातून आवाज न निघणं एवढी एकच गोष्ट सोडली तर बाकी सगळं जागच्या जागी होतं. त्याला फारच छान वाटत होतं. त्याने वर्तुळाकार चालून पाहिलं. उड्या मारून पाहिल्या. वेदनेचा लवलेशही नव्हता. गेल्या दहा वर्षांत न कळवळता चालणं तो विसरला होता. कुठेही बसायचं म्हणजे पाठीतून निघणाऱ्या कळांशी त्याला सामना करावा लागे. साधं बसणं काय असतं हे तो विसरला होता. त्या सकाळी तो जसा दिसत होता तसाच तो आत्ताही दिसत होता. थोडासा आडवा, बुटका, छाती पुढे आलेला, डोक्यावर टोपी आणि अंगात तपकिरी देखभाल जर्सी आणि शॉर्ट्स घातलेला एडी. तसं असलं तरी या क्षणी तो लवचीक दिसत होता. इतका लवचीक की, स्वतःच्या

घोट्यांना तो स्पर्श करू शकत होता. पाऊल उचलून सरळ पोटाच्या वर घेऊ शकत होता. एखाद्या लहान मुलासमोर एखादं नवीन तंत्र आलं तर ज्या उत्सुकतेने ते मूल त्या वस्तूचा शोध घेईल तसाच उत्सुकतेने एडीने आपलं शरीर चाचपडून पाहिलं. तो आता एक रबरी माणूस झाला होता. त्याचं शरीर रबराप्रमाणे लवत होतं.

मग तो पळू लागला.

हां-हां! तो पळत होता! साधारण गेल्या साठ वर्षांत एडी पळालाच नव्हता. निदान युद्धानंतर तो नक्कीच पळाला नव्हता. या क्षणी मात्र तो पळत होता. सुरुवातीला त्याने काही हलकी पावलं उचलली मग तो थोडा जोरात पळू लागला. मग त्याने गती वाढवली. मग तो अजून जोरात पळू लागला. अहाहा! सुसाट वेगाने त्याला आता पळता येत होतं. मुलं जशी सुसाट पळू शकतात ना तसाच तो पळू लागला. जेट्टीच्या फळ्यांवरून तो पळत सुटला. कोळ्यांनी लावलेल्या गळाच्याही (पाच सेंट्स) पुढे पळत सुटला. पोहण्याची इच्छा असणाऱ्यांना स्विमिंग सूट भाड्याने (तीन सेंट्स) देणाऱ्या टपरीच्याही पुढे तो पळत सुटला. द डिप्सी डूडल या फेरीच्या पलीकडे तो गेला. रुबी पियर प्रोमेनेडच्याही पलीकडे तो गेला. मूर पद्धतीची रचना असलेल्या, निमुळत्या होत जाणाऱ्या, मिनार असणाऱ्या आणि कांद्याच्या आकाराचे घुमट असणाऱ्या रचनेपुढेही पळाला. पॅरिसच्या मेरी-गो-राउंडपल्याड तो पळाला. त्या मेरी-गो-राउंडचे कोरलेले लाकडी घोडे, काचा आणि आरसे, वर्लित्झर ऑर्गन अगदी नव्याप्रमाणे चमकत होते. जेमतेम तासाभरापूर्वी त्याच्या दुकानात असलेल्या याच वस्तूंवरचा गंज तो झटकत होता असं काहीसं त्याला वाटून गेलं.

रस्त्यात ऐन मोक्याच्या ठिकाणी जिथे नाचणारे जिप्सी, भविष्य सांगणारे कुडमुडे ज्योतिषी, वजनाचा अंदाज करणारे

असे अनेक लोक एके काळी काम करत, त्या रस्त्यातून तो पलीकडे गेला. हनुवटी खाली करत त्याने दोन्ही हात ग्लायडरसारखे पसरले. काही थोड्या पावलांनंतर तो उड्या मारत होता. मुलं जशी पळता पळता उड्या मारतात तसंच काहीसं त्याचं सुरू होतं. पळता पळता आपण कोणत्याही क्षणी उडायला लागू असं त्याला त्या क्षणी वाटत होतं. त्याच्याकडे पाहणाऱ्या कोणालाही विचित्र वाटलं असतं. हा पांढऱ्या केसांचा, देखभालीचं काम बघणारा एकटाच माणूस एखाद्या विमानाप्रमाणे उडू पाहत होता. कुणी कितीही म्हातारं झालं तरी बेफाम पळणारं एक मूल प्रत्येकाच्या अंतरंगात अगदी नक्कीच असतं.

౧౮ मग एडीने पळणं थांबवलं. त्याला काहीतरी ऐकू आलं. आवाज होता तो अगदी बारीक असा. जणू एखाद्या मेगाफोनमधून आला असावा.

"सभ्य स्त्री आणि पुरुषहो, त्याचं काय करायचं? इतकं भयानक दृश्य तुम्ही पाहिलं आहे का?..."

एका फार मोठ्या थिएटरच्या रिकाम्या तिकीट खिडकीपाशी एडी आता उभा होता. तिथे अडकवलेल्या पाटीवर लिहिलं होतं –

'जगातील सर्वाधिक गमतीशीर नागरिक
रुबी पियरचा साइड शो!
अरे देवा! तो लठ्ठ आहे! ते हडकुळे आहेत!
रानटी माणसाला पाहा!'

साइड शो. विचित्र घर. हल्लागुल्ला गृह. किमान पन्नास वर्षांपूर्वी तरी हे सगळं बंद झाल्याचं एडीला आठवत होतं. साधारण त्याच सुमारास टेलिव्हिजन लोकप्रिय झाला. लोकांना कल्पनाशक्ती लढवण्यासाठी अशा साइड शोची गरज पडली नाही.

''या क्रूर माणसाकडे नजर टाका. फारच विचित्र अपंगत्व घेऊन तो जन्माला आला आहे...''

एडीने प्रवेशद्वारातून वाकून पाहिलं. इथेच त्याला काही विचित्र लोक भेटले होते. त्यातली एक होती जॉली जेन. तिचं वजन पाचशे पाउंड होतं. जिन्यावरून चढण्याकरता तिला दोघांनी मिळून ढकलावं लागे. त्याव्यतिरिक्त दोन जोडलेल्या जुळ्या बहिणी होत्या. त्यांचा पाठीचा कणा सामाईक होता. त्या वाद्य वाजवत असत. तलवारी गिळणारी माणसं होती. दाढी असलेल्या बायका होत्या. भारतीय भावांची जोडी होती. त्यांची त्वचा अगदी रबरासारखी होती. ती ओढून ताणून तेलात भिजवली की, त्यांच्या हातापायांवरून अक्षरशः जुडग्यांनी लोंबकळू लागे.

लहानपणी एडीला या साइड शोमध्ये भाग घेणाऱ्या व्यक्तींबद्दल फार वाईट वाटे. एखाद्या बूथमध्ये किंवा स्टेजवर गजांआड त्यांना जबरदस्तीने बसवून ठेवलं जाई. येणारे जाणारे त्यांच्यांकडे पाहत, त्यांची थट्टा करत, त्यांच्याकडे बोटं दाखवत. त्या कार्यक्रमात भाग घेणाऱ्यांची जाहिरात करणारा माणूस मुद्दामच त्यांच्या व्यंगाचं भांडवल करे. त्या ओरडणाऱ्या माणसाचाच आवाज नेमका एडीच्या कानांवर पडला.

''नशिबाच्या जीवघेण्या वळणामुळेच एखाद्या माणसाची अवस्था इतकी दयनीय होऊ शकते. खास तुम्हाला पाहता यावं म्हणून जगाच्या दूरच्या कोपऱ्यातून आम्ही त्याला घेऊन आलो आहोत.''

त्या काळोख्या हॉलमध्ये एडीने प्रवेश केला. आवाज मोठ्याने ऐकू येऊ लागला.

''या दुर्दैवी आत्म्याला निसर्गाची विकृती सहन करावी लागली आहे...''

स्टेजच्या पलीकडच्या भागातून आता आवाज येत होता.

''फक्त इथेच जगातल्या सर्वाधिक विचित्र नागरिकांच्या या खेळात तुम्ही याच्या इतकं जवळ येऊ शकता...''

एडीने पडदा बाजूला सारला.

''जगातल्या सर्वांत विपरीत दृश्याकडे पाहण्याची संधी तुमच्या डोळ्यांना द्या –''

अचानक तो आवाज ऐकू येईनासा झाला. अविश्वासाने एडीने एक पाऊल मागे घेतलं.

त्याच्या समोर खुर्चीत त्या स्टेजवर अगदी एकटाच एक मध्यमवयीन माणूस बसला होता. तो हडकुळा होता. त्याचे खांदे खाली झुकलेले होते. त्याच्या कमरेपासून वरचा भाग उघडा होता. त्याची ढेरी कमरेच्या पट्ट्यावरून खाली लोंबकळत होती. डोक्यावरचे केस अगदी बारीक कापलेले होते. ओठ अतिशय पातळ होते. चेहरा लांबुळका आणि ओढलेला होता. खरं तर तो एवढा वैशिष्ट्यपूर्ण नसता तर एडीच्या केव्हाच विस्मरणात गेला असता.

त्याची त्वचा निळी होती.

''हॅलो, एडवर्ड,'' तो म्हणाला. *''मी तुझी वाट पाहत होतो.''*

स्वर्गात एडीला भेटलेली
पहिली व्यक्ती

"**घा**बरू नकोस…" आपल्या खुर्चीतून सावकाश उठत निळ्या माणसाने म्हटलं. "घाबरू नकोस…"

त्याचा आवाज आश्वासक होता. एडी नुसता पाहतच राहिला. या माणसाला तो ओळखत तरी होता का? तो एडीसमोर येऊन का उभा होता? एखाद्या रात्री असा चेहरा स्वप्नात येतो आणि सकाळ झाल्यावर आपण स्वतःलाच सांगतो, "काल रात्री माझ्या स्वप्नात कोण आलं होतं हे तुला कधी ओळखताच येणार नाही."

"तुझं शरीर लहान मुलासारखं झाल्याचं तुला वाटत आहे, हो ना?"

एडीने मान डोलावली.

"तू मला जेव्हा ओळखत होतास तेव्हा अगदी लहान होतास म्हणूनच तुला असं वाटत आहे. तुझ्या मनात ज्या भावना होत्या तिथूनच सुरुवात होते."

सुरुवात होते? एडीच्या मनात आलं.

निळ्या माणसाने मान वर केली. पिकलेल्या ब्ल्यूबेरीप्रमाणे त्याची त्वचा गडद होती. त्याच्या बोटांना सुरकुत्या पडलेल्या होत्या. तो बाहेर चालत गेला. एडी त्याच्या मागून गेला. पियर रिकामं होतं. समुद्रकिनारासुद्धा रिकामा होता. सगळा ग्रहच रिकामा होता की काय?

"मला एक सांगा," निळा माणूस बोलू लागला. दूरवर दिसणाऱ्या एका लाकडी आणि दोन उंचवटे असलेल्या रोलर कोस्टरकडे त्याने बोट दाखवलं. ते व्हिपर होतं. साधारण १९२०च्या दरम्यान त्याची बांधणी झाली होती. त्या वेळेस गाड्या त्यांच्या चाकावर गरर्कन वळू शकत नसायच्या. वळवण्याऐवजी त्या चक्क ट्रॅकवरून खाली उतरायच्या. "हो, व्हिपर. आजही ती जगातली 'सगळ्यांत भरधाव राइड' आहे का?"

त्या जुन्या कुरकुरणाऱ्या व्हिपरकडे एडीने पाहिलं. कित्येक वर्षांपूर्वी निकालात काढण्यात आलं होतं ते. त्याने मानेनेच नकार दर्शवला.

'असं!' निळा माणूस बोलू लागला. "वाटलंच मला. इथे गोष्टींमध्ये काही बदल घडून येत नाही रे. आणि मला वाटतं, ढगांआडून डोकावूनही पाहिलं जात नाही."

इथे? एडीच्या मनात आलं.

तो प्रश्न ऐकू आल्यागत निळा माणूस हसला. त्याने एडीच्या खांद्याला स्पर्श केला. अचानक एडीला वेगळ्याच प्रकारची ऊब जाणवली. आजवरच्या आयुष्यात त्याला अशी अनुभूती कधीही आली नव्हती. त्याच्या मनातले विचार ओसंडून वाहणाऱ्या वाक्यांप्रमाणे बाहेर पडू लागले.

"माझा मृत्यू कसा झाला?"

'अपघातात,' निळ्या माणसाने उत्तर दिलं.

''मला मरून किती काळ लोटला?''

''एक मिनिट. एक तास. एक हजार वर्षं.''

''मी कुठे आहे?''

निळ्या माणसाने ओठ घट्ट आवळले. विचारात पडून त्यानेही तोच प्रश्न विचारला, ''तू कुठे आहेस?'' मग वळून त्याने दोन्हीही हात वर केले. त्या क्षणी जुन्या रुबी पियरमधली प्रत्येक गोष्ट जणू जिवंत झाली. आकाशपाळण्याची चाकं गरगरू लागली. डॉजेम गाड्या एकमेकींवर आपटू लागल्या. खळखळ आवाज करत व्हिपर वरच्या दिशेने सरकू लागला आणि पॅरिशिअन करौसेलचे घोडे ब्रासच्या पोलभोवती उधळू लागले. वर्लित्झरच्या ऑर्गनच्या सुरावर डोलू लागले. त्यांच्या समोर अथांग महासागर पसरला होता. आकाशाचा रंग लिंबोणी झाला होता.

''कुठे आहोत असं तुला वाटत आहे?'' निळ्या माणसाने विचारलं. 'स्वर्गात.'

ও 'नाही!' एडीने गदागदा मान हलवली. 'नाही!' निळ्या माणसाला नवल वाटलं.

''नाही? हा स्वर्ग असू शकत नाही का?'' त्याने विचारलं. ''कारण तू इथे लहानाचा मोठा झाला होतास म्हणून?''

एडीने तोंडानेच '*हो*' म्हटलं.

'ओह!' निळ्या माणसाने मान डोलावली. ''ते असो. ज्या जागी माणसांचा जन्म होतो त्या जागेला ते उगाचच क्षुद्र लेखतात. पण लक्षात घे, अगदी अनपेक्षित कानाकोपऱ्यांत स्वर्ग सापडू शकतो. मुळात स्वर्गाला खूप पायऱ्या आहेत. माझ्यासाठी ही दुसरी पियरी आहे. आणि तुझ्यासाठी... पहिली.''

त्यानंतर त्याने एडीला हाताला धरून त्या पार्कमधून फेरफटका मारवला. वाटेतली सिगार विकणारी दुकानं आणि सॉसेज विकणारी टपरी ओलांडून ते पुढे आले. सट्ट्याचं ठिकाणसुद्धा त्यांनी ओलांडलं. बहुतांशी लोक इथेच आपले चार-आठ आणे गमावत असत.

स्वर्ग? एडीच्या मनात आलं. किती हे विचित्र! रूबी पियरपासून दूर जाण्याच्या प्रयत्नात एडीने आपल्या प्रौढ आयुष्यात खूप प्रयत्न केला होता. ती जागा म्हणजे एक अॅम्युझमेंट पार्क होती. तिथे येऊन, तिथल्या राइड्सवर बसून मोठमोठ्याने किंचाळायचं, ओलंगच्च व्हायचं, डॉलरच्या बदल्यात क्युपी बाहुल्या घ्यायच्या इतकंच त्या जागेत घडत असे. अशी ती जागा आराम करण्याची मंगल जागा असेल असा विचार त्याच्या मनात कधीही आला नसता.

पुन्हा एकदा त्याने बोलण्याचा प्रयत्न केला. या वेळेस त्याच्या छातीतून किंचित खरखर ऐकू आली. निळ्या माणसाने वळून पाहिलं.

"तुझा आवाज येईल परत. आपण सगळे या अवस्थेतून जातो. पहिल्यांदाच आपण येतो तेव्हा आपल्याला बोलता येत नाही."

आणि मग तो हसून म्हणाला, "ऐकण्याने खूप मदत होते."

☉☉ अचानक निळा माणूस म्हणाला, "स्वर्गात तुला पाच व्यक्ती भेटतील. आम्ही पाचही व्यक्ती तुझ्या आयुष्यात काही ना काही कारणासाठी येऊन गेलो आहोत. कदाचित त्या त्या वेळेस तुला त्यामागचं कारण समजलं नसेलही. अरे, हे समजून घेण्यासाठी तर स्वर्ग आहे. आपलं पृथ्वीवरचं आयुष्य काय होतं हे समजून घेण्यासाठी."

एडी गोंधळात पडल्यासारखा वाटला.

''लोकांना वाटतं, स्वर्ग म्हणजे नंदनवन. इथे आपण ढगांवरून तरंगत जाऊ शकतो, नद्यांमध्ये आरामात पहुडू शकतो, पर्वतांमध्ये सैर करू शकतो. पण लक्षात घे, समाधान वाटणार नसेल तर कुठलंही निसर्गसौंदर्य निरर्थक असतं.

''ईश्वराने तुला दिलेली ही सर्वांत मोठी भेटवस्तू समज. तुझ्या आयुष्यात काय घडून गेलं ते जाणून घेता येणं. त्याचा अर्थ कोणीतरी समजावून सांगणं. ज्या शांतीचा तू शोध घेत होतास ना तीच ही आहे.''

एडी खोकलला. आपला आवाज परत आणण्याचा त्याचा प्रयत्न होता. गप्प बसून अगदी थकला होता तो.

''एडवर्ड, या पाचपैकी मी तुला भेटणारी पहिली व्यक्ती आहे. माझ्या मृत्यूनंतर इतर पाच व्यक्तींमुळे माझं आयुष्य उजळवलं गेलं. मग मी इथे येऊन त्या पाच जणांच्या रांगेत थांबलो. तुला मी माझी कथा सांगणार आहे. ती तुझाच भाग होणार आहे. तुझ्यासाठी अशा अजून काही कथा आहेत बरं का. काही तुला ठाऊक आहेत, काही कदाचित तुला ठाऊक नसतील. पण लक्षात घे, त्या सगळ्या व्यक्ती त्यांच्या मृत्यूपूर्वी तुझ्या आयुष्यात येऊन गेल्या आहेत. त्यानंतर त्यांचं आयुष्य आमूलाग्र बदललं.''

एडीने पुन्हा एकदा जोर लावून खाकरण्याचा आणि बोलण्याचा प्रयत्न केला.

'कशाने...' त्याच्या तोंडून जेमतेम घोगरे शब्द बाहेर पडले.

एखादं कोंबडीचं पिलू अंडं फोडून बाहेर पडताना जी काही अवस्था अनुभवत असेल तसं त्याच्या आवाजाबाबत झालं होतं.

''कशाने... मृत्यू...''

निळा माणूस अतिशय संयमाने त्याचं बोलणं पूर्ण होण्याची वाट पाहत होता.

''कशाने... मृत्यू झाला... तुझा?''

निळ्या माणसाला जरा आश्चर्य वाटल्यासारखं दिसलं. एडीकडे पाहून तो हसला.

'तुझ्यामुळे,' त्याने उत्तर दिलं.

आज एडीचा जन्मदिन

एडी आज सात वर्षांचा झाला होता. त्याला नवीन बेसबॉल भेटवस्तू म्हणून मिळाला होता. हाताने बॉल पुन्हा पुन्हा दाबून तो आपल्या दंडांची ताकद आजमावत होता. क्रॅकर जॅक कलेक्टर कार्डांमध्ये दाखवण्यात येणाऱ्या हिरोंपैकी आपण एक आहोत असं त्याला वाटू लागलं. कदाचित तो महान बेसबॉल पिचर वॉल्टर जॉन्सन होता.

''ए, टाक इकडे,'' त्याचा भाऊ 'जो' म्हणाला. मधल्या रस्त्याने आता दोघांनी धावयला सुरुवात केली. गेम बूथ ओलांडून ते पुढे गेले. इथल्या तीन बाटल्या झटक्यात पाडल्या तर एक नारळ आणि स्ट्रॉ बक्षीस मिळाला असता.

''एडी, दे इकडे,'' 'जो'ने म्हटलं. ''दे की.''

एडी जागच्या जागी थांबला. आपण स्टेडिअममध्ये उभे आहोत असा विचार त्याच्या मनात आला. त्याने बॉल फेकला तितक्यात त्याचं कोपर ओढून त्याचा भाऊ खाली बसला.

''फार जोरात फेकलास!'' जो ओरडून म्हणाला.

''माझा बॉल आहे!'' एडी किंचाळला. '''जो', जा उडत.''

तो बॉल टप्पे घेत पुढे जात बाजूच्या तंबूच्या मागच्या भागात असलेल्या मोकळ्या मैदानात जाताना एडीला दिसला.

आपल्या बॉलमागे तो धावत सुटला. 'जो'सुद्धा त्याच्या मागे धावला. दोघांनी खाली लोळण घेतली.

"दिसला का तुला?" एडीने विचारलं.

"नाही."

तितक्यात कसलातरी आवाज त्यांना ऐकू येतो. एका तंबूची कापडी कनात उघडते. एडी आणि 'जो' मान वर करून पाहतात. एक अतिशय लठ्ठ बाई आणि एक शर्ट न घातलेला माणूस तिथे उभे असतात. त्याच्या अंगावर लाल लव असते. त्या विचित्र खेळातली ही विचित्र माणसं असतात.

दोन्ही मुलं जागच्या जागी गोठतात.

"ए मुलांनो, काय करत आहात रे इथे?" तो केसाळ माणूस हसून विचारतो. "उपद्रव करायचा विचार आहे वाटतं?"

'जो'चे ओठ थरथरू लागतात. तो रडायला सुरुवात करतो. मग टुणकण उडी मारून तो धावत सुटतो. त्याचे हात जोरात मागे पुढे होऊ लागतात. एडीसुद्धा उठून उभा राहतो. तितक्यात सीसॉपाशी त्याला त्याचा बॉल दिसतो. शर्ट न घातलेल्या माणसाकडे एक कटाक्ष टाकून हळूच तो त्या बॉलच्या दिशेने पाऊल पुढे टाकतो.

"माझा आहे तो," तो पुटपुटतो. मग बॉल हातात उलचून तोही आपल्या भावामागून धूम ठोकतो.

॥๑๑॥

७७ ''अरे सद्गृहस्था,'' एडी खेकसतो. ''मी तुला मुळीच ठार केलंलं नाही, समजलं? मी तुला *ओळखतसुद्धा* नाही.''

निळा माणूस तिथल्या एका बेंचवर बसतो. आलेल्या माणसाला संकोच वाटू नये म्हणून आपण जसं हसू तसंच काहीसं हसू त्याच्या चेहऱ्यावर असतं. एडी मात्र अजूनही बचावात्मक पवित्रा घेऊन उभाच असतो.

''हे बघ, मी अगदी पहिल्यापासून सगळं सांगतो. आधी मी माझं नाव सांगतो,'' निळा माणूस बोलायला सुरुवात करतो. ''माझं नाव जोसेफ कॉर्वेलझिक असं ठेवण्यात आलं होतं. पोलंडमधल्या एका छोट्या गावातल्या शिंप्याचा मुलगा होतो मी. आम्ही १८९४मध्ये अमेरिकेत आलो. मी एकुलता एक मुलगा होतो. माझ्या आईने मला जहाजाच्या कठड्यावर बसवल्याचं मला आठवतं. माझ्या बालपणीची ही सगळ्यात पहिली आठवण. एका नवीन जगातल्या वाऱ्यावर माझी आई मला झुलवत होती.

''बहुतेक सगळ्या निर्वासितांप्रमाणे आमच्याकडेसुद्धा पैसे नव्हते. माझ्या काकांच्या स्वैपाकघरातल्या एका चटईवर आम्ही निजत असू. एका लहानशा कारखान्यात माझ्या वडिलांना नोकरी धरावी लागली. कोटांना बटणं शिवण्याचं काम होतं ते. मी दहा वर्षांचा झालो तेव्हा त्यांनी माझं नाव शाळेतून काढून घेतलं. तेव्हापासून मी त्यांच्या बरोबर कामावर जाऊ लागलो.''

त्या निळ्या माणसाचा व्रणांनी भरलेला चेहरा, पातळ ओठ, आत ओढलेली छाती हे सगळं एडी पाहत होता. त्याच्या मनात आलं, *हा हे सगळं मला का सांगतो आहे?*

''मुळातच माझा स्वभाव अगदी घाबरट होता. दुकानातल्या आवाजांनी मी अधिकच भेदरू लागलो. फार लहान होतो मी वयाने. तिथल्या माणसांची शिवीगाळ, तक्रारी हे सगळं ऐकण्याइतका मोठा नव्हतो मी.

''मुकादम जवळ आला की माझे वडील म्हणायचे, 'मान खाली कर. त्याचं तुझ्याकडे लक्ष जाता कामा नये.' एकदा मात्र मी अडखळून पडलो. माझ्या हातून बटणं असलेली पिशवी उलटी झाली. सगळीकडे ती बटणं पडली. मुकादम संतापला. मी अत्यंत निरुपयोगी आहे असं म्हणत तो शिवीगाळ करू लागला. 'चालता हो या क्षणी इथून!' असं त्याने बजावलं. आजही मला तो प्रसंग स्पष्टपणे समोर दिसतो आहे. एखाद्या भिकाऱ्याप्रमाणे माझे वडील त्याची गयावया करत होते. मुकादम वाटेल तशा शिव्या घालत होता. पालथ्या हाताने नाक पुसत होता. माझ्या पोटात भयंकर खड्डा पडला होता. पुढच्या क्षणी माझ्या मांड्या ओल्या झाल्याचं माझ्या लक्षात आलं. मी खाली पाहिलं. ओल्या झालेल्या माझ्या पॅन्टकडे बोट दाखवत मुकादम खदाखदा हसू लागला. इतर कामगारांनी त्याला साथ दिली. त्या दिवसानंतर माझ्या वडिलांनी माझ्याशी बोलणं टाकलं. मी त्यांना लाजेने खाली मान घालायला लावली होती असं त्यांना वाटत होतं. कदाचित त्यांच्या विश्वापुरतं ते खरंही असेल. पण लक्षात घे, वडील आपल्या मुलांना बिघडवू शकतात. त्या प्रसंगानंतर मीसुद्धा माझ्या वडिलांमुळे अधिक बिघडलो. मुळात मी भित्रट होतोच. जसजसा मी मोठा होत गेलो तसतशी माझी भीती कमी होण्याऐवजी वाढत गेली.

सगळ्यांत वाईट गोष्ट कोणती तर मोठेपणीसुद्धा अंथरूण ओलं करण्याची माझी सवय जात नव्हती. सकाळ होताच चुपचाप सगळ्यांच्या नकळत मी माझं भिजलेलं अंथरूण पांघरूण धुवून वाळत टाकण्याच्या मागे असे. एक दिवस माझ्या वडिलांना हे दिसलं. त्या भिजलेल्या चादरी पाहून त्यांनी माझ्याकडे ज्या नजरेने पाहिलं ती नजर मी कधीच विसरू शकणार नाही. आम्हा दोघांना बांधून ठेवणारी जीवनाची नाळ कापून टाकावी असं त्यांना त्या क्षणी वाटलं होतं.''

निळा माणूस बोलता बोलता थबकला. कुठल्यातरी निळ्या द्रावणात भिजवल्यासारखी त्याची त्वचा त्याच्या पट्ट्याभोवती सुरकुत्यांमध्ये गोळा झाली होती. एडीला नजर हटवता आली नाही.

''एडवर्ड, मी नेहमीच असा विचित्र नव्हतो रे,'' निळा माणूस बोलू लागला. ''पण काय सांगू, पूर्वी फारशी औषधं उपलब्ध नव्हती. मी एका केमिस्टकडे गेलो. माझ्या चिंताग्रस्त स्वभावावर त्याने काहीतरी औषध द्यावं असं मी सुचवलं. त्याने मला सिल्व्हर नायट्रेटची बाटली दिली. पाण्यात मिसळून रोज रात्री ते घे असं त्याने मला सांगितलं. सिल्व्हर नायट्रेट. ते विष आहे हे पुढे सिद्ध झालं. पण माझ्याकडे तो एकमेव उपचार होता. तोही काम करेनासा झाल्यावर मला वाटू लागलं की, मी पुरेसा डोस घेत नसेन. मग मी मात्रा वाढवली. एका वेळेस दोन–दोन घोट घेऊ लागलो. कित्येकदा तर मी तीन–तीन घोट घेत असे, तेही पाण्याशिवायच.

''असेच काही दिवस गेले. लोक माझ्याकडे विचित्र नजरेने पाहू लागले. माझ्या त्वचेचा रंग राखाडी होऊ लागला होता.

''माझी अवस्था फार लाजिरवाणी झाली होती. मी अतिशय त्रस्त झालो होतो. सिल्व्हर नायट्रेटचा डोस मी मनाला

येईल तसा वाढवला. माझी राखाडी त्वचा आता निळी दिसू लागली. विषाचा दुष्परिणाम!''

निळा माणूस बोलायचा थांबला. त्याचा स्वर चांगलाच खाली आला होता. ''कारखान्यातून मला काढून टाकण्यात आलं. माझ्यामुळे इतर कामगारांना भीती वाटते असं मुकादमने मला बजावलं. हातात कामच उरलं नाही मग मी खाणार तरी कुठून? राहणार तरी कुठे?

''मला एक सलून सापडलं. तिथल्या एका अंधाऱ्या कोपऱ्यात मी दडून राहू लागलो. डोक्यावर टोपी, अंगावर काळा कोट आणि बाजूला अंधार. एका रात्री कार्निव्हलचा एक गट तिथे आला. ते सगळे सिगार फुंकत होते. मोठमोठ्याने हसत होते. त्यातल्या एका बुटक्या माणसाचा एक पाय लाकडी होता. तो सारखा माझ्याकडे टक लावून पाहत होता. शेवटी तो माझ्या समोर येऊन उभा राहिला.

''रात्र संपण्यापूर्वींच मी त्यांच्या कार्निव्हलमध्ये सहभागी होण्यासाठी राजी झालो. त्या दिवसापासून माझं आयुष्य म्हणजे उपभोग्य वस्तू तेवढी झाली.''

निळ्या माणसाच्या चेहऱ्यावर उमटलेले हताश भाव एडीला दिसले. रुबी पियरच्या बाजूच्या तंबूमध्ये असलेली ती चित्रविचित्र माणसं नेमकी येतात तरी कुठून असा प्रश्न त्याला त्या काळात नेहमी पडलेला असे. प्रत्येक माणसाच्या मागे काही ना काही दुःखद कथा असणार असा निष्कर्ष त्याने काढला होता.

''एडवर्ड, कार्निव्हलच्या लोकांनी मला नवीन नाव दिलं. कधीकधी ते मला उत्तर ध्रुवावरचा निळा माणूस म्हणत, कधी अल्जेरियाचा निळा माणूस तर कधी न्यू झीलंडचा निळा माणूस म्हणत. तसं विचारशील तर यापैकी कुठल्याही जागी मी गेलो नव्हतो. तरीसुद्धा जाहिरातीसाठी का होईना पण या सगळ्या

जागांमध्ये जाऊन आल्याची भावना फार सुखद वाटायची मला. आमचा 'खेळ' फार साधासुधा होता. स्टेजवर मी अर्धा उघडा बसत असे. लोक माझ्या बाजूंनी जात असत. माझी अवस्था किती भयानक आहे हे आमच्या खेळाचा मदतनीस जोरजोरात ओरडून सांगत असे. त्या बदल्यात माझ्यासमोर पडणारी काही नाणी मला मिळत. खेळाच्या व्यवस्थापकाने तर मला त्याच्या तबेल्यातला 'सर्वोत्तम विचित्र' असं म्हटलं होतं. आज ऐकायला ते कितीही विचित्र वाटलं तरी त्या दिवशी मला स्वतःचा फार अभिमान वाटला होता. तुम्हाला जेव्हा वाळीत टाकलं जातं ना तेव्हा तुमच्या दिशेने फेकण्यात आलेला दगडसुद्धा तुम्हाला कौतुकास्पद वाटतो.

''अशाच एका हिवाळ्यात मी या रुबी पियरला येऊन पोहोचलो. द क्युरिअस सिटिझन - चित्रविचित्र नागरिक असा खेळ लवकर तिथे सुरू करण्यात आला होता. एकाच जागी स्थिर होण्याची कल्पना मला आवडली. त्या निमित्ताने, कार्निव्हलच्या भटक्या जीवनात, खाचखळग्यांतून, गाड्याघोड्यांतून प्रवास करणं तरी थांबलं असतं.

''तेच माझं घर झालं. सॉसेज विकणाऱ्या दुकानात एका खोलीत मी राहू लागलो. तिथल्या इतर कामगारांबरोबर मी पत्ते खेळत असे. त्यामध्ये आजूबाजूचे लोक सामील होत. कधीकधी तुझे वडीलसुद्धा आमच्या बरोबर खेळत. सकाळी लवकर उठून लांब बाह्यांचे कपडे घालून, डोक्याभोवती टॉवेल गुंडाळून, मी समुद्रावर फेरफटकाही मारत असे. अशा प्रकारे पूर्ण अवस्थेत झाकल्यामुळे लोकांना माझं भयप्रद रूप दिसत नसे. तू म्हणशील यात काय आलंय स्वातंत्र्य? पण त्या काळात मला ते खरोखरंच स्वातंत्र्य वाटत होतं. तोवर मला फारशी स्वातंत्र्याची सवयच उरली नव्हती रे.''

बोलणं थांबवून तो एडीकडे बघत राहिला.

''तुला लक्षात येत आहे का? आपण इथे का आहोत? हा *तुझा* स्वर्ग नाहीच. हा *माझा* स्वर्ग आहे.''

७७ गोष्ट एकच पण दृष्टिकोन वेगवेगळे.

१९२०च्या दशकाच्या शेवटी जुलै महिन्यातल्या रविवारची पावसाळी सकाळ होती ती. एडी आणि त्याचे मित्र बेसबॉल खेळत होते. साधारण वर्षापूर्वी एडीच्या वाढदिवसाला त्याला तो बॉल भेट मिळाला होता. क्षणभर थांबून पुढचं दृश्य पाहा. कोणीतरी फेकलेला बॉल एडीच्या डोक्यावरून पलीकडे रस्त्यात जातो. एडीच्या अंगात पिवळसर पॅन्ट आणि डोक्याला लोकरी टोपी आहे. तो धावत सुटतो. नेमका तो एका गाडीसमोर येतो. ती फोर्ड मॉडेल ए ही गाडी असते. गाडीचे ब्रेक करकचून लावले जातात. अगदी सुताच्या अंतराने एडी वाचतो. क्षणभर त्याचा थरकाप होतो. मग मोठा सुस्कारा टाकत तो आपल्या बॉलच्या मागे धावतो. बॉल हातात घेऊन तो पुन्हा मित्रांकडे पळतो. थोड्या वेळात त्यांचा खेळ संपतो. सगळी मुलं आता एरी डिगर मशीनकडे धाव घेतात. त्या यंत्राला असलेल्या मोठ्या मोठ्या पंज्याने छोटी छोटी खेळणी उचलली जातात.

आता याच गोष्टीची दुसरी बाजू पाहा. त्या फोर्ड मॉडेल एचं स्टिअरिंग व्हील एका माणसाच्या हातात आहे. गाडी चालवण्याचा सराव करण्यासाठी त्याने ती नुकतीच मित्राकडून उधार घेतली आहे. सकाळीच पाऊस पडल्यामुळे रस्ता ओला आहे. अचानक रस्त्याच्या पलीकडून येऊन एक बेसबॉल येऊन त्याच्या समोर आपटतो. त्याला काही समजण्याच्या आत त्या बॉलमागे एक मुलगा धावत येतो. गाडीचा ड्रायव्हर करकचून

ब्रेक मारतो. स्टिअरिंग व्हील जोरात वळवतो. गाडी घसरते.
टायर गरकन वळतात. मोठ्या प्रयासाने गाडीचा ड्रायव्हर
गाडीवर नियंत्रण मिळवतो. मॉडेल ए पुढचा रस्ता कापू लागते.
समोरच्या आरशात माणसाला दिसतं की ते मूल गायब झालं
आहे. परंतु झालेल्या प्रसंगाने त्या माणसाचं शरीर अजूनही
आखडलेलं असतं. केवढी मोठी दुर्घटना टळली होती असाच
विचार त्याच्या मनात असतो. त्या विचारामुळे अॅड्रेनॅलिनचा
प्रवाह त्याच्या शरीरात वेगाने वाहू लागतं. त्यामुळे त्याचं
हृदय जोरजोरात धडधडू लागतं. बिचारा तो माणूस! त्याचं
हृदय एवढं कणखर नाही. इतक्या जोरात रक्तपुरवठा करू
लागल्याने थकून जातं ते! त्या माणसाला गरगरल्यासारखं
वाटतं. क्षणभर त्याची मान खाली पडते. त्याची गाडी दुसऱ्या
गाडीवर आदळतेच. दुसऱ्या गाडीचा ड्रायव्हर जोरात हॉर्न
वाजवू लागतो. फोर्ड एमधला माणूस पुन्हा एकदा गाडीची
दिशा बदलण्याचा प्रयत्न करतो, स्टिअरिंग व्हील फिरवतो,
ब्रेक दाबतो. त्याची गाडी आता मात्र एका गल्लीत वळून पुढे
पुढे घसरू लागते. पाहता पाहता समोर उभ्या असलेल्या एका
ट्रकवर जाऊन ती जोरात आदळते. आपटण्याचा आवाज
येतो. गाडीचे समोरचे दिवे फुटतात. त्या आघाताने तो माणूस
स्टिअरिंग व्हीलवर आपटतो. त्याच्या कपाळातून भळाभळा
रक्त वाहू लागतो. मोठ्या कष्टाने तो मॉडेल एमधून बाहेर पडून
गाडीचं झालेलं नुकसान पाहतो. ते सगळं पाहून तो त्या ओल्या
रस्त्यात कोसळतो. त्याचा दंड फुरफुरू लागतो. छातीत कळा
येऊ लागतात. रविवारची सकाळ आहे ती. गल्लीत कोणीच
नाही. त्याच अवस्थेत, गाडीच्या बाजूला तो कित्येक तास
पडून राहतो. त्याच्या शिरांतून वाहणारं रक्त त्याच्या हृदयाकडे
पोहोचेनासं होतं. असाच एक तास लोटतो. एका पोलिसाचं

त्याच्याकडे लक्ष जातं. वैद्यकीय तपासणीअंती तो मृत झाल्याचं
निश्चित होतं. 'हार्ट अॅटॅक!' मृत्यूच्या कारणावर शिक्कामोर्तब
होतं. त्या व्यक्तीचे कोणी नातेवाईक नाहीत असं लक्षात येतं.

एकच गोष्ट, पण बघण्याचे दृष्टिकोन वेगवेगळे. दिवस
तोच, क्षण तोच, पण एका बाजूला आनंदाने शेवट होतो.
पिवळसर पॅन्ट घातलेला तो छोटा मुलगा एरी डिगरमध्ये
आपल्या जवळ असलेल्या पेनी टाकतो. दुसऱ्या बाजूला
मात्र फार वाईट शेवट होतो. शहरातल्या शवागारात. नव्यानेच
आलेल्या प्रेताची निळी त्वचा पाहून एक कामगार दुसऱ्या
कामगाराला ते पाहण्यासाठी बोलावून आणतो.

'पाहिलंस?' आपल्या बाजूने गोष्ट मांडून झाल्यावर निळा
माणूस अगदी खालच्या स्वरात विचारतो, ''छोट्या मुला?''

एडीच्या शरीरातून शिरशिरी जाते.

एडी जेमतेम कुजबुजतो, 'नाही!'

आज एडीचा जन्मदिन

तो आज आठ वर्षांचा झाला आहे. एका चौकडीच्या कोचावर तो हाताची घडी घालून धुमसतो आहे. त्याची आई त्याच्या पायाशी त्याच्या बुटांच्या लेसेस बांधते आहे. त्याचे वडील आरशात पाहून गळ्यातला टाय नीट बांधत आहे.

"मला जायचं नाही," एडी म्हणतो.

"मला माहीत आहे," मान वर न करता त्याची आई उत्तर देते, "पण आपल्याला जायला हवं. कधीकधी काही वाईट गोष्टी घडतात तेव्हा आपल्याला काही गोष्टी कराव्या लागतात."

"पण आज माझा वाढदिवस आहे."

खोलीच्या कोपऱ्यात ठेवलेल्या खेळण्यांकडे एडी अतिशय विषादाने पाहतो. खेळातले मेटल गर्डर्स आणि तीन छोटी रबरी चाकंसुद्धा तिथे आहेत. ट्रक करण्याचा एडीचा विचार होता. अशा पद्धतीने वस्तू एकत्र करून काहीतरी तयार करण्यात एडी वाकबगार होता. आपल्या वाढदिवसाच्या पार्टीला येणाऱ्या मित्रांना तो केलेला ट्रक दाखवण्याची इच्छा होती. ते राहिलं बाजूलाच. हे असं तयार होऊन त्याला भलतीकडेच कुठेतरी जावं लागणार होतं. त्याच्या मनात येतं, हे मुळीच योग्य नाही.

डाव्या हातात बेसबॉलचा ग्लोव्ह पकडलेला त्याचा भाऊ 'जो' तितक्यात आत येतो. त्याने लोकरीची पॅन्ट आणि बो

टाय घातला आहे. हातातला ग्लोव्ह तो जोरात आपटतो आणि एडीला वेडावून दाखवतो.

''अरेरे, हे तर माझेच जुने जोडे आहेत,'' 'जो' म्हणतो, ''माझे नवीन जोडे फारच छान आहेत बुवा.''

एडीचा चेहरा पडतो. 'जो'च्या जुन्या वस्तू वापरायचा त्याला अगदी तिरस्कार वाटतो.

''चुळबुळ करू नकोस रे,'' त्याची आई बजावते.

'घट्ट होतात ते,'' एडी तक्रार करतो.

'पुरे झालं,'' वडील झापतात, ते एडीकडे रोखून पाहतात. एडी एकदम गप्प होतो.

ते सगळे सिमेटरीमध्ये येऊन पोहोचतात. पियरमध्ये काम करणाऱ्या फारशा कोणाला एडी ओळखत नाही. एरवी सोनेरी कपडे आणि लाल पागोटं बांधणारी ती सगळी माणसं एडीच्या वडिलांप्रमाणे काळ्या सुटात आहेत. बहुतेक सर्व स्त्रियांनीसुद्धा काळेच कपडे घातले आहेत. काहींच्या चेहऱ्यांवर काळा जाळीदार बुरखा आहे.

एक माणूस जमिनीत खड्डा करू लागतो. एडी त्याचं निरीक्षण करतो. तो माणूस काहीतरी राखेबद्दल बोलतो. एडी आपल्या आईचा हात धरून, डोळे बारीक करून सूर्याकडे पाहतो. तो आत्ता दुःखी असायला हवा होता हे त्याला माहीत होतं पण खरं म्हणजे कोणालाही कळू न देता तो मनातल्या मनात आकडे मोजत आहे. त्याने एकपासून मोजायला सुरुवात केली आहे. हजार म्हणून होईपर्यंत आपल्याला आपला वाढदिवस परत मिळेल अशी त्याला आशा आहे.

पहिला पाठ

"**प्ली**ज, माझं ऐकून तर घ्या..." एडी गयावया करू लागला. "मला माहीत नव्हतं. माझ्यावर विश्वास ठेवा... हे ईश्वरा, आता मी काय करू? मला खरंच माहीत नव्हतं."

त्या निळ्या माणसाने मान डोलावली. "तुला कसं माहीत असणार? फार लहान होतास तू."

एडीने एक पाऊल मागे घेतलं. त्याने खांदे ताठ केले. जणू तो मारामारीच्या पवित्र्यात उभा होता.

"पण मला परतफेड तर करावी लागेलच ना?" तो म्हणाला.

'परतफेड?'

"मी केलेल्या पापाचं परिमार्जन करण्यासाठी. म्हणूनच मी इथे आलो आहे, हो ना? न्यायासाठी?"

निळा माणूस हसला. "नाही, एडवर्ड. तू इथे आला आहेस तो ते मी तुला काही शिकवावं म्हणून. इथे तू ज्यांना ज्यांना भेटशील ते सगळे तुला काहीतरी शिकवतील."

एडी साशंक होता. अजूनही त्याच्या मुठी घट्ट आवळलेल्या होत्या.

'काय?' त्याने विचारलं.

''की, असं सरसकटपणे काहीही घडून येत नसतं. आपण सगळे जोडलेले आहोत. वाऱ्याच्या झोतापासून झुळूक जशी वेगळी करता येत नाही त्याप्रमाणे एका आयुष्यापासून दुसरं आयुष्यसुद्धा वेगळं करता येत नाही.''

एडीने मान हलवली. ''आम्ही *बॉल*ची फेकाफेकी करत होतो. रस्त्यावर तसं पळत येणं हा *माझाच* मूर्खपणा होता. *माझ्यापायी तुम्हाला* आपला जीव का गमवावा लागावा? हे योग्य नाही.''

निळ्या माणसाने हात पुढे करत म्हटलं, ''योग्यता... जीवन आणि मृत्यूवर तिचं नियंत्रण नसतं. तसं जर ते असतं तर कुठलीही चांगली व्यक्ती अल्पायुषी ठरली नसती.'' त्याने आपला पंजा वरच्या दिशेने गोल फिरवला. अचानक ती दोघं एका सिमेटरीमध्ये पोहोचली. त्यांच्या समोर शोकाकुल व्यक्तींचा छोटा समूह होता. दफन होत असलेल्या ठिकाणी धर्मगुरू हातातलं बायबल वाचत होते. एडीला कुणाचाच चेहरा दिसत नव्हता. तो जिथे उभा होता तिथून समोरची मंडळी पाठमोरी दिसत होती. त्यांच्या टोप्या, कपडे आणि कोट तेवढे त्याच्या नजरेस पडत होते.

''माझाच अंत्यसंस्कार,'' निळा माणूस म्हणाला. ''या शोक करणाऱ्यांकडे नीट पाहा. त्यांपैकी काही जण तर मला ओळखतसुद्धा नव्हते तरीसुद्धा ते आले. का? तू असा विचार कधी करून पाहिला आहेस? दुसरं कोणीतरी मरतं तेव्हा बाकीचे का जमतात? आपण *गेलंच* पाहिजे असं त्यांना का वाटतं?

''कारण, मानवी मनाला मनोमन ठाऊक आहे की, सगळी आयुष्यं एकमेकांना छेदतात. मृत्यू हा केवळ कोणा एकालाच उचलून नेत नसतो. दुसऱ्या कोणालातरी त्याने सोडून दिलं आहे असा त्याचा अर्थ असतो. मृत्यूने घेऊन जाणं आणि मृत्यूने सोडून देणं यात जे छोटंसं अंतर आहे ना त्या अंतरापायी आयुष्यं पालटतात.

''त्या दिवशी माझ्याऐवजी तुझा मृत्यू व्हायला हवा होता. पण लक्षात घे, मी पृथ्वीवर जगत असताना माझ्याऐवजी दुसरे अनेक मरत होते. अरे, अगदी प्रत्येक दिवशी घडून येतं हे. एखाद्या जागेवरून तुम्ही पुढे जाता आणि पुढच्या क्षणी तिथे वीज कोसळते, तुमचं विमान चुकतं आणि नेमकं तेच विमान कोसळतं, तुमच्याऐवजी तुमचा सहकारी आजारी पडतो. या सगळ्या गोष्टी सरसकट घडून येतात असा विचार आपण करतो खरा, तरीसुद्धा या सगळ्यांत एक समतोल असतो. कोणाचीतरी झीज होते, कुणीतरी फोफावतं. जन्म आणि मृत्यू या दोन्ही बाबी एका पूर्णत्वाचेच भाग आहेत.

''याच कारणासाठी आपण लहान मुलांकडे आकर्षिले जातो...'' त्या शोक करणाऱ्यांकडे वळून तो पुढे म्हणाला, ''आणि अंत्यविधींकडेसुद्धा''.

त्या दफनभूमीमध्ये जमलेल्या लोकांकडे एडीने पुन्हा पाहिलं. त्याचा स्वतःचा अंत्यविधी झाला असेल का असा प्रश्न त्याच्या मनाला पडला. झाला असला तरी तिथे कुणी हजेरी लावली असेल का असंही त्याच्या मनात आलं. त्याच्या समोर घडत असलेल्या दफनविधीसाठी उपस्थित असलेल्या सर्वांनी माना खाली घातल्या होत्या. धर्मगुरू बायबलचे उतारे वाचून दाखवत होते. अनेक वर्षांपूर्वी याच दिवशी निळ्या माणसाचं दफन करण्यात आलं होतं. एडी होता ना तिथे, पण तेव्हा तो

लहान होता. विधी सुरू असताना त्याची चुळबुळ सुरू होती. या मृत्यूमध्ये आपण भूमिका निभावली आहे याची त्याला जाणीवही नव्हती.

"मला अजूनही समजत नाही," एडी हलक्या आवाजात म्हणाला. "तुझ्या मृत्यूतून काय चांगलं निष्पन्न झालं रे?"

"तू जगलास," निळ्या माणसाने उत्तर दिलं.

"पण आपण तर एकमेकांना फारसं ओळखतसुद्धा नव्हतो. माझ्या जागी एखादा परकासुद्धा असू शकला असता."

एडीच्या दोन्ही खांद्यांवर निळ्या माणसाने आपले हात ठेवले. एडीला शरीरात ऊब जाणवू लागली. जणू तो विरघळू लागला होता.

'परके,' निळा माणूस बोलू लागला, "ते खरे परके नसतात. ज्या कुटुंबीयांचा आपल्याला अजून परिचय व्हायचा असतो त्यांपैकी ते एक असतात."

७७ इतकं बोलून निळ्या माणसाने एडीला जवळ ओढलं. निळ्या माणसाला त्याच्या आयुष्यात जाणवलेली प्रत्येक भावना त्या क्षणी एडीला जाणवू लागली. त्याच्या शरीरात त्या सगळ्या भावना खळखळू लागल्या. निळ्या माणसाचा एकटेपणा, वाटलेली लाज, चिंता, हार्टॲटॅक. एखादा ड्रॉवर बंद केल्यागत त्या सगळ्या भावना एडीमध्ये येऊन बंद झाल्या.

"मी निघतो," निळा माणूस त्याच्या कानात कुजबुजला. "स्वर्गाची ही पियरी माझ्यासाठी आता संपुष्टात आली आहे. तुला मात्र अजून काही जणांना भेटायचं आहे."

'थांब,' किंचित मागे येत एडी म्हणाला. "मला एकच सांग, त्या छोट्या मुलीला वाचवलं का मी? पियरमध्ये? वाचवलं का मी तिला?"

निळ्या माणसाने काहीही उत्तर दिलं नाही. एडी तसाच खाली बसला. ''असं! मग माझा मृत्यू माझ्या आयुष्यासारखा अगदी वायाच गेला म्हणायचा!''

''नाही. कुठलंही आयुष्य वाया जात नसतं,'' निळा माणूस बोलू लागला. ''आपण एकटे आहोत असा विचार करण्यात जो वेळ घालवतो ना तेवढाच वेळ आपण खऱ्या अर्थाने वाया घालवत असतो.''

दफनभूमीच्या दिशेने मागे जात निळा माणूस हसला. त्यासरशी त्याच्या त्वचेचा रंग बदलला. तो आता गव्हाळ दिसू लागला. त्याची कुरूपता कुठेच दिसत नव्हती. आजवर आपण इतकी सुंदर त्वचा पाहिली नव्हती असं एडीला जाणवलं.

'थांब!' एडी किंचाळला. तत्क्षणी तो हवेत ओढला गेला. आता तो त्या सिमेटरीपासून दूर गेला. खाली अथांग पसरलेला राखाडी महासागरावर होता. जुन्या रुबी पियरचं छत, मनोरे, बुरुज सारं त्याला दिसू लागलं. इथे फडकणारे झेंडेसुद्धा त्याला दिसत होते. आणि मग तो तिथून गेला.

रविवार, वेळ दुपारचे तीन

तिकडे पियरमध्ये गर्दी अजूनही फ्रेडीज फ्री फॉलभोवती मुकाट्याने उभी होती. म्हाताऱ्या स्त्रियांचे हात त्यांच्या गळ्याजवळ होते. मातांनी आपल्या मुलांना ओढून दूर केलं होतं. अनेक धिप्पाड माणसं पुढे सरकली होती. जणू ते सगळी परिस्थिती हातात घेणार होते. परंतु तेही असहायतेने समोरचं दृश्य पाहतच राहिले. सूर्य आता भाजून काढत होता. सावल्या तीक्ष्ण झाल्या होत्या. सूर्याला सलाम केल्याप्रमाणे प्रत्येकाने डोळ्यांवर आडवा पंजा धरला होता.

फार वाईट परिस्थिती आहे का? लोक एकमेकांना कुजबुजत विचारू लागले. गर्दीतून वाट काढत डॉमिनोझ पुढे धावला. त्याचा चेहरा अगदी लाल झाला होता. अंगातला देखभालीचा शर्ट घामाने गच्च भिजला होता. झालेला रक्तपात त्याच्या नजरेस पडला.

दोन्ही हातांनी डोकं घट्ट धरून तो म्हणाला, ''नाही, एडी, नाही!''

तितक्यात सिक्युरिटीचे लोक येऊन पोहोचले. बघ्यांची गर्दी त्यांनी मागे हटवली. समोरचं दृश्य पाहून तेसुद्धा अवाक झाले. अँब्युलन्सची वाट पाहत सगळे तसेच तिष्ठत उभे राहिले. तिथे उपस्थित प्रत्येक जण समोरच्या दृश्याने इतका हबकला होता की, ते दृश्य पुन्हा पाहण्याची किंवा तिथून काढता पाय घेण्याचीही शुद्ध कोणाला उरली नव्हती. अनेक माता, अनेक वडील, अनेक मुलं तशीच उभी होती. हातातल्या मोठ्या ग्लासमधला सोडा पिण्याचंही भान मुलांना नव्हतं. मृत्यू त्या सगळ्यांच्या पायाशी येऊन पडला होता. पार्कच्या स्पीकरवरून छानशी कार्निव्हल धून तेवढी ऐकू येत होती.

फार वाईट परिस्थिती आहे का? सायरनचा आवाज ऐकू येऊ लागला. युनिफॉर्ममधली माणसं येऊन पोहोचली. अपघात झालेल्या जागेभोवती पोलिसांच्या पिवळ्या चिकटपट्ट्या लागल्या. कमानीमध्ये असलेल्या दुकानांची शटर्स धडाधड खाली ओढली गेली. राइड आता बंद करण्यात येणार होती. किती काळाने ती उघडेल ते सांगता येत नव्हतं. रुबी पियर इथे घडलेल्या त्या दुर्घटनेची माहिती पाहता पाहता समुद्रकिनारी पसरली. सूर्य अस्ताला गेला तेव्हा रुबी पियरवर कुणीही उरलं नव्हतं.

आज एडीचा जन्मदिन

एडीच्या बेडरूमचं दार बंद असलं तरी त्याची आई ग्रील करत असलेल्या बीफ स्टीकचा दरवळ त्याला जाणवत होता. त्या जोडीने ती गोड लाल कांदे आणि हिरवी ढोबळी मिरचीसुद्धा ग्रील करत होती. हा तीव्र दरवळ एडीच्या फार आवडीचा होता.

''एऽऽऽडीऽऽऽ!'' आईने स्वैपाकघरातून हाक मारली. ''कुठे आहेस? सगळे आले आहेत.''

पलंगावरून उडी मारत तो हातातलं कॉमिक्स बाजूला ठेवतो. आज तो सतरा वर्षांचा झाला आहे. अशी पुस्तकं वाचण्याइतका लहान राहिला नाही तो. तरीसुद्धा त्याला ती पुस्तकं फार आवडतात. फॅन्टमसारखे रंगीबेरंगी कथानायक किंवा हिरो वाईट माणसांचा सामना करून जगाला वाचवतात हे त्याला फार आवडतं. रोमानिया इथून काही महिन्यांपूर्वी अमेरिकेत आलेल्या त्याच्या चुलत भावंडांना त्याने आपला कॉमिक्सचा सगळा संग्रह भेट दिला आहे. त्याची ती भावंडं शाळकरी आहेत. एडीच्या कुटुंबाची आणि त्यांची भेट धक्क्यावर झाली होती. त्यानंतर ते सगळे एडीकडे राहायला आले होते. आता एडी आणि त्याचा भाऊ 'जो' यांच्या बरोबर ती भावंडसुद्धा त्यांच्याच बेडरूममध्ये झोपत होती. त्या एवढ्याशा खोलीत फार दाटीवाटी झाल्याने कुणालाच

धड झोपता येत नव्हतं. एडीच्या भावंडांना इंग्लिश भाषा येत नव्हती. पण कॉमिक्समधली चित्रं त्यांना फार आवडत होती. काहीही असलं तरी भावंडांबरोबर राहण्यासाठी एडीला छान कारण मिळालं होतं.

''हा पाहा आला बर्थडे बॉय,'' त्याला आलेलं पाहताच आई उत्साहाने म्हणाली. त्याच्या अंगात पांढरा शर्ट आणि निळा टाय होता. त्याची जाडजूड मान टायने आवळल्यासारखी दिसत होती. त्याला पाहताच जमलेल्या सगळ्यांनी त्याचं अभिवादन केलं. कुणी पाहुणे आहेत तर कुणी कुटुंबीय, कुणी मित्रमैत्रिणी तर कुणी पियर इथले कामगार. खोलीच्या एका कोपऱ्यात त्याचे वडील पत्ते खेळण्यात मग्न आहेत. त्या कोपऱ्यात सिगारचा धूर दाटला आहे.

''मां, तुला गंमत माहीत आहे का?'' 'जो' मध्येच ओरडून विचारतो. ''एडीला काल रात्री मैत्रीण-गर्लफ्रेंड भेटली आहे.''

''काय? हो का?''

एडीच्या अंगात रक्तप्रवाह सळसळू लागतो.

''हो. तो म्हणे तिच्याशी लग्न करणार आहे.''

''ए मूर्खा, गप की!'' एडी आपल्या भावाला झापतो.

त्याच्याकडे दुर्लक्ष करत 'जो' पुढे म्हणतो, ''हो ना. काल रात्री आला ना तेव्हा त्याचे डोळे पाहायला हवे होतेस. तो स्वतःच मला म्हणाला, 'जो', जिच्याशी मला लग्न करावंसं वाटेल अशी ती मला आज भेटली आहे!'''

एडी चवताळून म्हणतो, ''थोबाड बंद ठेव म्हणून सांगितलं ना तुला!''

''एडी, नाव तरी सांग तिचं,'' कोणीतरी विचारतं.

''ए, चर्चमध्ये जाते का रे ती?''

भावाजवळ पोहोचून एडी त्याच्या दंडावर एक गुद्दा हाणतो.

"आई, आई गं!"

'एडी!'

"मी तुला गप्प बसायला सांगितलं होतं.''

त्याच्याकडे दुर्लक्ष करत 'जो' आपली टकळी पुढे सुरू ठेवतो, "आणि ना, त्याने तिच्या बरोबर डान्ससुद्धा केला, स्टारला-!"

धबाक्

'आंऽऽऽ!'

"शट अप!"

"एडी! थांबव हे सगळं!"

रोमानिया इथून आलेली एडीची भावंडंसुद्धा आता त्यांच्याकडे पाहू लागतात. दोन भावांचं भांडण त्यांना माहीत नाही असं नाही. एकमेकांना पकडणं, हाणामारी करणं याचा अनुभव त्यांनाही आहे. पाहता पाहता एडी आणि त्याचा भाऊ कोचवरून खाली पडतात. तोंडातली सिगार खाली ठेवत एडीचे वडील जोरात ओरडतात, "गप्प बसा! नाही तर एकेकाला थोबाडेन चांगला!"

त्यासरशी दोघं भाऊ धापा टाकत, एकमेकांना खुन्नस देत बाजूला होतात. काही ज्येष्ठ नातेवाइकांना हसू येतं. एडीची एक आत्या कुजबुजते, 'त्याला ती मुलगी फारच आवडली असणार.''

त्यानंतर एडीच्या आईने ग्रील केलेली एक खास स्टीक तो खातो. सगळे पदार्थांचा आस्वाद घेतात. केकवरच्या मेणबत्त्या विझवल्या जातात. कार्यक्रम संपवून सगळी

पाहुणेमंडळी आपापल्या घरी जातात. एडीची आई रेडिओ लावते. युरोपमधल्या युद्धाच्या बातम्या ऐकू येतात. परिस्थिती अशीच चिघळत राहिली तर इथून पुढे तांब्याची तार आणि लाकूडफाटा मिळणं कठीण जाईल असं काहीतरी एडीचे वडील पुटपुटतात. तसं झालं तर रुबी पियरची देखभाल करणं निव्वळ अशक्य ठरणार होतं.

"छे:, छे:! आज वाढदिवस आहे. आजच्या दिवशी अशा भयंकर बातम्या काय करायच्या?" एडीची आई म्हणते.

मग ती रेडिओचे काटे फिरवू लागते. एका रेडिओ स्टेशनवर छानसं संगीत ऐकू येतं. कुठलातरी ऑर्केस्ट्रा अनोखी सुरावट वाजवत असतो. ती हसून गुणगुणू लागते. मग ती एडीजवळ येते. तो थकूनभागून खुर्चीत पसरला असतो. केकचे उरलेसुरले कण तो एकीकडे मटकावत असतो. त्याच्या जवळ येताच ती कमरेचा ॲप्रन सोडून त्याची छानशी घडी घालत ते खुर्चीत ठेवते आणि एडीला हातांनी धरून उठवते.

"तुझ्या त्या नवीन मैत्रिणीबरोबर कसा नाचलास ते दाखव ना मला," ती म्हणते.

"ए मां!"

"दाखव की."

जणू फासावर लटकवायला नेत असल्याप्रमाणे एडी सुन्न होऊन उभा राहतो. त्याचा भाऊ कुत्सितपणे हसतो. आई मात्र छानंसं गुणगुणत मागे पुढे पावलं टाकत झुलू लागते. तिचा वाटोळा चेहरा फारच सुंदर दिसत असतो. सरतेशेवटी एडीसुद्धा तिच्या तालावर नाचू लागतो.

"डाऽऽऽडाऽऽडीऽऽऽऽ," ती त्या सुरावटीवर गाऊ लागते. "...व्हेन यू आर विथ मीऽऽऽ ... डा डा... द स्टार्स अँड द मून ... द डा... डा... डा... इन जून..."

ती दोघं गाण्याच्या सुरावटीवर लिव्हिंग रूममध्ये नाचू लागतात. सरतेशेवटी एडीला हसू आवरेनासं होतं. आत्ताच तो आईहून चांगला सहा इंचांनी उंच झाला आहे. तरीसुद्धा ती अगदी सहजतेने त्याला गिरक्या घ्यायला लावते.

'असं!' ती त्याच्या कानात कुजबुजते, ''ती मुलगी आवडली आहे तर?''

एडीचा ताल चुकतो.

''काही हरकत नाही,'' ती पुढे म्हणते. ''मला खूप छान वाटत आहे.''

गिरक्या घेत ते टेबलपर्यंत पोहोचतात. पुढे होत आई जोला ओढून उभं करते.

''आता तुम्ही दोघं नाचा,'' ती म्हणते.

''ह्याच्या बरोबर?''

''मां!''

ती आग्रह धरते. ते दोघं ढेपाळतात. पाहता पाहता एकमेकांवर आदळत, आपटत, हसत दोन्ही भाऊ नाचू लागतात. एकमेकांचा हात धरून त्यांची पावलं तालात पडू लागतात. ते गिरक्या घेतात, हात वर खाली नाचवतात, टेबलभोवती फेऱ्या मारतात. रेडिओवरचं संगीत सुरूच असतं. त्यांच्या आईला अतिशय आनंद होतो. रुमानियाहून आलेली त्यांची चुलत भावंडं टाळ्या वाजवून साथ देतात. सरतेशेवटी ग्रील्ड स्टीकच्या शेवटचा तुकड्याचासुद्धा त्या पार्टीत फडशा पडतो.

॥७॥

स्वर्गात एडीला भेटलेली दुसरी व्यक्ती

पाय जमिनीवर टेकल्यासारखं एडीला वाटलं. आकाशाचा रंग पुन्हा बदलू लागला. गडद निळं आकाश पाहता पाहता काळपट राखाडी दिसू लागलं. आता सभोवताली पडझड झालेली झाडं आणि काळवंडलेला मातीचा ढिगारा दिसत होता. त्याने स्वतःचेच हात, दंड, खांदे, मांड्या आणि पिंढऱ्या चाचपून पाहिल्या. आधीपेक्षा खूप सामर्थ्यवान वाटत होता तो स्वतःला, पण जेव्हा त्याने पायाच्या अंगठ्यांना स्पर्श करण्याचा प्रयत्न केला तेव्हा त्याच्या लक्षात आलं की, आता त्याला ते जमत नव्हतं. आधीची लवचिकता कुठेतरी नाहीशी झाली होती. लहान मुलाच्या अंगात असणारी लवचितकता उरली नव्हती. त्याच्या शरीरातला प्रत्येक स्नायू पियानोच्या तारांप्रमाणे अगदी ताठर होता.

सभोवतालच्या निर्जीव टापूवर त्याने नजर फिरवली. जवळच्या एका टेकडीवर तुटक्या अवस्थेतला रेल्वेचा डबा

होता. कुण्या प्राण्याची सडकी हाडंसुद्धा तिथे पडली होती.
एडीच्या चेहऱ्याला उष्णतेचा जोरदार झोत जाणवला. आभाळ
पेटत्या ज्वालांसारखं पिवळं दिसू लागलं. पुन्हा एकदा एडीने
पळायला सुरुवात केली.

या वेळेस तो जरा वेगळ्या पद्धतीने पळत होता. एखादा
सैनिक कसा मोजूनमापून पावलं टाकत नेटाने धावेल तसाच
तो धावत होता. अचानक त्याला गडगडाट किंवा तत्सम काही
आवाज ऐकू आला. कुठेतरी धमाका झाल्याचा किंवा बॉम्ब
फुटल्याचा आवाज आला. स्वतःच्याही न कळत तो जमिनीवर
आडवा झाला. पोटावर झोपला. हात दुमडून घेत त्याने
स्वतःच्या शरीराची घडी घालण्याचा प्रयत्न केला. आकाशातून
धो धो पाऊस कोसळू लागला. जाडसर तपकिरी रंगाच्या धारा
होत्या त्या. मान खाली घालत एडी जमा झालेल्या चिखलातून
रांगू लागला. ओठांतून तोंडात जाऊ पाहणारं ते मातकट,
चिखलट पाणी तो थुंकला.

त्याचं डोकं कुठल्यातरी कठीण वस्तूला लागलेलं त्याला
लक्षात आलं. त्याने वर पाहिलं तर जमिनीत खुपसून ठेवलेली
रायफल त्याला दिसली. त्यावर एक हेल्मेट ठेवलेलं होतं.
रायफल जिथे बोटांनी पकडली जाते तिथे डॉग टॅग लावलेले
होते. पाऊस कोसळतच होता. कशीबशी डोळ्यांची उघडझाप
करत त्याने डॉग टॅग बोटात अडकवला. तसाच उलट्या
पावलांनी तो मागे आला. एका महाप्रचंड वडाच्या वृक्षावरून
लोंबकळणाऱ्या एका वेलीच्या जाळीदार भिंतीशी तो धडकला.
त्या जाळीच्या अंधारात त्याने स्वतःला झोकून दिलं. मग
पाय गुडघ्याशी घेऊन तो बसला. त्याला दम लागला होता.
स्वर्गातसुद्धा भीतीने त्याला गाठलं होतं.

त्या डॉग टॅगवर त्याचं नाव होतं.

१७ तरुण माणसं युद्धासाठी रवाना होतात. अनेकदा त्यांना जावं लागतं आणि अनेकदा त्यांना जायचं असतं. आपण जाणं अपेक्षित आहे असं त्यांना नेहमी वाटत असतं. शस्त्रास्त्रं चालवता येणं म्हणजे धैर्य आणि शस्त्रास्त्रं खाली ठेवणं म्हणजे दुबळेपणा अशी गैरसमजूत शतकानुशतकं बिंबल्यामुळे त्यातून जीवनाबद्दल अनेक दुःखद कथा निर्माण झाल्या. त्यातूनच हा समज निर्माण झाला. एडीच्या देशाने युद्धात प्रवेश केला. एक दिवस सकाळी एडी लवकर उठला. पाऊस कोसळत होता. त्याने घोटून दाढी केली, केस वळवून मागे केले आणि इच्छुक सैनिकांच्या यादीत नाव नोंदवलं. बाकीचे युद्धासाठी रवाना झाले होते. तोही तेच करणार होता. त्याने जावं अशी त्याच्या आईची इच्छा नव्हती. त्याच्या वडिलांना जेव्हा ही बातमी समजली तेव्हा सिगरेटीचा जोरात झुरका मारत त्यांनी अगदी सावकाश धूर बाहेर टाकला.

'कधी?' इतकंच त्यांनी विचारलं.

आयुष्यात कधीही एडीने खरी रायफल चालवली नव्हती. रुबी पियर इथल्या नेमबाजी विभागात तो रोज बंदूक चालवण्याचा सराव करू लागला. एक निकेल देऊन बंदूक भरून घेता येत होती. समोर उभ्या केलेल्या खोट्या जंगली सिंह, जिराफ इत्यादी प्राण्यांवर मग वाटेल तशी बंदूक चालवता येत होती. रोज संध्याकाळी लिट्ल फोक्स मिनिएचर रेल्वेचे ब्रेक लिव्हर चालवून झाल्यावर एडी नेमबाजीचा सराव करू लागला. रुबी पियरमध्ये थोड्याफार छोट्या गोष्टी आणण्यात आल्या होत्या. डिप्रेशननंतर रोलर कोस्टर फार कठीण झालं होतं. मिनिएचर रेल्वे म्हणजेच छोटी रेल्वे गाडी त्यासाठीच आणण्यात आली होती. मोठ्या माणसाच्या मांडीएवढे छोटे छोटे डबे त्या गाडीला जोडलेले होते. सैनिक म्हणून नाव नोंदणी

करण्याआधी एडी कामाला लागला होता. इंजिनिअरिंगचा अभ्यास करण्यासाठी तो पैसे जमवत होता. ते त्याचं ध्येय होतं. त्याला नवनवीन वस्तू निर्मिती करायची होती. त्याचा भाऊ 'जो' मात्र त्याला नेहमी चिडवत असे, ''जाऊ दे रे एडी, हे सगळं करण्याइतका स्मार्ट नाहीस तू.''

युद्ध सुरू झालं. पियरचा व्यवसाय पूर्णपणे ठप्प झाला. एडीकडे येणाऱ्या बहुतांशी ग्राहकवर्गात आता लहान मुलांना घेऊन येणाऱ्या स्त्रियांचा तेवढा भरणा होता. त्या मुलांचे बाबा युद्धावर गेले होते. कित्येकदा ती मुलं एडीला डोक्यावर उचलायला लावत. त्याने तसं केलं की, त्या मुलांच्या आया विषादाने हसत. आपण मुलांना योग्य प्रकारे उचललं असलं तरी त्या मुलांभोवती त्या क्षणी त्यांच्या वडिलांचा हात असावा असं त्या आयांना वाटत असणार हे एडीच्या लक्षात येत असे. दूरवर गेलेल्या त्या माणसांपैकी आपणही एक होणार आहोत असं त्याला वरचेवर वाटू लागलं. इथल्या रेल्वे रुळाला ग्रिसिंग करणं, ब्रेक लिव्हर तपासणं ही आयुष्याची पद्धत बदलणार होती. युद्ध हे त्याच्या पौरुषाला आव्हान होतं. कदाचित त्याचीही उणीव कुणाला तरी भासणार होती.

असाच त्या रात्री एडी नेमबाजीचा सराव करत होता. *पॅन्ग! पॅन्ग!* प्रत्यक्षात शत्रूवर गोळीबार करताना कसं वाटेल याचा विचार त्याने करून पाहिला. *पॅन्ग!* त्याने शत्रूवर गोळी झाडली तर *पॅन्ग!* असा आवाज येईल का? की समोरचे सिंह आणि जिराफ अबोलपणे खाली कोसळत आहेत तसाच शत्रूसुद्धा कोसळेल. *पॅन्ग! पॅन्ग!*

''काय रे मुला, मारण्याचा सराव करतो आहेस वाटतं?'' एडीच्या मागे मिकी शिआ उभा होता. त्याच्या केसांचा रंग फ्रेंच व्हॅनिला आइसक्रीमसारखा होता. घामाने त्याचे केस

चांगलेच ओले झाले होते. तो जे काही ढोसत होता त्यामुळे त्याचा चेहरा लालबुंद झाला होता. खांदे उडवत एडीने पुन्हा नेमबाजीकडे लक्ष वळवलं. *पॅन्ग!* दुसऱ्या गोळीने अचूक नेम साधला. *पॅन्ग!* मग अजून एक.

''हं,'' मिकीने पावती दिली.

आपल्याला एकटं सोडून मिकीने इथून निघून जावं असं एडीला मनोमन वाटलं. प्यायलेला तो म्हातारा अजूनही तिथे उभा होता हे एडीला जाणवत होतं. म्हाताऱ्याला श्वास घ्यायला कष्ट होत होते. सायकलच्या चाकात पंपाने हवा भरताना जसा सूं सूं आवाज येईल तसाच त्याच्या श्वासाचा आवाज येत होता. एडी नेमबाजी करत राहिला. अचानक त्याला खांद्यावर जोरदार पकड जाणवली. त्याचा खांदा दुखावला.

''ए मुला, मी काय सांगतो ते नीट ऐक,'' खालच्या पट्टीत गुरकावत मिकी बोलू लागला. ''हे बघ, युद्ध म्हणजे खेळ नाही. जर तुला गोळी मारायची असेल तर तुला ती अचूक नेम धरून मारावी लागेल, ऐकू येतंय का? मनात कुठलाही पश्चात्ताप नको, कुठली द्विधा नको; फक्त आणि फक्त नेम धरून गोळी मारायची. आपण कुणाला मारत आहोत, का मारत आहोत या कशाचाही विचार करायचा नाही. ऐकू येतंय ना मी काय म्हणतो आहे? तुला जर घरी परतून यायचं असेल तर तू फक्त गोळ्या झाडायचं काम कर, बाकी कशाचाही विचार करू नकोस.''

आता त्याने खांदा अधिक जोरात दाबला.

''या विचार करण्याने आपणच ठार होतो.''

एडीने वळून मिकीकडे रोखून पाहिलं. मिकीने त्याच्या गालावर जोरदार चापट मारली. त्याला उत्तर देण्यासाठी एडीची मूठ आपोआप वळली गेली. पण पुढच्या क्षणी अत्यंत घाण

ढेकर देत मिकी मागे झाला. त्यानंतर त्याने एडीकडे ज्या नजरेने पाहिलं ते पाहून एडीला वाटलं की कोणत्याही क्षणी मिकीला रडू फुटेल. तोवर एडीच्या हातातल्या यांत्रिक रायफलीचा आवाज थांबला होता. त्याने जितके पैसे भरले होते त्याचा मोबदला त्याला मिळाला होता.

तरुण माणसं युद्धासाठी रवाना होतात. अनेकदा त्यांना जावं लागतं आणि अनेकदा त्यांना जायचं असतं. असेच काही दिवस गेले. एडीने आपली डफेल बॅग भरली आणि पियर मागेच सोडून तो निघाला.

๑๑ पाऊस थांबला होता. वडाच्या झाडाखाली उभ्या असलेल्या थरथरणाऱ्या, ओल्यागच्च एडीने दीर्घ सुस्कारा सोडला. वेली बाजूला केल्यावर जमिनीत घुसवलेली रायफल आणि त्यावर अडकवलेलं हेल्मेट त्याला दिसलं. सैनिक अशा पद्धतीने रायफल का ठेवत असत ते त्याला आठवलं. त्यांच्या मृत सहकाऱ्यांच्या थडग्यांचं द्योतक होतं ते.

तो गुडघ्यावर रांगत बाहेर आला. दूरवर एका लहानशा टेकडीच्या पायथ्याशी एका खेड्याचे भग्नावशेष दिसत होते. बॉम्बहल्ल्यामुळे त्या गावाच्या जागी निव्वळ दगडविटांचा ढिगारा तेवढा दिसत होता. क्षणभर एडी तसाच पाहत राहिला. तोंड बंद करण्याचं भानही त्याला उरलं नव्हतं. समोरच्या दृश्याचा अर्थ लावण्याचा त्याने प्रयत्न केला. पुढच्या क्षणी त्याची छाती दाटली. जणू त्याने फार वाईट बातमी ऐकली असावी. ही जागा. त्याला माहीत होती ही. स्वप्नात याच जागेने त्याला अनेकदा पछाडलं होतं.

'देवी,' अचानक एक आवाज आला.

एडी गर्रकन वळला.

''देवी-विषमज्वर-धनुर्वात-पिवळा ताप.''

आवाज वरच्या दिशेने झाडातून कुठूनतरी येत होता.

''पिवळा ताप म्हणजे काय हे मला कधीच शोधून काढता आलं नाही. मरो ते! तो ताप आलेली व्यक्तीही मला भेटली नाही.''

बोलणारा आवाज चांगलाच दणकट होता. त्या आवाजात किंचित दक्षिणेकडचा हेल होता. शिवाय, तो आवाज जरा खरखरीत होता. तासन्तास ओरडल्यानंतर एखाद्याच्या आवाजात अशीच खरखर येईल.

''या सगळ्या रोगांच्या लसी मी टोचून घेतल्या होत्या. आणि तरीसुद्धा एखाद्या दणकट घोड्याप्रमाणे मजबूत असताना याच जागी माझा मृत्यू झाला.''

ते झाड गदागदा हललं. त्याची काही फळं एडीच्या समोर टपकली.

''ही सफरचंदं तुला कशी आवडतात?'' त्या आवाजाने विचारलं.

उठून उभं राहात एडीने घसा खाकरला.

''बाहेर ये,'' तो म्हणाला.

''वर ये,'' त्या आवाजाने सांगितलं.

पुढच्या क्षणी एडी झाडावर, अगदी शेंड्यावर पोहोचला. एखाद्या ऑफिसच्या इमारतीइतकं ते झाड उंच होतं. एडीने फारच मोठी ढांग टाकली होती. खालची माती अगदी ठिपक्याप्रमाणे दिसत होती. झाडाच्या थोड्या लहानशा फांद्या आणि अंजिरासारख्या जाडजूड पानांमधून एडीला एक अंधूकशी आकृती दिसली. सैनिकी पोशाख चढवलेली ती आकृती झाडाच्या खोडाला पाठ टेकून बसली होती. चेहऱ्यावर

मात्र कुठल्यातरी गडद रंगांचे थर दिसत होते. डोळे छोट्या
लाल बल्बप्रमाणे चमकत होते.

एडीने कसाबसा आवंढा गिळला.

'कॅप्टन?' तो हळूच उद्गारला. ''तुम्हीच आहात का?''

७७ सैन्यात दोघांनी एकत्र काम केलं होतं. कॅप्टन एडीचे
अधिकारी होते. फिलिपाइन्समध्ये दोघांनी एकत्र युद्धात भाग
घेतला होता. फिलिपाइन्सनंतर ते दोघं वेगळे झाले होते.
त्यानंतर एडीने त्यांना कधीही पाहिलं नव्हतं. कुठल्यातरी युद्धात
त्यांचा मृत्यू झाल्याचं त्याच्या कानांवर आलं होतं.

तितक्यात सिगरेटचा धूर दिसू लागला.

''सोल्जर, तुला सगळे नियम समजावून सांगितले आहेत
ना त्यांनी?''

एडीने खाली पाहिलं. जमीन फारच दूर दिसत होती.
तरीसुद्धा, आपण पडू शकत नाही हे त्याला ठाऊक होतं.

''मी मेलो आहे,'' तो म्हणाला.

''तेवढं तुला अगदी बरोबर समजलं आहे.''

''आणि तुम्हीही मेला आहात.''

''हेही अगदी बरोबर.''

''आणि तुम्ही... मला भेटणारी दुसरी व्यक्ती आहात?''

कॅप्टनने हातातली सिगरेट वर धरली. ते हसले. त्या
हसण्यातून जणू त्यांना सुचवायचं होतं, ''या इथे येऊन धूम्रपान
करता येईल यावर तू विश्वास ठेवू शकतोस का?'' मग एक
चांगला मोठा झुरका घेऊन त्यांनी धुराचा एक छोटा ढग
श्वासावाटे बाहेर सोडला.

''मी इथे भेटेन अशी कधी अपेक्षाही केली नसशील तू
हे मी अगदी पैजेवर सांगू शकतो, काय?''

७७ युद्धादरम्यान एडी अनेक गोष्टी शिकला. रणगाड्यांवर चढायचं कसं हे तो शिकला. हेल्मेटमध्ये थंडगार पाणी घेऊन दाढी कशी उरकायची हे तो शिकला. एखाद्या छोट्याशा भोकातून बंदूक झाडताना काळजी कशी घ्यावी हे तो शिकला. अन्यथा, त्याने झाडलेली गोळी एखाद्या झाडावर आपटल्यानंतर गोळीचं बाह्य कडक कवच लागून तोच जखमी झाला असता. तो सिगरेट ओढायला शिकला. तो मार्चिंग करायला शिकला. अंगातला ओव्हरकोट, रेडिओ, कार्बाइन ही छोटी बंदूक, गॅस मास्क, मशीनगन ठेवण्यासाठी ट्रायपॉड, पाठीवरची सॅक आणि खांद्यावर काडतुसाचे अनेक पट्टे इतका सगळा जामानिमा बाळगत दोरीचा पूल कसा ओलांडायचा हे तो शिकला. अत्यंत वाईट चवीची कॉफी कशी प्यायची हेही तो शिकला.

काही परदेशी भाषांमधले काही शब्द तो शिकला. दूरवर थुंकायला तो शिकला. सैनिक जेव्हा पहिल्या युद्धात वाचतो तेव्हा किती जोरात ओरडतो हे तो शिकला. अशा वेळेस एकमेकांच्या पाठीवर थाप देऊन सारं युद्ध जणू संपल्यासारखं सैनिक हसत असत. *आता आपण घरी जाऊ शकतो असा भाव* त्यांच्या चेहऱ्यावर त्या वेळेस असे. असा सैनिक जेव्हा दुसऱ्यांदा युद्धाला उभा राही तेव्हा जाणवणारी घोर निराशा तो शिकला. एक युद्ध झालं म्हणजे लढाई थांबत नाही हे तोवर त्या सैनिकाला समजून चुकलेलं असतं. इथून पुढे अधिकाधिक युद्धं लढावी लागणार आहेत हे त्याला कळलेलं असतं.

दातावर दात ठेवून शिट्टी कशी वाजवायची हे तो शिकला. खडबडीत जमिनीवर झोपायला तो शिकला. खरूज ही अत्यंत लहानशा कीटकांनी होते आणि ते कीटक त्वचेत खोलवर जातात आणि त्यांनी खूप खाज सुटते हे तो शिकला. विशेषतः, आठवडाभर तेच घाण कपडे अंगावर असले तर हा त्रास जास्त

होतो हे तो शिकला. एखाद्या माणसाची हाडं त्वचा फाडून बाहेर आली तर ती खरोखरंच पांढरी दिसतात हे तो शिकला.

प्रार्थना करायला तर तो फार लवकर शिकला. आपल्या कुटुंबाला आणि मार्गारिटला लिहिलेलं पत्र कोणत्या खिशात ठेवलं तर ते आपल्या मृत्यूपश्चात पटकन सापडेल हे तो शिकला. अर्थात, त्याचं मृत शरीर त्याच्या सहसैनिकांना सापडलं तरच. अनेकदा आपण आपल्या सहसैनिकाबरोबर एखाद्या खंदकाच्या बाजूला बसलेलो असतो. किती भूक लागली आहे असं आपण त्याच्या कानात सांगत असतो. दुसऱ्या क्षणी 'हुऽऽऽश्श' असा आवाज येतो आणि बाजूला बसलेला आपला साथीदार खाली कोसळतो. त्याच्या भुकेचा प्रश्न कायमचा निकालात निघालेला असतो, हेही तो शिकला.

तो हेही शिकला की सैनिक म्हणून वर्ष पूर्ण होतं, दोन वर्षं होतात, दोनाची तीन वर्षं होऊ लागतात तेव्हा अत्यंत धट्टीकट्टी, पीळदार स्नायूंची माणसं चक्क आपल्याच जोड्यांवर ओकू लागतात. माल वाहतूक करणाऱ्या विमानातून त्यांना उतरवण्याची वेळ आली की विशेष करून हे घडतं हे तो शिकला. कोणत्याही युद्धाच्या आदल्या रात्री अधिकारीदेखील झोपेत बरळतात हे तो शिकला. युद्धकैदी कसे पकडायचे हे तो शिकला. त्याने स्वतःला मात्र कधी कोणाच्या हातात सापडू दिलं नाही. अशाच एका रात्री फिलिपाइन्स बेटावर त्याच्या गटावर अचानक जोरदार हल्ला झाला. आसरा घेण्यासाठी त्याच्या गटाची पांगापांग झाली. अचानक आकाश उजळलं. जवळच्या खंदकात उतरलेला एडीचा एक सोबती लहान बाळाप्रमाणे रडू लागता. "शट अप, गप्प बस!" एडी त्याच्यावर वस्काटला. मग कुठे एडीच्या लक्षात आलं की, हातात रायफल घेतलेला शत्रूचा सैनिक त्यांच्या समोर उभा

होता. ती रायफल एडीच्या सहकाऱ्याच्या डोक्याला टेकवलेली होती. पुढच्या क्षणी एडीच्या मानेला थंडगार नळीचा स्पर्श झाला. तेव्हा कुठे एडीच्या लक्षात आलं की त्याच्या मागेसुद्धा शत्रूचा सैनिक होता.

७७ कॅप्टनने सिगरेटचं थोटूक चिरडलं. एडीच्या पलटणीतल्या इतरांपेक्षा तो वयाने मोठा होता. त्याचं संपूर्ण आयुष्य सैन्यात गेलं होतं. तो काटकुळा होता. त्याची हनुवटी पाहून त्या काळच्या सिनेनटाची आठवण येत होती. बहुतेक सगळ्याच सैनिकांना तो आवडत असे. तसा तो खूप तापट होता. सैनिकांच्या चेहऱ्याशी तोंड आणून त्यांच्यावर किंचाळण्याची सवय त्याला होती. अशा वेळेस तंबाखूने पिवळे पडलेले त्याचे दातसुद्धा दिसत. तरीसुद्धा, ''कोणालाही मागे सोडायचं नाही,'' या कॅप्टनच्या वचनामुळे काय वाटेल ते झालं तरी इतरांना सुरक्षित वाटत असे.

'कॅप्टन...' अजूनही अवाक असलेल्या एडीने पुन्हा म्हटलं.

'योग्य!'

'सर.'

''त्याची काही आवश्यकता नाही. तरी हरकत नाही.''

''कितीतरी वर्षं... तुम्ही अगदी तसेच...!''

''मागच्या वेळेस तू मला पाहिलंस तसाच दिसतो आहे ना मी?'' कॅप्टनने हसून विचारलं. पुढच्या क्षणी तो झाडाच्या फांद्यांवर थुंकला. एडीच्या चेहऱ्यावरचे भांबावलेले भाव त्याने टिपले. ''तुझं बरोबर आहे. इथे थुंकण्यासारखं काहीही कारण नाही. इथे आपण आजारीसुद्धा पडत नाही. आपला श्वास अगदी एका लयीत सुरू राहतो. इथलं भोजनसुद्धा अविश्वसनीय आहे.''

'भोजन?' एडीला कशाचाही अर्थ लागत नव्हता. ''कॅप्टन, हे पाहा काहीतरी चूक झाली आहे. मी इथे का आलो आहे हे मला अद्यापि ठाऊक नाही. माझ्या आयुष्यात काहीही वाखाणण्याजोगं घडलं नाही, नाही का? मी दुरुस्ती आणि देखभालीचं काम करत होतो. वर्षानुवर्षं एकाच घरात मी राहिलो. वेगवेगळे आकाशपाळणे, मेरी-गो-राउंड, रोलर कोस्टर्स, छोटे छोटे रॉकेट शिप्स अशा विविध खेळण्यांची मी काळजी घेत राहिलो. या कशाचाही अभिमान वाटण्यासारखं काहीच नव्हतं. छे:, छे:! उगाच मी विषय सोडून भरकटतो आहे. मला असं म्हणायचं आहे की...''

एडीने आवंढा गिळला. ''मी इथे काय करतो आहे?''

चमकणाऱ्या लाल डोळ्यांनी कॅप्टनने त्याच्याकडे पाहिलं. मनात आलेला प्रश्न विचारायचं एडीने टाळलं. त्याला वाटू लागलं होतं की, निळ्या माणसानंतर त्याने कॅप्टनलासुद्धा ठार केलं होतं का?

''हे बघ, मी विचारात पडलो होतो,'' हनुवटी खाजवत कॅप्टन बोलू लागला. ''आपल्या पलटणीतल्या लोकांनी एकमेकांशी संपर्क ठेवला होता ना. विलिंगहॅम? मॉर्टन? स्मिटी? त्या लोकांना कधी भेटलास की नाही?''

एडीला ती सर्व नावं आठवली. खरं सांगायचं तर त्याने कधीच कुणाशी संपर्क ठेवला नव्हता. युद्धामध्ये माणसं लोहचुंबकाप्रमाणे घट्ट बांधली जातात तरी त्यांना दूर फेकण्याची शक्तीसुद्धा लोहचुंबकातच असते. त्यांनी एकत्र पाहिलेल्या, एकत्र केलेल्या गोष्टी. कधीकधी ते सारं विसरून जायचं असतं त्यांना.

''प्रामाणिकपणे सांगायचं तर आमचा एकमेकांशी संपर्क राहिला नाही,'' खांदे उडवत एडी म्हणाला. 'सॉरी.'

हेच उत्तर अपेक्षित असल्याप्रमाणे कॅप्टने मान डोलावली.

"तुझं काय? जगलो वाचलो तर ज्या फन पार्कमध्ये भेटायचं आपलं ठरलं होतं तिथे तू परतून गेलास का? आम्हा सगळ्यांना तू फुकट राइड्स देणार होतास. टनेल ऑफ लव्हमधून जाताना आम्हा प्रत्येकीबरोबर दोन दोन मुली देण्याचं तू कबूल केलं होतंस, म्हणाला होतास की नाही असं?"

एडीला हसू आलं. त्याने अगदी असंच म्हटलं होतं. सगळ्यांनीच असं काहीसं म्हटलं होतं. युद्ध संपल्यावर मात्र कोणीही आलं नाही.

"हो, मी तिथे परतून गेलो," एडीने उत्तर दिलं.

"आणि मग?"

"आणि मग... ती जागा मी कधीच सोडली नाही. मी प्रयत्न केला. योजना आखल्या... पण हा पाय. मला नाही माहीत. काहीच जमलं नाही," एडीने खांदे उडवले.

कॅप्टनने त्याच्याकडे निरखून पाहिलं. त्याचे डोळे बारीक झाले होते. स्वर खाली आला होता.

कॅप्टनने विचारलं, "अजूनही 'जगल' करतोस का?"

൭൭ "चला!... तू... हो पुढे... तू... चल..."

शत्रुसैनिक त्यांना खंजिराने टोचत किंचाळत होते. एडी, स्मिटी, मॉर्टन, रॅबोझ्झो आणि कॅप्टन या सगळ्यांना डोक्यावर हात बांधून एका तीव्र उताराच्या टेकडीवरून नेण्यात येत होतं. त्यांच्या आजूबाजूला बॉम्बगोळे फुटत होते. झाडांआडून धावणारी एक आकृती एडीला दिसली. काही क्षणांत गोळ्यांच्या माराने ते आकृती खाली कोसळली.

त्या अंधारात पुढे जात असताना प्रत्येक गोष्टीचं मनोचित्र साठवण्याचा एडीचा प्रयत्न होता. झोपड्या, रस्ते, जे समजेल

ते तो लक्षात ठेवत होता. पळून जाताना ही लहानसहान माहिती अति महत्त्वाची ठरणार होती. दूरवर कुठेतरी विमानाचा आवाज आला. अचानक एडीला दरदरून भीती वाटली. नैराश्याची लाट उचंबळल्यासारखं वाटलं. जेव्हा एखाद्या सैनिकाला पकडलं जातं तेव्हा मुक्तता आणि बांधिलकी यांमधलं जे अल्प अंतर असतं यामुळेच प्रत्येकाची आंतरिक घालमेल होते. चटकन उडी मारून त्या विमानाचा पंख धरता आला असता तर या चुकीपासून एडी पलायन करू शकला असता.

त्याऐवजी त्याला आणि त्याच्या सहसैनिकांना अशा प्रकारे कैदी म्हणून नेण्यात येत होतं. त्यांची मनगटं आणि घोटे बांधण्यात आले होते. बांबूंच्या झोपड्यांत त्यांना फेकून देण्यात आलं. खाली सगळीकडे निव्वळ माती होती. पुढचे कित्येक दिवस, आठवडे, महिने त्यांना तिथेच त्या अवस्थेत काढावे लागले. झोपायला चारा भरलेली पोती तेवढी होती. मातीच्या एका भांड्यात विधी उरकावे लागत. रात्र होताच शत्रुसैनिक त्या झोपडीत शिरून त्यांचं संभाषण ऐकत राहत. जसजसे दिवस लोटले तसतसं एडी आणि त्याच्या सहसैनिकांतले संवाद कमीकमी होत गेले. ते अतिशय अशक्त आणि दुर्बल होत गेले. सगळ्यांच्या बरगड्या दिसू लागल्या. सैनिक म्हणून नावनोंदणी करताना लठ्ठमुठ्ठ असलेला रॅबोइझ्झोदेखील हडकुळा झाला. जेवणाच्या नावावर त्यांना मीठ घातलेले भाताचे गोळे तेवढे मिळत. दिवसातून एकदा तपकिरी रंगाचा कुठलासा रस्सा त्यांच्या वाट्याला येई. त्याच्यावर चक्क गवत तरंगत असे. एका रात्री एडीने त्या रश्श्याच्या बाऊलमधून मेलेली गांधीलमाशी बाहेर काढली. तिचे पंख जागेवर नव्हते. इतरांनी त्या क्षणी खाणं थांबवलं.

७७ पकडलेल्या या कैद्यांचं नेमकं काय करावं हे शत्रूलाही समजत नव्हतं. संध्याकाळ झाली की शत्रुसैन्य आपल्या संगिनी घेऊन त्यांच्या समोर येत. पकडलेल्या अमेरिकनांच्या नाकाशी धारदार संगिनी आणून परदेशी भाषेत किंचाळत त्यांना काहीतरी विचारत. उत्तराची वाट पाहत. त्यातून काहीही निष्पन्न होत नसे.

एडीच्या माहितीप्रमाणे ते चौघं होते. कॅप्टनचंही तेच मत होतं. कुठल्यातरी मोठ्या तुकडीपासून ते वेगळे पडले होते. खऱ्या युद्धात असं अनेकदा होतं. जमेल तसा एक-एक दिवस ढकलत होते ते चौघं. त्यांचे चेहरे भकास आणि खप्पड होते. दाढीचे खुंट दिसून येत. त्या चौघांपैकी एक वयाने फारच लहान वाटत होता. दुसऱ्या एकाचे दात अतिशय वेडेवाकडे होते. एडीने तसे दात कधीच पाहिले नव्हते. कॅप्टनने त्या चौघांची नावं वेडा एक, वेडा दोन, वेडा तीन आणि वेडा चार अशी ठेवली होती.

''त्यांची नावं आपल्याला माहीत नाहीत,'' कॅप्टन म्हणाला होता. ''आपली नावं त्यांना समजावीत अशी आपली इच्छा नाही.''

कैदेत असल्यावरसुद्धा माणसं फार पटकन जुळवून घेतात. काही माणसं इतरांहून अधिक चांगलं जुळवून घेऊ शकतात. शिकागोहून आलेला तरुण, सडपातळ, बडबड्या मॉर्टन कुठूनही काही आवाज आला की घाबरत असे. हनुवटी खाजवत पुटपुटत असे, ''अरे बाप रे, अरे बाप रे, अरे बाप रे...'' शेवटी कोणीतरी त्याला गप्प बसवण्यासाठी ओरडत असे. स्मिटी हा एका लोहाराचा मुलगा होता. तो ब्रूकलिन इथून आला होता. सहसा तो गप्प बसलेला असे. पण काहीतरी गिळत असल्याप्रमाणे त्याच्या घशाची घोटी खालीवर होत असे. तो स्वतःचीच जीभ चावत असे हे एडीला पुढे समजलं.

रॅबोइझ्झो हा लाल केसांचा तरुण ऑरेगॉन इथल्या पोर्टलँडहून आला होता. जागेपणी तो फार निर्विकार चेहऱ्याने बसत असे. पण रात्री मात्र कित्येकदा ''मी नाही! मी नाही!'' असं किंचाळत उठत असे.

एडी मात्र कायम भानावर असे. मुठी घट्ट आवळून तो तासन्तास बसून राही. तरुणपणी बेसबॉल खेळण्यासाठी आतुर होता तो. त्याही वेळेस तो मुठी घट्ट करून वाट पाही. रात्री स्वप्नात तो पियरवर पोहोचे. डर्बी घोड्यांच्या मेरी-गो-राउंडजवळ तो असे. घंटी वाजेपर्यंत त्यावर एका वेळेस पाच जण गिरक्या घेत राहत. तो आपल्या मित्रांशी शर्यत लावी, किंवा भावाच्या मागे धावे, किंवा मागरिटच्या मागे धावे. मग त्याच्या स्वप्नातली माणसं बदलत. डर्बीच्या घोड्यांवर आता ते चार वेडे स्वार झालेले असत. त्याची थट्टा करत ते त्याला संगिनीने टोचत राहत.

एडी अतिशय संयमी होता. वर्षानुवर्षं पियरच्या विविध खेळण्याच्या फेऱ्या संपेपर्यंत, लाटा ओसरेपर्यंत, वडील त्याच्याशी संवाद साधेपर्यंत शांतपणे वाट पाहायला तो शिकला होता. पण त्याला बाहेर पडायचं होतं, त्याला सूड उगवायचा होता. दातओठ खात तो स्वतःचे हात एकमेकांवर आपटत असे. लहानपणापासून केलेल्या मारामाऱ्यांचा विचार तेवढा त्याच्या मनात घोळत राही. असंच एकदा त्याने कचराकुंडीच्या झाकणाने मारामारी करत दोन मुलांना हॉस्पिटलमध्ये पाठवलं होतं ते त्याला आठवे. शत्रुसैनिकांकडे बंदुका नसत्या तर त्यांचेही त्याने तसेच हाल केले असते असं चित्र तो मनोमन पाहत असे.

अचानक एका सकाळी त्या चार वेड्यांनी किंचाळत आणि संगिनी सरसावत कैद्यांना उठवलं. पुन्हा एकदा त्यांना बांधून टाकलं आणि एका झोपडीत नेलं. तिथे उजेड किंवा

लाइट नव्हते. जमीन थंडगार होती. लोखंडी बादल्या, घमेली आणि फावडी तेवढी दिसत होती.

''नक्कीच कोळशाची खाण,'' मॉर्टन म्हणाला.

౦౦ त्या दिवसापासून एडीला इतरांच्या बरोबरीने खाणीतला कोळसा काढण्याचं काम करावं लागलं. शत्रुसैन्याला लढण्यासाठी कोळशाची आवश्यकता होती. काही जण खणून काढत, काही गोळा करत, काही दगडी कोळशाचे तुकडे उचलत आणि काही ते तुकडे एकावर एक रचत. तिथे इतर अनेक कैदी होते. काही परदेशी होते. त्यांना इंग्लिश भाषा येत नव्हती. अतिशय निष्प्राण नजरेने ते एडीकडे पाहत. बोलण्याला मनाई होती. दर काही तासांनी कपभर पाणी तेवढं प्यायला मिळत असे. दिवसाच्या शेवटी प्रत्येक कैद्याचा चेहरा अत्यंत काळाकुट्ट झालेला असे. सतत पुढे झुकल्यामुळे मान आणि खांद्यांमधून असह्य कळा निघत असत.

कैदेत सुरुवातीचे काही महिने एडी मागरिटचा फोटो समोर ठेवून झोपत असे. त्याने तो आपल्या हेल्मेटमध्ये लपवला होता. प्रार्थना वगैरे करायची त्याला फारशी सवय नसली तरी तो काहीतरी प्रार्थना करत असे. या प्रार्थना त्याच्या त्यानेच तयार केल्या होत्या. एक-एक रात्र तो मोजून काढत होता. ईश्वराला विनवत होता, ''हे ईश्वरा, तू मला जर तिच्या बरोबर सहा दिवस काढू दिलेस तर मी तुला माझे हे सहा दिवस देऊ करेन... तिच्या बरोबर नऊ दिवस काढू दिलेस तर माझे इथले नऊ दिवस देऊ करेन... तिच्या बरोबर मला सोळा दिवस मिळू शकले तर इथले सोळा दिवस मी तुला देईन...''

असेच तीन महिने गेले. चौथ्या महिन्यात काहीतरी घडलं नक्की. रॅबोइझ्झोच्या त्वचेवर अतिशय वाईट चट्टे उमटले. त्याला

अतोनात जुलाब होऊ लागले. तो काहीही खाऊ शकला नाही.
त्या रात्री त्याला दरदरून घाम सुटला. त्याचे कपडे ओलेचिंब
झाले. अशातच त्याला पायजम्यातच शौचाला झाली. अंगावर
घालायला दुसरे कपडे नसल्यामुळे तो तसाच नागवा गोणीवर
झोपला. पुढे होत कॅप्टनने स्वतःची निजण्याची गोणी त्याच्या
अंगावर पांघरुणासारखी घातली. दुसऱ्या दिवशी खाणीत
उतरल्यावर उभं राहण्याची ताकद रॉबोइझ्झोमध्ये नव्हती. त्या चार
वेड्यांनी मात्र कुठलीही दयामाया दाखवली नाही. रॉबोइझ्झोची
कमी झालेली गती पाहून त्यांनी त्याला काठ्यांनी ढोसायला
सुरुवात केली. कोणत्याही परिस्थितीत कोळसा खरवडण्याचं
काम त्याने थांबवलेलं त्या चौघांना चालणार नव्हतं.

"त्याला एकटं सोडा," एडी गुरगुरला.

हे ऐकताच क्रमांक दोनच्या वेड्याने - त्या चौघांपैकी
सर्वांत क्रूर सैनिक - एडीला संगिनीच्या टोकाने भोसकलं.
एडी खाली कोसळला. त्याच्या खांद्यात असह्य कळ आली.
कोळशाचे काही तुकडे खरवडल्यावर रॉबोइझ्झो खाली
कोसळला. मघाच्याच वेड्याने पुन्हा एकदा किंचाळून त्याला
उठायला सांगितलं.

"तो आजारी आहे!" कसंबसं उठण्याचा प्रयत्न करत
एडी ओरडून म्हणाला.

क्रमांक दोनच्या वेड्याने त्याला पुन्हा खाली ढकललं.

"एडी, गप्प बस," मॉर्टन हळूच म्हणाला. "त्यात तुझंच
भलं आहे."

क्रमांक दोनच्या वेड्याने वाकून रॉबोइझ्झोकडे पाहिलं. त्याने
जबरदस्तीने त्याचे डोळे उघडून पाहिले. रॉबोइझ्झो कळवळला.
एखाद्या लहान बाळाशी बोलत असल्याप्रमाणे आवाज काढत वेडा
क्रमांक दोन मुद्दाम हसू लागला. "ओ, ओ!" असं म्हणून तो

परत हसू लागला. त्या सगळ्यांकडे पाहत, त्यांच्या नजरेला नजर देत, प्रत्येक जण आपल्याकडे पाहतो आहे याची खात्री करून घेत तो हसत सुटला. मग पुढच्या क्षणी कमरेचं पिस्तूल बाहेर काढून रॅबोइझ्झोच्या कानशिलात घुसवून त्याने सरळ चाप ओढला.

आपल्या शरीराचे दोन तुकडे होत आहेत की काय असं एडीला वाटलं. त्याच्या डोळ्यांची जळजळ होऊ लागली. त्याचा मेंदू बधिर झाला. बंदूक झाडल्याचा आवाज त्या खाणीत कितीतरी वेळ घुमत राहिला. वाहणाऱ्या रक्तात रॅबोइझ्झोचा चेहरा भिजत राहिला. मॉर्टनने दोन्ही हातांनी स्वतःचं तोंड दाबून धरलं. कॅप्टनची नजर खाली जमिनीवर खिळली. कोणीच जागचं हललं नाही. खाली पडलेल्या रॅबोइझ्झोच्या चेहऱ्यावर वेडा क्रमांक दोनने लाथेने कोळशाची धूळ उडवली. मग एडीला खुन्नस देऊन तो त्याच्या पावलांवर थुंकला. त्या कैद्यांप्रमाणेच खिळून उभ्या असलेल्या वेडा क्रमांक तीन आणि वेडा क्रमांक चार यांवर तो खेकसला. एक क्षणभर वेडा क्रमांक तीनने मान हलवली. तो काहीतरी पुटपुटला. कदाचित प्रार्थना असावी. त्याची नजर खाली झुकली होती. ओठांची जलद हालचाल होत होती. पुन्हा एकदा बंदूक दाखवत वेडा क्रमांक दोन ओरडला. आता मात्र वेडा क्रमांक तीन आणि वेडा क्रमांक चार सावकाश पुढे झाले. रॅबोइझ्झोचे पाय धरून त्यांनी त्याला त्या खाणीतून ओढत न्यायला सुरुवात केली. त्या मृत शरीरामागून रक्ताचा ओघळ वाहत होता. तिथल्या त्या काळ्या धुळीत तो सांडलेल्या तेलासारखा दिसत होता. एका कुऱ्हाडीच्या बाजूला भिंतीजवळ त्या दोघांनी तो देह टाकून दिला.

त्या दिवसानंतर एडीने प्रार्थना करणं थांबवलं. त्याने दिवस मोजणं थांबवलं. सगळ्यांच्या नशिबात हेच येण्याआधी इथून सुटका कशी करून घ्यायची याबद्दलच फक्त तो आणि

कॅप्टन बोलू लागले. शत्रू अगदी हताश झाला असल्यानेच अर्धवट मृतावस्थेत असलेल्या कैद्यांकडून कोळसा खणायचं काम करून घेत आहे असा अंदाज कॅप्टनने बांधला. रात्रीच्या वेळेस एडीला बॉम्ब पडल्याचे आवाज येत. दर रात्री ते आवाज नजीक येऊ लागले. परिस्थिती अजून हाताबाहेर गेली तर शत्रुसैनिक सगळ्याचा विध्वंस करून तिथून बाहेर निघून जातील असा कॅप्टनचा तर्क होता. कैद्यांना ठेवलेल्या कोठड्यांपलीकडे खणलेले खंदक कॅप्टनच्या नजरेस पडले होते. टेकडीच्या उतारावर जागोजागी तेलाची मोठी पिंपं रचण्यात आली होती.

‘‘सगळा पुरावा जाळून नष्ट करण्यासाठी हे तेल वापरण्यात येणार आहे,’’ कॅप्टन कुजबुजला. ‘‘ही मंडळी आपली थडगी खणत आहेत.’’

असेच तीन आठवडे गेले. ढगाळलेल्या आकाशात चंद्र अंधूक दिसत होता. तिसरा वेडा पहाऱ्यावर उभा होता. त्याच्या जवळ दोन मोठे दगड होते. जवळपास विटेच्या आकाराचा एक-एक दगड होता. कंटाळल्यामुळे तो त्या दगडांचं जगलिंग करण्याचा प्रयत्न करत होता. त्याला ते काही जमत नव्हतं. प्रत्येक वेळेस त्याच्या हातांतून ते दगड खाली पडत, वाकून तो ते उचले, परत उंच फेके, झेलण्याच्या प्रयत्नांत ते दगड परत खाली पडत. सतत आपटणाऱ्या त्या दगडांच्या आवाजाने त्रासून एडीने त्याच्याकडे पाहिलं. एडीचा चेहरा कोळशाच्या भुकटीने काळा पडला होता. त्याही अवस्थेत तो झोपण्याचा प्रयत्न करत होता. नेमका कसला आवाज आहे हे पाहण्यासाठी मोठ्या कष्टाने एडीने उठण्याचा प्रयत्न केला. अंधाराला डोळे सरसावल्यावर त्याला समोरचं दृश्य दिसलं. त्या क्षणी त्याच्या अंगात नवीन जीवन ऊर्जा वाहत असल्यासारखं त्याला वाटलं.

'कॅप्टन...' तो कुजबुजला. ''हल्ला करायला तयार आहात का?''

मान वर करत कॅप्टनने विचारलं, ''काय मनात आहे तुझ्या?''

''ते दगड पाहिलेत?'' एडीने पहारेकऱ्याकडे निर्देश करत विचारलं.

''त्याचं काय?'' कॅप्टनला लक्षात आलं नाही.

''मला जगल करता येतं,'' एडी पुन्हा कुजबुजला.

कॅप्टनने सरसावून विचारलं, 'काय?'

तोवर एडीने ओरडून त्या शिपायाचं लक्ष वेधून घेतलं होतं, ''ए, तू, चुकतं आहे तुझं!''

मग पंजे गोलाकार फिरवत तो पुढे म्हणाला, ''असं कर! अशा पद्धतीने करायला हवंस! आण इकडे!''

दोन्ही हात समोर करत तो म्हणाला, ''मला जगल करता येतं. आण ते इकडे.''

वेडा क्रमांक तीनने त्याच्याकडे सावधानतेने पाहिलं. सगळ्या रक्षकांपैकी हा एकच त्यातल्या त्यात बरा होता अशी एडीची भावना झाली. क्वचित कधीतरी वेडा क्रमांक तीन त्या कैद्यांसाठी ब्रेडचा एखादा तुकडा, त्या झोपडीला असलेल्या छोट्याशा भोकवजा खिडकीतून आत फेकत असे. पुन्हा एकदा पंजे गोलाकार फिरवत छानसं हसला. वेडा क्रमांक तीन त्याच्या दिशेने थोडा पुढे आला. मग तो साशंकतेने थांबला. मागे जाऊन त्याने आपली संगीन उचलली. मग पुन्हा पुढे येत त्याने ते दोन्ही दगड एडीच्या हातावर ठेवले.

''हे पाहा, असं करायचं,'' इतकं बोलून एडीने सहजतेने जगल करायला सुरुवात केली. वयाच्या सातव्या वर्षीपासून

त्याला ही कला अवगत होती. त्या सुमारास त्यांच्या पियरमध्ये एका इटालिअन माणसाचा जगल करण्याच्या खेळ होत असे. तो माणूस तर एका वेळेस सहा बशा जगल करू शकत असे. दगडगोटे, रबरी बॉल, हाताला लागेल त्या वस्तूने एडीने कैक तास सरावात घालवले होते. त्याचा हात चांगलाच बसला होता. पियरमधली बहुतेक सगळीच मुलं अशा प्रकारे जगल करू शकत.

आता इथे त्या सुरक्षारक्षकावर प्रभाव टाकण्यासाठी एडी दोन्ही दगड भराभर जगल करू लागला. एकदम थांबून हात पुढे करत तो म्हणाला, ''अजून एक दे.''

वेडा क्रमांक तीन गुरगुरला.

''*तीन* दगड समजलं का?'' असं म्हणत एडीने त्याच्या समोर तीन बोटं नाचवली. '*तीन!*'

एव्हाना मॉर्टन आणि स्मिटी उठून बसले होते. कॅप्टन हळूहळू जवळ सरकत होता.

''काय सुरू आहे?'' स्मिटी पुटपुटला.

''मला जर अजून एखादा दगड मिळाला ना तर मग बघ...'' एडीने तसंच पुटपुटत उत्तर दिलं.

आता वेडा क्रमांक तीनने झोपडीचा बांबूचा दरवाजा उघडून एडीला अपेक्षित असलेली कृती केली. त्याने इतर रक्षकांना हाक मारली. एक मोठा दगड घेऊन वेडा क्रमांक एक आत आला. त्याच्या पाठोपाठ वेडा क्रमांक दोन होताच. तो दगड त्याच्याकडून घेत एडीच्या हातात ठेवत वेडा क्रमांक तीन काहीतरी ओरडला. मग आपल्या दोघा दोस्तांकडे पाहून हसत त्याने एक पाऊल मागे घेतलं. एडीकडे बोट दाखवत तो काहीतरी म्हणाला. बहुतेक, ''पाहा आता गंमत!'' अशा आशयाचं तो बोलला असावा.

अगदी तालबद्ध हालचाली करत एडी एका पाठोपाठ एक तिन्ही दगड हवेत फेकू लागला, सहजतेने झेलू लागला. प्रत्येक दगड त्याच्या तळहाताएवढा होता. अगदी सहजतेने तो कार्निव्हलची धून म्हणू लागला. *"डा, डा-डा-डा डाऽऽऽऽ..."* त्यांच्यावर पातळ ठेवणाऱ्या सैनिकांना आता हसू फुटलं. एडीसुद्धा हसू लागला. कॅप्टन हसू लागला. खरं तर ते दोघं जबरदस्तीने हसत होते. त्यांना थोडा वेळ काढायचा होता.

गाण्याचे शब्द असल्यागत एडी म्हणाला, "जरा *ज-व-ळ या!*" एडी दाखवत असलेली करामत पाहण्यात रुची निर्माण झाल्याचं दाखवत मॉर्टन आणि स्मिटी हळूच पुढे झाले.

त्या सैनिकांना एडीच्या हस्तकौशल्याची मजा येऊ लागली होती. ते आरामात उभे राहिले. एडीने आवंढा गिळायचा प्रयत्न केला. अजून थोडा वेळ. पुढचा दगड त्याने हवेत उंच उचलला. तेवढ्या काळात त्याने हातातल्या दगडांची आदलाबदल केली. मग तिसरा दगड झेलला. पुन्हा एकदा त्याने हीच कृती केली.

न राहवून वेडा क्रमांक तीनने दाद दिली, 'अहाहा!'

"आवडलं का तुला?" एडीने त्याला विचारलं. आता त्याने मुद्दाम जगल करण्याची गती वाढवली होती. एक दगड जास्ती उंच फेकायचा, त्यावर इतरांचे डोळे कसे खिळत आहेत ते पाहायचं आणि तोंडाने, *"डा, डा-डा-डा डाऽऽऽऽ," असं म्हणायचं हा क्रम त्याने सुरू ठेवला. आता हळूच त्याने गाण्याची पुढची ओळ जोडली, "मी जेव्हा तीन म्हणेन, तेव्हा डा, डा-डा-डा डाऽऽऽऽ, कॅप्टनऽऽऽ डाऽऽऽऽवीकडच्या माणसाला..."*

वेडा क्रमांक दोनने संशयाने पाहिलं. पण प्रेक्षकांना हस्तचापल्यात रुची वाटेनाशी झाली की, जग्लर ज्या पद्धतीने रुबी पियर इथे प्रेक्षकांकडे पाहून हसत तसंच एडीसुद्धा त्या

तिघांकडे पाहून हसला. मग तो त्यांचं रंजन करू लागला, ''इकडे पाहा, इकडे पाहा, इकडे पाहा! या पृथ्वीवरचा सगळ्यात महान कार्यक्रम! इकडे पाहा, इकडे पाहा, इकडे पाहा!''

एडीने दगडं फेकायची आणि झेलायची गती अजूनच वाढवली. आता तो मोजू लागला, ''एक... दोन...'' पुढच्या वेळेस त्याने तिसरा दगड आधीपेक्षा जास्त उंचावला. त्या तिघा वेड्यांचे डोळे दगडाचा वेध घेत आकाशाकडे लागले.

नेमकी ही संधी साधत एडी ओरडला, 'हाणा!' हातातल्या उरलेल्या दोन दगडांपैकी एक दगड त्याने वेडा क्रमांक दोनच्या थोबाडावर अचूक नेम धरून भिरकावला. त्यामुळे त्या सैनिकाचं नाक फुटलं. तितक्यात हातात आलेला दुसरा दगड एडीने डाव्या हाताने वेडा क्रमांक एकच्या हनुवटीवर नेम धरून हाणला. तो खाली कोसळला. पुढच्या क्षणी कॅप्टन त्याच्या छाताडावर बसला. क्षणार्धात कॅप्टनने त्याच्या हातातली संगीन हिसकावून घेतली. हे सगळं पाहून वेडा क्रमांक तीन दिग्मूढ झाला. भानावर येत त्याने कमरेच्या पिस्तुलाला हात घातला. मॉर्टन आणि स्मिटी सरसावून उभं राहण्याच्या प्रयत्नांत असतानाच वेडा क्रमांक तीनने गोळ्या झाडायला सुरुवात केली. झोपडीचं दार खाड्कन उघडून वेडा क्रमांक चार आत आला. वर फेकलेला दगडही एव्हाना एडीच्या तळहातात आला होता. एडीने तो नेम धरून आत आलेल्या सैनिकाला मारला. जेमतेम इंचभराने नेम चुकला. तो सैनिक खाली बसला. कॅप्टन भिंतीशी संगीन घेऊन उभा होता. जराही विचार न करता संपूर्ण सामर्थ्यानिशी कॅप्टनने ती संगीन वेडा क्रमांक चारच्या बरगड्यांत खुपसली. कॅप्टनचा जोर इतका होता की त्या सैनिकाबरोबर तोही खाली कोसळला. एडीच्या शरीरात अॅड्रेनॅलिन धावून उसळलं. त्याने वेडा क्रमांक दोनवर झेप घेतली. पिटकिन अॅव्हेन्यू इथे मारामारी करताना कधीच दाखवला

नसेल असा जोर दाखवत त्याने त्या सैनिकाच्या चेहऱ्यावर ठोसा लगावला. बाजूला पडलेला एक दगड घेऊन त्याने तो पुन्हा पुन्हा त्या सैनिकाच्या डोक्यात हाणला. सैनिकाचं डोकं फुटून, कवटी दुभंगून, मेंदूचा अक्षरशः राडा झाला. एडीचे हात त्या रक्ताने, मांसाने आणि कोळशाच्या धुळीने अतिशय घाण जांभळ्या रंगात माखले. तेवढ्यात त्याला बंदुकीची गोळी झाडल्याचा आवाज आला. त्यासरशी त्याने सैनिकाचं डोकं धरून हाताची सगळी घाण त्याच्या कपाळाला पुसली. त्याने मान वर केली तेव्हा स्मिटी त्याच्या समोर उभा होता. त्याच्या हातात शत्रूचं पिस्तूल होतं. वेडा क्रमांक दोन जमिनीवर कोसळला होता. त्याच्या छातीतून रक्ताची धार वाहत होती.

''रॅबोइझ्झोचा बदला घेण्यासाठी,'' स्मिटी पुटपुटला.

अवघ्या काही मिनिटांत चारही सुरक्षारक्षक गतप्राण झाले.

७० इतके दिवस कैदी म्हणून वावरणारे ते चौघं अनवाणी पायांनी धावत सुटले. प्रत्येक जण रक्ताने माखला होता. त्यांच्या हडकुळ्या शरीरात होता नव्हता तेवढा जोर एकवटून ते धावत होते. कुठूनतरी बंदुकीच्या फैरी झडतील, कित्येक सैनिक आपल्यावर धावून येतील असं एडीला वाटलं होतं. पण तसं काही घडलं नाही. बाकीच्या झोपड्या रिकाम्या होत्या. खरं सांगायचं तर तो संपूर्ण कॅम्प रिकामा झाला होता. किती दिवसांपासून फक्त त्या चार वेड्यांच्या ताब्यात आपण होतो, असा प्रश्न एडीला पडला.

''बॉम्बफेक सुरू झाल्यानंतर बहुधा बाकीच्यांनी काढता पाय घेतला असावा,'' कॅप्टन म्हणाला. ''आपला शेवटचा गट असावा इथे.''

टेकडीच्या चढावावरच तेलाची पिंपं ठेवलेली होती. तिथून जेमतेम शंभर यार्डांवर कोळशाच्या खाणीचं प्रवेशद्वार होतं. बाजूलाच असलेल्या झोपडीत रोजच्या लागणाऱ्या वस्तू साठवलेल्या होत्या. तिथे कुणीही नाही याची खात्री करत मॉर्टन आत धावला. तो बाहेर आला तेव्हा त्याच्या हातात बरेच हातबॉम्ब होते. त्याशिवाय काही रायफली आणि हाताने केलेल्या दोन मशाली होत्या.

''चला, सगळं जाळून टाकू या,'' तो म्हणाला.

आज एडीचा जन्मदिन

"गुड लक! नेटाने लढ!" असं केकवर लिहिलेलं होतं. केकच्या एका बाजूच्या क्रीमवर कोणीतरी शब्द जोडले होते, "लवकर घरी ये – कम होम सून." परंतु निळ्या रंगात लिहिलेल्या त्या शब्दांची अक्षरं इतकी जवळ आली होती की 'सून'मधल्या दोन 'ओ'मधलं अंतर मिटून तिथे फक्त एक 'ओ' दिसत होता. त्यामुळे तो शब्द 'सन' (मुला) असा दिसत होता.

दुसऱ्या दिवशी निघताना एडी जे कपडे घालणार होता ते त्याच्या आईने आधीच धुवून, इस्त्री करून ठेवले होते. त्याच्या पलंगाजवळच्या कपाटाच्या हॅन्डलला तिने ते हँगरला लावून ठेवले होते. त्याखाली तिने त्याचे जोडेसुद्धा तयार ठेवले होते. स्वैपाकघरात एडी त्याच्या रोमानियाहून आलेल्या भावंडांना चिडवत होता. ती मुलं त्याच्या पोटात ठोसे लगवत होती. एडीने आपले दोन्ही हात पाठीशी बांधले होते. तितक्यात, स्वैपाकघरातून दिसणाऱ्या पॅरिशिअन करोझलकडे एकाने बोट दाखवलं. संध्याकाळ होत आली होती. येणाऱ्या प्रेक्षकांसाठी तिथे लायटिंग केल्याचं दिसत होतं.

'घोडे!' एडीचा एक चुलत भाऊ ओरडला.

समोरचं दार उघडलं. आत आलेल्या व्यक्तीचा आवाज ऐकून एडीच्या काळजाचा ठोका चुकला. आजही त्या

आठवणीने त्याच्या काळजाचा ठोका तसाच चुकला. हा आपला दुबळेपणा आहे का? युद्धावर जाताना आपण तो बाजूला ठेवायला हवा का? असे प्रश्न एडीला पडले.

"एडी, हाय," आत येत मागरिटने म्हटलं.

पुढच्या क्षणी ती स्वैपाकघराच्या दाराशी येऊन उभी राहिली. किती सुंदर दिसत होती ती! एडीला हृदयात परिचित कळ जाणवली. पावसाच्या पाण्याने ओले झालेले केस तिने झटकले. एडीकडे पाहून ती हसली. तिच्या हातात एक छोटासा बॉक्स होता.

तो समोर करत ती म्हणाली, "तुझा आज वाढदिवस... शिवाय उद्या तू निघणार... मी तुझ्यासाठी भेटवस्तू आणली आहे. "

ती पुन्हा हसली. एडीला तिला घट्ट मिठीत घ्यावंसं वाटलं. आपला ऊर फुटेल की काय असंही त्याला वाटलं. त्या बॉक्समध्ये काय भेटवस्तू असेल याची त्याला पर्वा नव्हती. तो बॉक्स धरून समोर उभ्या असलेल्या मागरिटला तेवढं तो आठवणीत साठवू पाहात होता. सहसा, तिच्या बरोबर असताना एडीला प्रत्येक क्षण गोठवून चिरकालीन करावासा वाटे.

"काय भारी आहे," तो म्हणला.

ती हसून म्हणते, "अजून तर तू उघडून पाहिलंसुद्धा नाहीस."

"ऐक ना!" असं म्हणून तो तिच्या नजीक जातो. "तुला असं –"

'एडी!'बाजूच्या खोलीतून त्याला कोणीतरी जोरात हाक मारतं. "ये इकडे आणि मेणबत्त्यांवर फुंकर मारून केक काप."

"हो ना! आम्हाला खूप भूक लागली आहे!"

''अरेच्चा! जरा गप की!''

''नाही, नाही, खरंच भूक लागली आहे.''

त्यानंतरचा वेळ केक खाण्यात, बियर पिण्यात, सिगार ओढण्यात आणि एडीला यश चिंतण्यात गेला. अचानक एडीच्या आईला रडू आलं मग तिने 'जो'ला घट्ट मिठी मारली. आपलं पाऊल सपाट आहे अशी सबब सांगून 'जो'ने युद्धावर जाण्याचं टाळलं होतं.

वाढदिवसाची पार्टी संपल्यावर रात्री उशिरा एडी मागरीटला सोडायला बाहेर पडला. तिथल्या त्या फळकुटांच्या रस्त्यावरून ती दोघं चालू लागली. रस्त्याच्या दुतर्फा असलेल्या प्रत्येक दुकान मालकाचं आणि खेळ सादर करणाऱ्यांचं नाव एडीला माहीत होतं. सगळ्यांनी त्याला शुभेच्छा दिल्या. काही वृद्ध स्त्रियांच्या डोळ्यांत अश्रू तरारले. त्यांची मुलं आधीच युद्धावर गेली असणार असा तर्क एडीने लढवला. तो आणि मागरीट वेफर्सचे पुडे विकत घेतात. एका छोट्याशा पांढऱ्या पिशवीत ठेवलेले वेफर्स बाहेर काढताना त्यांची बोटं एकमेकांना उत्तेजित करतात. छोटी छोटी नाणी टाकून करमणूक करण्याच्या पेनी आर्केडपाशी आल्यावर एडी एक खेळ खेळतो. त्याने सोडलेला बाण पहिल्यांदा 'दमबाजी' त्यानंतर 'निरुपद्रवी' मग 'सौम्य' आणि शेवटी 'जबरदस्त'' अशा शब्दांपलीकडे जातो.

''खरोखरंच चांगला सशक्त आहेस तू,'' मागरीट म्हणते.

'जबरदस्त,' एडी उत्तर देतो.

रात्र उलटते. सिनेमात दाखवल्याप्रमाणे ती दोघंही हातात हात घालून रेलिंगवर रेलतात. दूर रेतीवर कुणा एका भिकाऱ्याने छोटीशी शेकोटी पेटवलेली त्यांना दिसते. त्या शेकोटीत तो लहानमोठ्या काटक्या आणि फाटक्या चिंध्या टाकताना त्यांना दिसतं. शेकोटीची ऊब त्याला रात्रभर पुरणार असते.

अचानक मागरिट म्हणते, ''माझी वाट पाहा असं तू मला
सांगायची गरज नाही.''

एडी आवंढा गिळतो.

''नको म्हणू?''

ती मान हलवते.

एडी हसतो. गेले कित्येक तास नेमका हाच प्रश्न त्याला
विचारायचा होता. पण आता तो विचारायची आवश्यकता
उरत नाही. अचानक त्याला वाटतं, त्याच्या हृदयातून सपकन
एक दोर सुटला असून तिच्या खांद्यांभोवती त्या दोराने वेढा
घातला असून तिला त्याच्या अगदी निकट आणलं आहे, ती
त्याची झाली आहे. त्या क्षणी तिच्याबद्दल त्याला अतोनात
प्रेम वाटतं. इतकं प्रेम तो कधीही कोणावर करू शकेल असं
त्याला वाटलं नव्हतं.

पावसाचा एक थेंब एडीच्या कपाळावर पडतो. मग दुसरा
थेंब. आभाळ भरून आलेलं असतं.

'ए जबरदस्त?' मागरिट म्हणते. ती हसते पण तिची मान
खाली जाते. पापण्यांची फडफड करत ती पाणी झटकण्याचा
प्रयत्न करते. ते पावसाचे थेंब आहेत की अश्रू हे मात्र एडीला
सांगता येत नाही.

''स्वतःला मरू देऊ नकोस, ठीक आहे?'' इतकंच ती
म्हणते.

༄

७७ कैदेतून सुटलेला सैनिक सहसा संतप्त असतो. गमावलेले कित्येक दिवस आणि रात्री, सोसलेला छळ आणि भोगावी लागलेली मानहानी – या साऱ्यांमुळे सुडाची तीव्र भावना त्याच्या मनात उभरते. त्यायोगे झालेल्या अन्यायाचा बदला घेता येईल असं त्याला वाटतं.

म्हणून मॉर्टन जेव्हा त्या झोपडीतून दारूगोळा आणि बंदुका घेऊन बाहेर आला आणि म्हणाला, ''चला, जाळून टाकू या सगळं,'' तेव्हा कुणी नाही म्हणण्याचा प्रश्न उद्भवला नाही. नव्याने त्या चौघांच्या हातात नियंत्रण आलं होतं. शत्रूच्या दारूगोळ्यासह ते सगळे विखुरले. खाणीच्या तोंडाकडे स्मिटी रवाना झाला. मॉर्टन आणि एडी तेलाच्या पिंपांच्या दिशेने निघाले. तिथून बाहेर पडण्यासाठी एखादं वाहन मिळेल का याचा शोध घ्यायला कॅप्टनने सुरुवात केली.

''पाच मिनिटं, त्यानंतर सगळे मला इथे हवेत,'' असा हुकूम द्यायला तो विसरला नाही. ''कोणत्याही क्षणी बॉम्बफेक सुरू होईल. त्याआधी आपण इथून बाहेर पडायलाच हवं. आलं का लक्षात? फक्त पाच मिनिटं!''

जवळपास सहा महिने जिथे त्यांचं वास्तव्य होतं ती जागा उद्ध्वस्त करायला पाच मिनिटंसुद्धा पुरली. काही हातबॉम्ब खाणीत टाकून स्मिटीने तिथून काढता पाय घेतला. एडी आणि मॉर्टनने तेलाची दोन पिंपं घरंगळवत त्या झोपड्यांपाशी आणली. मग एक-एक करत ते उघडून हातातल्या त्या नव्या मशालींनी पेटवून दिली. पाहता पाहता आग पसरली.

“टाक सगळं जाळून!” मॉर्टन किंचाळला.

“टाक जाळून!” एडीने तितक्याच उत्कटतेने साथ दिली.

तेवढ्यात खाणीत फेकलेल्या हातगोळ्यांचा स्फोट झाला. प्रवेशद्वारातून धुराची काळी वेटोळी बाहेर पडू लागली. स्मिटीचं काम झाल्यामुळे तो ठरलेल्या जागी पळत सुटला. मॉर्टनने तेलाचं पिंप लाथेने झोपडीत ढकललं आणि त्यासरशी आगीचा अजूनच भडका उडाला.

तिरस्कारयुक्त नजरेने तो नजारा पाहणाऱ्या एडीने शेवटच्या झोपडीकडे मोर्चा वळवला. इतर झोपड्यांच्या तुलनेत ती जरा मोठी होती. जणू एखादं कोठार असावं. हातातलं शस्त्र त्याने उचललं. *आता सगळं संपलं आहे*, त्याने स्वतःलाच सांगितलं. *सगळं संपलं!* गेले कित्येक आठवडे आणि महिने संपले होते. त्या हरामखोर माणसांचा, माणूसही म्हणता येणार नाही अशा हैवानांचा शेवट झाला होता. त्यांचे ते गलिच्छ दात आणि हाडं निघालेले चेहरे आता दिसणार नव्हते. एडी आणि त्याच्या साथीदारांच्या अन्नामध्ये पुन्हा मेलेल्या गांधीलमाशा सापडणार नव्हत्या. आपल्या वाट्याला पुढे काय येणार हे जरी एडीला माहीत नव्हतं तरी आजवर त्या सगळ्यांनी सोसलेल्या छळाहून अधिक वाईट काय असणार असा विचार त्याच्या मनात आला.

एडीने बंदुकीचा चाप ओढला. *सुंऽऽऽऽऽ!* आगीचा पुन्हा भडका उडाला. बांबू वाळलेला असल्यामुळे अक्षरशः काही सेकंदांत ती जागा केशरी पिवळ्या ज्वालांनी वेढली गेली. दूरवर कुठेतरी इंजीन सुरू झाल्याचा आवाज एडीच्या कानांनी टिपला. तिथून पळून जाण्यासाठी कॅप्टनला एखादं वाहन सापडलं असेल अशी आशा एडीच्या मनात जागली. अचानक आकाशातून बॉम्बफेक होत असल्याचे आवाज त्याला ऐकू आले. गेल्या कित्येक रात्री हे आवाज सतत ऐकू

येत होते. आता ते अधिक जवळून येऊ लागले. त्या विमानात जे कोणी असतील त्यांना आगीच्या ज्वाळा दिसल्याशिवाय राहणार नाहीत याची जाणीव एडीला झाली. ते विमान त्यांच्या देशाचं असलं तर काही प्रश्न उद्भवणार नव्हता. त्यांची सुटका होणार होती. कदाचित एडी आपल्या घरी जाऊ शकणार होता. पेटलेल्या त्या झोपडीकडे त्याने पुन्हा वळून पाहिलं...

ते काय होतं?

त्याने डोळ्यांची उघडझाप केली.

ते काय होतं?

उघड्या दारातून काहीतरी आत डोकावल्यागत एडीला वाटलं. डोळे बारीक करून त्याने अंदाज घेण्याचा प्रयत्न केला. आगीची झळ चांगलीच वाढली होती. मोकळा हात त्याने डोळ्यांवर ठेवला. त्याची खात्री नव्हती पण एखादी लहानखुरी आकृती त्या आगीतून आत डोकावल्यागत त्याला वाटलं.

'एऽऽऽ,' बेंबीच्या देठापासून किंचाळत एडीने हातातली बंदूक खाली करत पुढे पाऊल टाकलं. "अरे ए!" त्या झोपडीचं छत कोसळू लागलं. सर्वदूर ठिणग्या उडत होत्या, ज्वाळा उसळत होत्या. एडी घाईने दोन पावलं मागे आला. त्याच्या डोळ्यांतून पाणी वाहू लागलं. कदाचित एखादी सावली असावी ती.

"एडी! ताबडतोब मागे फिर!"

तो मॉर्टन होता. एडीने आपल्या बरोबर यावं म्हणून तो हातवारे करत होता. एडीच्या डोळ्यांची जळजळ होऊ लागली. त्याला श्वास घेणं कठीण झालं. झोपडीच्या दाराकडे बोट दाखवत तो जोरात ओरडला, "तिथे काहीतरी आहे असं मला वाटत आहे."

कानाशी हात ठेवून मॉर्टनने विचारलं, 'काय?'

''कुणीतरी... आहे... तिथे!''

मॉर्टनने गदागदा मान हलवली. त्याला अवाक्षरही ऐकू येत नव्हतं. पुन्हा एकदा एडीने वळून त्या झोपडीकडे पाहिलं. तिथे काहीतरी सजीव असल्याची त्याची खात्रीच पटली होती. लहान बाळाएवढी ती आकृती त्या झोपडीत रांगत होती. गेल्या दोन वर्षांत एडीने मोठ्या पुरुषांव्यतिरिक्त कोणालाही पाहिलं नव्हतं. ती लहानशी सावली पाहून त्याला अचानक पियर इथे असलेल्या त्याच्या लहानशा चुलत भावंडांची आठवण आली. तिथे एडी देखभाल करत असलेल्या लिट्ल फोक्स मिनिएचर रेल्वेची आठवण आली. त्याला रोलर कोस्टर्स आठवले. समुद्रकिनारी बागडणारी मुलं आठवली. मागरिट आणि तिचा फोटो आठवला. गेले कित्येक महिने मनातून दूर केलेली आठवण जागी झाली.

''अरे ए! बाहेर निघ!'' हातातली मशाल खाली फेकून झोपडीच्या दिशेने पुढे होत तो पुन्हा किंचाळला, ''हे बघ, मी तुझ्यावर गोळी झाडणार नाही –''

तितक्यात कुणीतरी त्याच्या खांद्यावर हात ठेवत त्याला मागे ओढलं. मूठ घट्ट आवळत एडी वळला. तो मॉर्टन होता. त्याने म्हटलं, ''एडी! आपल्याला या क्षणी इथून निघायला हवं!''

एडीने मानेने नकार देत म्हटलं, ''नाही–नाही–थांब–थांब–थांब, मला वाटतं तिथे आत कुणीतरी आहे –''

''अरे तिथे कुणीही नाही! नीघ आत्ताच्या आत्ता.''

एडी उतावीळ झाला. तो पुन्हा एकदा झोपडीच्या दिशेने वळला. मॉर्टनने पुन्हा एकदा त्याला करकचून पकडलं. आता मात्रा गर्रकन वळत एडीने मॉर्टनच्या छातीवर गुद्दा हाणला. मॉर्टन गुडघ्यावर कोसळला. एडीच्या डोक्यात घणाचे घाव

पडत होते. संतापाने त्याचा चेहरा पिळवटला होता. अर्धमिटल्या डोळ्यांनी त्याने पुन्हा ज्वाळांच्या दिशेने मोर्चा वळवला. *तिथे. तिथेच होतं का? भिंतीमागे गेलं का? तिथे?*

डोळ्यांसमोर धडाडलेल्या त्या आगीत एखादा निरागस जीव नक्कीच होरपळून मरणार अशी खात्री झाल्याने त्याने पुढे पाऊल टाकलं. पुढच्या क्षणी सगळं छत कडकड आवाज करत खाली कोसळलं. एडीच्या डोक्यावर ठिणग्यांचा वर्षाव झाला.

त्या एका क्षणात सगळं युद्ध त्याच्या अंतरंगातून बाहेर फेकलं गेलं. जणू घशातून बाहेर पडणारं पित्त. कैद झाल्यामुळे तो त्रासला होता, हत्यांमुळे तो त्रासला होता, कपाळावर वाळलेल्या रक्तमांसाच्या चिखलामुळे तो त्रासला होता, बॉम्बफेकीमुळे तो त्रासला होता, आगीमुळे तो त्रासला होता, सगळ्या निरर्थकतेमुळे तो त्रासला होता. त्या क्षणी त्याला काहीतरी वाचवायची इच्छा होती. कदाचित तो रॅबोझ्झोचा एखादा तुकडा असू शकत होता. कदाचित तो त्याच्या स्वतःचाच एखादा हिस्सा असू शकत होता. काहीतरी... काहीतरी वाचवायचं होतं त्याला. डगमगत्या पायांनी तो तसाच आगीच्या दिशेने पुढे झाला. आतल्या प्रत्येक काळ्याकभिन्न छायेत कुणीतरी आत्मा आहे याची खात्री त्याला पटली होती. डोक्यावर विमानांची घरघर आणि बंदुकीतून सुटणाऱ्या गोळ्यांचा आवाज ऐकू येत होता.

त्या संमोहित अवस्थेत एडी पुढे झाला. तेलाचं जळतं थारोळं त्याने ओलांडलं. त्याचे कपडे मागच्या बाजूने पेटले. त्याची पिंडरी आणि मांडी आगीने लपटली गेली. दोन्ही हात उंचावत तो मोठ्यांदा ओरडला,

''मी तुला मदत करेन! बाहेर नीघ! मी गोळी चालवणार ना–''

अगदी त्याच क्षणी एडीच्या पायातून तीव्र कळ गेली. जीव खाऊन किंचाळत तो जमिनीवर कोसळला. त्याच्या गुडघ्याखाली रक्ताची धार लागली होती. विमानांच्या इंजिनांचा आवाज येत होता. आकाशात निळा उजेड चमकू लागला होता.

रक्ताळलेल्या आणि पेटलेल्या अवस्थेत तो तिथे तसाच पडून राहिला. भाजून काढणारी ती उष्णता सहन न होऊन त्याने डोळे मिटून घेतले. आयुष्यात पहिल्यांदाच तो मरणासाठी तयार झाल्याचं त्याला जाणवलं. तितक्यात कुणीतरी मागच्या बाजूने त्याला खेचायला सुरुवात केली. मातीतून, धगधगत्या आगीतून कुणीतरी त्याला ओढून नेत होतं. प्रतिरोध करण्याइतकं त्राणही त्याच्यात नव्हतं. तो अवाक झाला होता. एखाद्या पोत्याप्रमाणे तो ओढला जात होता. काही क्षणांत तो एका वाहनात होता. बाकीचे सगळे त्याच्या भोवती होते. ''धीर धर'' असं त्याला सांगत होते. त्याची पाठ चांगलीच भाजून निघाली होती. गुडघा बधिर झाला होता. तो अतिशय थकला होता. हळूहळू त्याला गुंगी येऊ लागली.

༄ ते शेवटचे क्षण आठवल्यानंतर कॅप्टनने सावकाश मान डोलावली.

''तू तिथून बाहेर कसा पडलास हे तुला आठवतं का?'' कॅप्टनने विचारलं.

''तितकंसं नाही,'' एडीने उत्तर दिलं.

''चांगले दोन दिवस लागले. तुझी शुद्ध सतत हरपत होती. फार रक्तस्राव झाला होता.''

''शेवटी आपण बाहेर पडलो तिथून,'' एडी म्हणाला.

''होऽऽऽ,'' कॅप्टनने प्रदीर्घ उत्तर देत मोठा सुस्कारा सोडला. ''बंदुकीची ती गोळी तुला चांगलंच जायबंदी करून गेली.''

प्रत्यक्षात ती गोळी पूर्णपणे कधीच काढता आली नव्हती. एडीच्या अनेक मज्जातंतू आणि स्नायुबंधांना छेदून ती हाडात घुसली होती. त्यामुळे हाड दुभंगलं होतं. दोन वेळा एडीवर शस्त्रक्रिया करण्यात आली होती. पण त्याच्या समस्येचं निराकरण होऊ शकलं नव्हतं. त्याला आयुष्यभर लंगडावं लागेल असं डॉक्टरांनी सांगितलं होतं. वाढत्या वयाबरोबर हाडांची झीज होत गेली की एडीचा त्रासही वाढणार होता. ''आम्ही सर्वतोपरी प्रयत्न केले आहेत,'' असं डॉक्टरांनी त्याला सांगितलं होतं. खरंच केले होते का? कुणी सांगावं? आपल्याला एका मेडिकल युनिटमध्ये जाग आली आहे आणि तिथून पुढे आपलं आयुष्य कधीही पूर्वीसारखं असणार नाही एवढं त्याला समजलं होतं. त्याचं धावणं बंद झालं होतं. नृत्य करणं बंद झालं होतं. सगळ्यांत वाईट काय घडलं असेल तर त्याच्या भावना संपल्या होत्या. त्याने सगळ्यांतून अंग काढून घेतलं होतं. सारं काही त्याला निरर्थक वाटू लागलं होतं. युद्ध एडीच्या शरीरात, त्याच्या पायात आणि आत्म्यात शिरलं होतं. एका सैनिकाच्या भूमिकेत एडी खूप काही शिकला होता. घरी परतलेला एडी कोणी दुसराच होता.

౧౧ ''तुला माहीत आहे का,'' कॅप्टन बोलू लागला, ''माझ्या घरात आधीच्या तीन पिढ्या सैन्यात होत्या.''

एडीने खांदे उडवले.

''हो. वयाच्या सहाव्या वर्षी पिस्तूल कसं चालवायचं हे मला ठाऊक होतं. रोज सकाळी माझे वडील माझं अंथरूण तपासून पाहायचे. चादरीचा प्रत्येक कोपरा अगदी व्यवस्थित खोचला आहे की नाही हे ते प्रत्यक्ष पाहत. जेवतानासुद्धा 'हो सर, नाही सर' याशिवाय कुठलाही शब्द उच्चारलेला चालत नसे त्यांना. मी सैन्यात दाखल होण्याआधीपासूनच हुकूम

ऐकत होतो. सैन्यात दाखल होताच मी स्वतः तसेच हुकूम
देऊ लागलो.

"युद्ध सुरू नव्हतं तेव्हाची गोष्ट वेगळी होती. खूप हुशार
माणसं सैन्यात दाखल झाली. युद्ध सुरू झालं तेव्हा नवनवीन
माणसं येत राहिली. तुझ्यासारखी मुलं मोठ्या संख्येने सैन्यात
दाखल होऊ लागली. प्रत्येक जण मला सलाम करत होता.
काय करावं, काय नाही याचा हुकूम माझ्याकडून कधी मिळतो
याची वाट पाहत होता. त्यांच्या डोळ्यांतली भीती मला दिसत
असे. युद्धाबद्दल मला काहीतरी विशेष माहिती असावी अशी
त्यांची वागणूक असे. या सगळ्यांतून मी त्यांना जिवंत ठेवेन
असा विचार ते करत. तूही तसाच केलास, नाही का?"

कॅप्टनचं बोलणं खरं होतं हे एडीला मान्य करावं लागलं.

कॅप्टनने दोन्ही हातांनी आपली मान चोळली. "अर्थातच,
मी तसं करू शकत नव्हतो. मलासुद्धा दुसऱ्या कोणाचेतरी
हुकूम पाळावे लागत होते. तरीसुद्धा मी तुम्हा सगळ्यांना
जिवंत ठेवू शकत नसलो तरी निदान तुम्हा सर्वांना एकत्र तरी
ठेवू शकेन असा विचार माझ्या मनात होता. तशा महाभयंकर
युद्धात आपण सापडलो असताना एखादी छोटी कल्पनासुद्धा
आपल्याला विश्वास ठेवण्यासाठी पुरेशी ठरते. तशी एखादी
कल्पना समोर आली की, आपण तिला जिवाच्या कराराने
धरून ठेवतो. खंदकात जीव मुठीत घेऊन बसलेला सैनिक
गळ्यातला क्रॉस जसा घट्ट धरेल अगदी तसंच.

"कुणीही मागे राहणार नाही असं मी तुम्हाला रोज सांगत
होतो. माझ्यासाठी तीच ती छोटी कल्पना होती. "

एडीने मान डोलावत म्हटलं, "फार उपयुक्त होती ती."

थेट त्याच्याकडे पाहत कॅप्टन म्हटला, "मीही तशी
आशा करतो."

वरच्या खिशात हात घालून दुसरी सिगरेट काढत कॅप्टनने ती शिलगावली.

''असं का म्हणता तुम्ही?'' एडीने विचारलं.

एक झुरका घेऊन धूर सोडत कॅप्टनने सिगरेटच्या टोकाने एडीच्या पायाकडे निर्देश केला.

''कारण, तुझ्यावर गोळी झाडणारा मीच होतो.''

๏๏ झाडाच्या फांदीवरून लोंबकळणाऱ्या पायाकडे एडीने पाहिलं. अचानक शस्त्रक्रियेचे व्रण तिथे दिसू लागले होते. असह्य वेदना जाणवू लागल्या. मरणापूर्वी न जाणवलेल्या काही भावना जाग्या झाल्या. खरं तर, अनेक वर्षांत त्याला त्या भावना जाणवल्या नव्हत्या. अत्यंत तीव्र स्वरूपाचा संतापाचा लोट त्याच्या शरीरातून बाहेर पडला. कुणालातरी दुखवावं, इजा करावी असं त्याला वाटू लागलं. नजर बारीक करून त्याने कॅप्टनकडे रोखून पाहिलं. नेमकं काय घडणार आहे याची कल्पना असल्याप्रमाणे कॅप्टन त्याच्याकडे निर्विकारपणे पाहत होता. त्याने आपल्या हातातली सिगरेट खाली पडू दिली.

''होऊन जाऊ दे,'' कॅप्टन कुजबुजला.

जोरात किंचाळत एडीने स्वतःला कॅप्टनच्या अंगावर झोकून दिलं. दोघंही झाडाच्या फांदीवरून निसटून, पानांतून आणि वेलींतून सरकत सरकत खाली आदळले.

๏๏ ''का? हरामखोरा! किती हरामखोर आहेस! तू? का?''

खालच्या चिखलात आता ते हाणामारी करत होते. कॅप्टनच्या उरावर बसत एडीने त्याच्या चेहऱ्यावर ठोसे हाणायला सुरुवात केली. कितीही मारलं तरी कॅप्टनच्या शरीरातून रक्ताचा थेंबही बाहेर आला नाही. त्याची कॉलर धरून

एडीने त्याला गदागदा हलवलं, त्याचं डोकं खालच्या मातीत थडाथड आपटलं. कॅप्टनच्या डोळ्याची पापणीसुद्धा लवली नाही. एडीच्या आघातासरशी तो निव्वळ इकडून तिकडे होत होता. एडीच्या संतापाला मोकळं होण्यासाठी वाट देत होता. सरतेशेवटी एका हाताने एडीला धरून त्याने त्याला उलटं केलं.

'कारण,' अतिशय शांत स्वरात तो बोलू लागला. त्याचं कोपर एडीच्या छातीशी होतं. ''त्या आगीत आम्ही तुला गमावून बसलो असतो. तू मेला असतास. तुझी वेळ आली नव्हती.''

धापा टाकत एडीने विचारलं, ''माझी वेळ?''

कॅप्टन पुढे बोलू लागला, ''त्या झोपडीत शिरण्याच्या कल्पनेने तू झपाटला होतास. मॉर्टनने तुला थांबवण्याचा प्रयत्न केला तर तू त्याला इतक्या जोरात मारलंस की तो तिथेच मरायचा. तुला तिथून बाहेर काढण्यासाठी आमच्या हातात अवघं एक मिनिट होतं. तुझ्यात असलेली ताकद लक्षात घेता तुझ्याशी दोन हात करणं फार कठीण होतं.''

परत एकदा एडीच्या तनामनात संतापाची लाट उठली. कॅप्टनच्या शर्टाची कॉलर धरून त्याने त्याला जवळ खेचलं. कॅप्टनचे तंबाखूने पिवळे पडलेले दात एडीला दिसले.

''माझा... पाऽऽऽऽय!'' दात ओठ खात एडी म्हणाला. ''माझं *आयुष्य!*''

''मी तुझा पाय हिरावून घेतला खरा,'' अत्यंत शांत स्वरात कॅप्टन म्हणाला, ''पण तुझं आयुष्य वाचवण्यासाठी.''

कॅप्टनला सोडून देत एडी मागच्या मागे कोसळला. त्याला अतिशय थकवा जाणवू लागला. त्याच्या हातांतून कळा येत होत्या. त्याचं डोकं गरगरत होतं. तो एक क्षण, ती एक चूक... त्याचं संपूर्ण आयुष्य बदललं होतं. गेली कित्येक वर्षं त्या क्षणाने त्याला पछाडलं होतं.

"त्या झोपडीत कुणीही नव्हतं. मी नेमका काय *विचार* करत होतो. मी जर तिथे गेलो नसतो तर..." त्याचे पुढचे शब्द जेमतेम ऐकू आले, "मी *मेलो* का नाही?"

"कुणीही मागे राहणार नाही, आठवतंय ना?" कॅप्टनने विचारलं. "त्या क्षणी तुझं जे काही झालं होतं ते मी त्यापूर्वीही पाहिलं होतं. अनेकदा सैनिक एका विशिष्ट बिंदूपाशी पोहोचतो. तिथून तो पुढे जाऊच शकत नाही. कधीकधी मध्यरात्री अशी वेळ येते. सैनिक आपल्या तंबूतून बाहेर पडून, अनवाणी पायांनी, अर्धवट कपड्यांत चालत सुटतो. जणू पुढच्या कोपऱ्यावर त्याचं घर असतं आणि तो त्या घराकडे निघालेला असतो.

"कधीकधी ऐन युद्धात असा क्षण येतो. हातातली बंदूक टाकून देत सैनिकाचे डोळे भकास होतात. त्या वेळी त्याचं जगून संपलेलं असतं. तो पुढे युद्ध करू शकत नाही. सहसा अशा परिस्थितीत त्याला कोणाच्यातरी गोळीला बळी पडावं लागतं.

"तुझ्याही बाबतीत असंच काहीसं झालं. त्या जागेतून आपण जवळजवळ बाहेर पडलोच होतो. नेमकं एक मिनिटभर आधी त्या झोपडीसमोर ती आग पाहून तुझी तशी अवस्था झाली होती. मी तुला जिवंत जळू देऊ शकत नव्हतो. त्याऐवजी पायाला झालेली जखम भरून येईल असा विचार मी केला. आम्ही सगळ्यांनी मिळून तुला तिथून बाहेर काढलं. त्यानंतर इतरांनी तुला मेडिकल युनिटमध्ये दाखल केलं."

छातीवर घण आदळल्यागत एडीचा श्वासोच्छ्वास फुलला होता. चिखल आणि झाडांच्या पानांनी त्याचं डोकं माखलं होतं. कॅप्टनच्या वाक्याचा शेवटचा भाग लक्षात यायला त्याला मिनिटभराचा अवधी लागला.

'इतरांनी?' एडीने विचारलं. "'*इतरांनी*' म्हणजे?"

उठून उभं राहत कॅप्टनने पायाला चिकटलेली बारकीशी काटकी झटकली.

"त्यानंतर पुन्हा कधी तू मला पाहिलंस का?'' त्याने विचारलं.

एडीने कॅप्टनला पाहिलं नव्हतं. तिथून त्याला हेलिकॉप्टरने मिलिटरी हॉस्पिटलमध्ये दाखल करण्यात आलं होतं. तो अपंग झाल्याने सरतेशेवटी त्याला सैन्यातून मुक्त करण्यात आलं होतं. विमानाने त्याला घरी अमेरिकेला पोहोचवण्यात आलं होतं. अनेक महिन्यांनी त्याच्या कानांवर बातमी आली होती की कॅप्टन आता या जगात नाही. कुठल्यातरी दुसऱ्या पथकाबरोबर दुसऱ्या एका चकमकीत कॅप्टन ठार झाला असावा असा एडीने तर्क लढवला होता. नंतर कधीतरी पोस्टाने एडीला एक पत्र आलं होतं. त्यामध्ये पदकसुद्धा होतं. एडीने ते कधीच उघडून पाहिलं नव्हतं. युद्धानंतरचे अनेक महिने एडीसाठी केवळ नैराश्याचे आणि काळोखाचे होते. कालांतराने त्याला कशातही रुची राहिली नाही. युद्धपश्चात काय झालं याची माहिती काढण्यात त्याला रुची राहिली नाही. असंच पुढे कधीतरी त्याने राहण्याचं ठिकाण बदललं. त्याचा नवीन पत्ता कोणालाच ठाऊक नव्हता.

"मी तुला म्हटलं त्याप्रमाणे झालं ते,'' कॅप्टन बोलू लागला. "धनुर्वात? पिवळा ताप? इतक्या सगळ्या लसी टोचून घेतल्या होत्या! किती वेळ वाया घालवला होता मी!''

एडीच्या खांद्यावरून पलीकडे पाहत कॅप्टनने खुणावलं. एडी वळला.

꧁꧂ त्याच्या नजरेसमोर आता त्या उजाड टेकड्या नव्हत्या. ज्या रात्री ते तिथून सुटले होते. ती रात्र, ढगांआड लपलेला चंद्र, पुढे झेपावणारी विमानं, आग पकडलेल्या झोपड्या त्याला दिसत होत्या. कॅप्टन गाडी चालवत होता. स्मिटी, मॉर्टन आणि एडी गाडीत होते. एडी मागच्या सीटवर होता. तो भाजला होता,

जखमी होता, अर्धवट बेशुद्ध होता. मॉर्टनने त्याच्या गुडघ्यांवरती आवळपट्टी बांधली होती. बॉम्बफेक जवळ ऐकू येऊ लागली होती. काही सेकंद काळोखी आकाश लख्ख प्रकाशाने उजळत होतं. सूर्याकिरणं लपंडाव खेळत असल्यासारखं वाटत होतं. टेकडीच्या माथ्यावर पोहोचल्यावर गाडीने एक जोरदार वळण घेतलं. लाकूड आणि तारांनी तात्पुरतं बांधलेलं एक फाटक समोर दिसत होतं. त्याच्या दोन्ही बाजूला जमीन एकदम खचल्यासारखी दिसत असल्याने ते मार्ग गाडीसाठी बंद होते. रायफल हातात घेत कॅप्टनने गाडीतून बाहेर उडी मारली. बंदुकीच्या गोळीने कुलूप तोडून त्याने ते फाटक उघडलं. गाडी चालवण्याचा आदेश मॉर्टनला देत कॅप्टनने स्वतःच्या डोळ्यांकडे बोटं दाखवली. 'मी पुढचा रस्ता तपासतो' असं त्याने सुचवलं. घनदाट झाडीत पुढचा रस्ता हरवला होता. अनवाणी पायांनी शक्य तितक्या जोरात कॅप्टन धावू लागला. त्या वळणापलीकडे पन्नास यार्डांवर तो पोहोचला.

रस्ता मोकळा होता. त्याने हाताने आपल्या चमूला खुणावलं. तितक्यात वरून विमान गेलं. ते विमान कोणत्या देशाचं आहे हे पाहण्यासाठी कॅप्टनने नजर वर केली. त्या क्षणी, जेव्हा तो स्वर्गाकडे पाहत होता... नेमक्या त्याच क्षणी त्याच्या उजव्या पावलाखाली बारीकसा 'क्लिक' असा आवाज झाला.

जमिनीत गाडलेला सुरुंग क्षणार्धात फुटला. पृथ्वीच्या पोटातून आगीचा लोळ बाहेर पडल्यासारखा भासला. कॅप्टन हवेत वीस फूट उंच फेकला गेला. त्याचे अक्षरशः तुकडे तुकडे झाले. लहानमोठ्या हाडांचा चक्काचूर झाला. मांसाचे शतशः तुकडे झाले. काही तुकडे तिथल्या चिखलात पडले तर काही बाजूच्या वडाच्या झाडावर जाऊन अडकले.

दुसरा पाठ

"**ओ**ह, जीझस," डोळे मिटत मान मागे टाकत एडी म्हणाला. "हे ईश्वरा! हे ईश्वरा! सर, मला खरोखरंच कल्पना नव्हती. किती भयंकर आहे हे. अरेरे!"

मान हलवत कॅप्टनने दूर कुठेतरी पाहिलं. टेकड्या पुन्हा उजाड झाल्या होत्या. कुठे प्राण्यांची हाडं, कुठे मोडतोड झालेल्या गाड्या, कुठे जळून खंक झालेल्या खेड्याचे अवशेष दिसू लागले होते. इथेच कॅप्टनचं दफन झालं असणार हे एडीच्या लक्षात आलं. कुठलाही अंत्यविधी त्याला लाभला नसणार. शवपेटीत त्याला कोणी ठेवलं नसणार. खरं तर दफनसुद्धा नाहीच. विखुरलेला सापळा आणि रक्तमांसाचा चिखल मिसळलेली माती.

"ही इतकी वर्षं तुम्ही माझी वाट पाहत थांबला होतात?" एडीने हळुवार स्वरात विचारलं.

'काळ,' कॅप्टन बोलू लागला, "तुला वाटतं तसं काळाचं गणित नसतं." एडीजवळ बसत तो पुढे म्हणाला,

११२

''मृत्यू! साऱ्याचा शेवट नसतो तो. आपल्याला वाटतं तसं. तरीसुद्धा, पृथ्वीवर जे काही घडतं ती निव्वळ सुरुवात असते.''

एडीला काही समजलं नाही.

''मला वाटतं, बायबलमध्ये अॅडम आणि इव्ह यांचं जे होतं ना तसंच काहीसं हे असावं.'' कॅप्टन पुढे म्हणाला, ''अॅडमची पृथ्वीवरची पहिली रात्र? तो झोपण्यासाठी आडवा होतो. आता सारं काही संपलं आहे असं त्याला वाटतं, नाही का? झोप म्हणजे काय हेच त्याला माहीत नसतं. त्याचे डोळे मिटतात. त्याला वाटतं की तो हे जग सोडून चालला आहे, हो की नाही?

''प्रत्यक्षात मात्र तसं काही होत नाही. दुसऱ्या सकाळी त्याला जाग येते. एका नवीन टवटवीत जगात त्याला आता काम करायचं असतं. त्या जोडीने त्याच्या जवळ अजून एक गोष्ट असते. त्याच्याकडे त्याचा कालचा दिवस असतो.''

कॅप्टन हसून पुढे म्हणाला, ''माझ्या मते, सैनिका, इथे आपल्याला नेमकं हेच जाणवत आहे. त्यासाठीच स्वर्गाची निर्मिती आहे. आपल्या कालच्या दिवसांमध्ये जे काही घडून गेलं त्याचा अर्थ जाणून घेण्यासाठी.''

सिगरेटचं प्लॅस्टिकचं पाकीट बाहेर काढत त्यावर बोटाने ताल धरत त्याने विचारलं, ''याचा अर्थ आला आहे का लक्षात तुझ्या? शिकवण्यात मला तशी फारशी गती कधीच नव्हती.''

एडीने कॅप्टनचं जवळून निरीक्षण केलं. कॅप्टन वयाने खूप मोठा आहे असं एडीला सतत वाटत आलं होतं. आता मात्र खाणीतल्या कोळशाच्या राखेने माखलेला कॅप्टनचा चेहरा पाहिल्यावर एडीला कॅप्टनचा नितळ चेहरा आणि डोक्यावरचे दाट केस दिसले. फार फार तर तिशीत असावा कॅप्टन.

''मृत्यू झाल्यापासून तुम्ही इथेच आहात तर,'' एडी बोलू लागला, ''पण म्हणजे, तुम्ही जितकं आयुष्य जगलात त्याच्या दुप्पट काळ तुम्ही इथे प्रतीक्षा केलीत.''

कॅप्टनने मान डोलावली.

''मी तुझी वाट पाहत होतो.''

एडीने नजर खाली वळवली.

''निळा माणूससुद्धा असंच म्हणाला.''

''हो, *तोसुद्धा* थांबला होता. तू का जगलास, कसं जगलास, याचा तोही एक हिस्सा होता. तुझ्या जीवनकथेचा काही भाग तू जाणून घेणं गरजेचं होतं. त्याने तुला तो सांगितला आणि आता तो इथून दूर गेला आहे. अगदी अल्पावधीत मीसुद्धा गेलेलो असेन. तेव्हा आता नीट ऐक. कारण, तुला माझ्याकडून हे जाणून घेणं गरजेचं आहे.''

एडी सावध झाला.

७७ '*त्याग*,' कॅप्टन म्हणाला. ''तू एक त्याग केलास, मी एक त्याग केला. आपण प्रत्येकाने त्याग केला. परंतु तुला स्वतःचाच राग येत होता. तू काय गमावलं होतंस त्याचा सतत विचार करत राहिलास.

''तुझ्या ते लक्षात आलं नाही. त्याग हा जीवनाचा एक भाग आहे. तो तसा असणं *अपेक्षित* आहे. पश्चात्ताप करावा असं त्यात काहीही नाही. उलट, त्याग हे आपलं *मनोरथ* असायला हवं. छोटे छोटे त्याग. मोठे त्याग. आपल्या मुलाला शाळेत जाता यावं म्हणून आई काम करते, कष्ट करते. आजारी वडिलांची काळजी घेता यावी म्हणून मुलगी त्यांच्याजवळ राहायला येते.

''पुरुष युद्धावर जातो....''

क्षणभर बोलणं थांबवून कॅप्टनने ढगाळलेल्या राखाडी आकाशाकडे पाहिलं.

"रॅबोइझ्झोचा मृत्यू निष्कारण झाला नव्हता. त्याने स्वतःच्या देशासाठी त्याग केला. त्याच्या कुटुंबाला माहीत होतं ते. त्याचा धाकटा भाऊसुद्धा सैन्यात दाखल झाला. उत्तम सैनिक आणि त्याहून श्रेष्ठ माणूस म्हणून तो जगला कारण रॅबोइझ्झोच्या त्यागाने त्याला प्रेरणा दिली होती.

"माझा मृत्यूसुद्धा निष्कारण झाला नाही. त्या रात्री आपण सगळे त्या सुरुंगावरून गाडीने पुढे गेलो असतो तर मग... आपल्या सगळ्यांचाच मृत्यू झाला असता."

एडीने गदागदा मान हलवली.

"पण तुम्ही..." आवाज खाली घेत तो पुढे म्हणाला, "तुम्ही तुमचा जीव गमावलात."

कॅप्टनने दातांवरून जीभ फिरवत म्हटलं, "तेच तर. कधी कधी महत्त्वाचं असं काही तुम्ही त्यागाकरता गमवता तेव्हा प्रत्यक्षात तुम्ही ते गमवत नाहीतच. त्याऐवजी तुम्ही फक्त ते दुसऱ्या कोणाकडे तरी देतात."

मातीत खुपसलेली रायफल, त्यावर अडकवलेलं हेल्मेट आणि त्याच्यावर अडकवलेले डॉग टॅग्ज जिथे होते त्या दिशेने कॅप्टन चालत गेला. तिथे थडगं आहे याचं ते द्योतक होतं. अजूनही ती रायफल तशीच मातीत गाडलेली होती. हेल्मेट आणि टॅग उचलून घेत त्याने काखोटीला मारले. मग मातीतून ती रायफल उपसून भाल्याप्रमाणे फेकली. ती रायफल कुठेही खुपसली गेली नाही. ती तशीच दूरवर जात दिसेनाशी झाली. कॅप्टन वळला.

"मी तुला गोळी मारली, अगदी खरं आहे," तो बोलू लागला, "तुला काहीतरी गमवावं लागलं, त्याच वेळेस तू

काही तरी कमावलंससुद्धा. फरक इतकाच की तुला अद्यापि त्याची जाणीव नाही. मीसुद्धा काहीतरी कमावलं.''

'काय?'

''मी माझं वचन निभावू शकलो. मी तुला मागे सोडून आलो नाही.''

कॅप्टनने आपला हात पुढे केला.

''त्या पायाबद्दल मला आता क्षमा केलीस का?''

एडीने क्षणभर विचार केला. त्या जखमेमुळे त्याच्यात आलेला कडवटपणा, ज्या ज्या गोष्टी त्याला सोडाव्या लागल्या होत्या त्यामुळे झालेला त्याचा संताप. त्याच वेळेस, कॅप्टनने काय देऊ केलं होतं याचा विचार त्याच्या मनात आला आणि त्याला स्वतःचीच लाज वाटली. त्याने स्वतःचा हात पुढे केला. कॅप्टनने तो घट्ट धरला.

''ह्याच्याचसाठी मी तिष्ठत होतो.''

अचानक त्या वडाच्या झाडावरच्या जाड वेली घरंगळून पडल्या. हिस्स्स असा आवाज करत त्या जमिनीत विरघळून गेल्या. डोळ्यांचं पातं लवतं न लवतं तोच त्या झाडावर सशक्त फांद्या दिसू लागल्या. हिरव्यागार, जाडसर, टवटवीत पानांनी झाड डवरलं. फांदीफांदीला झुबक्यांनी फळं दिसू लागली. हा बदल अपेक्षित असल्याप्रमाणे कॅप्टनने वर पाहिलं. मग दोन्ही तळहातांनी त्याने उरलीसुरली राख पुसून टाकली.

'कॅप्टन,' एडीने हाक मारली.

'काय?'

''इथेच का? वाट पाहण्यासाठी आपण कोणतीही जागा निश्चित करू शकतो, नाही का? निळ्या माणसानेच मला असं सांगितलं होतं. असं असताना हीच जागा का?''

कॅप्टन हसला. ''कारण, मी युद्धात मेलो. या टेकड्यांवरच माझा मृत्यू झाला. युद्ध, युद्धाच्या बातम्या, युद्धाच्या योजना, युद्ध करणारं कुटुंब याव्यतिरिक्त फारसं काही माहीत नसताना मी या जगाचा निरोप घेतला.

''*युद्धाशिवायचं* जग कसं असेल हे बघायची माझी इच्छा होती. एकमेकांना ठार करायला आपण सुरुवात करण्याआधी.''

एडीने सभोवार पाहिलं. ''पण हे युद्धच आहे.''

''तुझ्यासाठी. पण आपली नजर वेगवेगळी आहे,'' कॅप्टन म्हणाला. ''तुला जे दिसतं ते मला दिसत नाही.''

त्याने हात उंचावला. त्या क्षणी तिथलं धुमसणारं वातावरण पालटलं. राडारोडा विरघळला. झाडं उंच होऊन फोफावली. खालच्या चिखलमातीच्या जमिनीच्या जागी हिरवंगार लुसलुशीत गवत दिसू लागलं. पडदा सारल्यासारखे कोंदट ढग बाजूला झाले. लख्ख निळे ढग दिसू लागले. झाडांच्या शेंड्यांवर पांढरं, तरल धुकं दिसू लागलं. अबोली रंगाचा सूर्य क्षितिजावर दिसू लागला. त्या बेटाला आता एका महासागराने वेढलं होतं. सूर्याचं प्रतिबिंब महासागराच्या पाण्यात दिसू लागलं. अत्यंत सुंदर, शुद्ध, निर्भेळ आणि अस्पर्श असं सौंदर्य होतं ते.

एडीने आपल्या त्या जुन्या अधिकाऱ्याकडे पाहिलं. त्याचा चेहरा आता स्वच्छ होता. अंगावरचा गणवेश अचानक इस्त्री केल्यासारखा दिसत होता.

'हे,' दोन्ही हात उंचावत कॅप्टनने उत्तर दिलं, ''मला दिसतं.''

ते निसर्गसौंदर्य पाहत कॅप्टन तसाच उभा राहिला.

''आणि एक सांगू? आता मी सिगरेट ओढत नाही. तेसुद्धा फक्त तुझ्या डोळ्यांपुरतं मर्यादित होतं.'' तो हसून म्हणाला, ''स्वर्गात मी धूम्रपान कशाला करेन?''

त्याने चालायला सुरुवात केली.

'थांबा,' एडी ओरडून म्हणाला. ''मला एक गोष्ट जाणून घ्यायची आहे. माझा मृत्यू. पियरमध्ये. मी त्या मुलीला वाचवलं का? मला तिचे हात जाणवत होते. पण मी तिला वाचवलं की नाही हे मला आठवतच नाही–''

कॅप्टन गरकन वळला. एडीने आपले पुढचे शब्द गिळले. ज्या भयानक पद्धतीने कॅप्टनचा मृत्यू झाला होता ते ऐकल्यावर आपण विचारत असलेल्या प्रश्नाची एडीला लाज वाटली.

तो कसाबसा पुटपुटला, ''नाही... मला फक्त जाणून घ्यायचंय...''

कॅप्टनने कानामागे खाजवलं. एडीकडे त्याने कणवेनं पाहिलं. ''सैनिका, मी नाही सांगू शकत तुला.''

एडीने मान खाली घातली.

''पण कुणीतरी सांगू शकेल.''

हेल्मेट आणि टॅग्ज एडीच्या दिशेने फेकत तो म्हणाला, ''हे तुझं आहे.''

एडीने पायाशी पडलेल्या हेल्मेटकडे पाहिलं. त्या हेल्मेटच्या आतल्या बाजूला एक चुरगाळलेला फोटो होता. त्या फोटोतल्या स्त्रीला पाहताच पुन्हा एकवार त्याचं मन भरून आलं. त्याने मान वर केली तेव्हा कॅप्टन तिथून नाहीसा झाला होता.

सोमवार, सकाळचे ७:३०

अपघात झाल्यानंतरच्या सकाळी डॉमिन्गेझ दुकानात जरा लवकर आला. येता येता नाश्त्यासाठी बॅगेल आणि सॉफ्ट ड्रिंक आणण्याचा रिवाज त्याने मोडला. पार्क अजून बंद होता. तरीसुद्धा तो आला. बेसिनचा नळ त्याने सुरू केला. पाण्याखाली हात धरल्यावर त्याच्या मनात आलं की, आज तिथल्या काही राइड्सच्या भागांची स्वच्छता करावी. नळ बंद करत त्याने ती कल्पना डोक्यातून काढून टाकली. मिनिटभरापूर्वी जितकी शांतता होती त्याच्या दुप्पट शांतता त्याला जाणवू लागली.

"काय, कसं काय?"

दुकानाच्या दाराशी विली उभा होता. त्याने ढगळ जीन्स आणि टँक टॉप घातलं होतं. त्याच्या हातात वर्तमानपत्र होतं. 'ॲम्युझमेन्ट पार्कमध्ये दुर्घटना' अशी ठळक बातमी त्यात छापली होती.

"रात्रभर झोप लागली नाही बघ," डॉमिन्गेझ म्हणाला.

"हो ना." जवळच्याच लोखंडी स्टुलावर बसत विली म्हणाला, "माझीसुद्धा तशीच अवस्था आहे."

त्या स्टूलवर अर्धी गिरकी घेत त्याने वर्तमानपत्रावर भकास नजर टाकली. "आपल्याला पुन्हा सुरुवात करायला परत कधी परगानगी देतील असं तुला वाटतं?"

खांदे उडवत डॉमिन्गेझ म्हणाला, "पोलिसांनाच विचार."

कितीतरी वेळ कुणीच बोललं नाही. आलटून पालटून ते थोडी हालचाल तेवढी करत होते. डॉमिन्गेझने सुस्कारा सोडला.

खिशात हात घालून विलीने च्युईंगम बाहेर काढलं. सोमवार होता. सकाळची वेळ होती. तो वृद्ध गृहस्थ येईल आणि कामाला सुरुवात करता येईल याची ते दोघं वाट पाहत होते.

൭

स्वर्गात एडीला भेटलेली तिसरी व्यक्ती

अचानक वाऱ्याचा झोत आला. एडी जागेवरून उचलला गेला. एखाद्या साखळीच्या टोकाला अडकवल्या गेलेल्या खिशात टाकायच्या घड्याळ्याप्रमाणे तो गर्रर फिरला. पुढच्या क्षणी त्याला चहूबाजूंनी धुराने वेढलं. लगेचच धुराच्या स्फोटाने त्याला वेढलं. रंगीबेरंगी धुराने त्याला गिळंकृत केलं. आकाश आता आत आत ओढलं जाऊ लागलं. त्याच्या त्वचेला त्या आकाशाचा स्पर्श जाणवला. एखाद्या ब्लँकेटप्रमाणे आकाशाने त्याला वेढलं. शेवटी ते झपकन दूर होत पाचूसारखं हिरवं दिसू लागलं. लाखो-करोडो तारे चमकू लागले. एखाद्या हिरव्या फरच्या कापडावर मीठ भुरभुरवल्यासारखं दृश्य दिसू लागलं.

एडीने डोळ्यांची उघडझाप केली. तो आता डोंगरदऱ्यांत होता. आजवर त्याने इतक्या सुंदर पर्वतरांगा पाहिल्याच नव्हत्या. नजर जाईल तिथपर्यंत पर्वतरांगा पसरल्या होत्या. त्यांना ना

सुरुवात होती ना शेवट. पर्वतमाथे बर्फाने आच्छादलेले होते. अधूनमधून मोठे खडक दिसत होते. पर्वतांचे उतार जांभळे होते. दोन शिखरांमधल्या सपाट जागेत एक भलं मोठं काळं सरोवर होतं. त्या पाण्यात चंद्रबिंब झळकत होतं.

पर्वतरांगांच्या पायथ्याशी एडीला चमचमता, रंगीत प्रकाश दिसला. दर काही क्षणांनी तो तालबद्धरीत्या बदलत होता. त्या दिशेने चालायला एडीने सुरुवात केली. आपल्या घोट्यांपर्यंत बर्फ आहे हे तेव्हा कुठे त्याच्या लक्षात आलं. पाऊल उचलून त्याने ते जोरात झटकलं. त्यासरशी पावलांना चिकटलेले बर्फाचे कण सुटून आले. ते सोन्यासारखे चमकत होते. त्याने त्या हिमकणांना स्पर्श केला तेव्हा त्याला ते थंडगार किंवा ओले जाणवले नाहीत.

आता मी कुठे आहे? एडीच्या मनात विचार आला. परत एकदा त्याने आपले खांदे, छाती आणि पोट चाचपून शरीराचा अंदाज घेतला. त्याच्या दंडातले स्नायू अगदी घट्ट होते पण त्याच्या पोटाचा भाग सैल पडला होता. चरबीच्या वळ्या तिथे जाणवत होत्या. विचारात पडत त्याने स्वतःचा डावा गुडघा दाबला. प्रचंड कळ आली. एडी चमकला. कॅप्टनला सोडून पुढे आल्यावर आपली जखम अदृश्य झाली असेल अशी काहीशी आशा त्याच्या मनात होती. त्याऐवजी, तो पुन्हा एकदा पृथ्वीवर होता तसाच व्रणांनी भरलेला, लठ्ठ, जखमी असा माणूस होऊ लागला होता. स्वर्गात आपल्याला आपली स्वतःचीच अशी वाताहत पुन्हा का जगावी लागत असेल? त्याच्या मनात आलं.

अरुंद अशा त्या पर्वतकड्यावरून त्याने चमचमणाऱ्या प्रकाशाच्या दिशेने चालायला सुरुवात केली. आजूबाजूचा निसर्ग अत्यंत स्तब्ध होता. स्वर्गाची अशीच काहीशी कल्पना

एडीने केली असावी. तो अवाक् झाला होता. कॅप्टनचं सांगणं चुकीचं होतं का, आपल्याला अजून काही लोक आता भेटणार नव्हते का, सारे हिशोब संपले होते का असा काहीसा विचार त्याच्या मनात आला. बर्फातून चालत तो पुढे आला. समोर एक मोकळी जागा होती. आजूबाजूला दगडी कुंपण होतं. याच जागेत प्रकाश चमकत होता. पुन्हा एकदा त्याने डोळ्यांची उघडझाप केली. या वेळेस मात्र त्याचा डोळ्यांवर विश्वास बसला नाही. अशा त्या बर्फाळ प्रदेशात चौकोनी ठोकळ्याच्या आकाराची एक इमारत दिसत होती. तिची बाहेरची बाजू स्टेनलेस स्टीलची घडवलेली होती. इमारतीवर लाल छप्पर होतं. त्यावरची अक्षरं चमचमत होती. 'खा!'

हॉटेल.

अशा ठिकाणी एडीने अनेक तास घालवले होते. ती सगळी हॉटेलं सारखीच दिसायची. उंच खुर्च्या, चकाकणारी टेबलं, समोरच्या बाजूला असलेल्या काचेच्या छोट्या खिडक्या, बाहेरून पाहणाऱ्या एखाद्या ग्राहकाला तो एखादा रेल्वेचा डबाच वाटावा. या खिडक्यांच्या पलीकडे लोक गप्पा मारत, हातवारे करत बसले असतील असं दृश्य एडीसमोर आलं. बर्फ साठलेल्या पायऱ्यांवरून चालत तो समोर गेला. समोरचा दुहेरी दरवाजा उघडा होता. त्याने आत डोकावून पाहिलं. उजव्या बाजूला एक ज्येष्ठ जोडपं बसलं होतं. समोर असलेल्या ॲपल–पायचा आस्वाद घेण्यात ते गर्क होते. त्यांनी एडीची काहीही दखल घेतली नाही. आतमधल्या संगमरवरी टेबलभोवती गोल फिरणाऱ्या खुर्च्यांमध्ये त्याचप्रमाणे छोट्या छोट्या खोल्यांमध्ये इतर ग्राहक बसले होते. सगळ्यांचे कोट हूकवर अडकवले होते. ती सगळी माणसं वेगवेगळ्या दशकातली दिसत होती. १९३०च्या दशकातली एक स्त्री उंच

कॉलरचा ड्रेस घालून बसली होती. १९६०च्या दशकातल्या लांब केसांच्या एका तरुणाच्या हातावर टॅटू काढलेला दिसत होता. तिथले अनेक लोक जखमी झाल्यासारखे दिसत होते. कॉलरचा शर्ट घातलेल्या एका काळ्या माणसाचा एक हात गायब होता. एका किशोरवयीन मुलीच्या चेहऱ्यावर खोल जखम दिसत होती. एडीने खिडकीवर हाताने टकटक केली तरी त्यांपैकी कोणीही वर पाहिलं नाही. तिथल्या आचाऱ्यांनी डोक्यावर कागदी टोप्या घातलेल्या होत्या. काउंटरवर खाद्यपदार्थांच्या वाफाळत्या बशा तयार होत्या. सगळे पदार्थ ग्राहकांसमोर नेण्यासाठी तयार होते. ते पदार्थ फार रसरशीत दिसत होते. गडद लाल रंगाचे वेगवेगळे सॉस, पिवळं बटर आणि क्रीम. उजव्या हाताच्या कोपऱ्यात असलेल्या बूथकडे त्याचं लक्षं गेलं. तो जागच्या जागी गोठला.

त्याला जे दिसलं ते तो बघू शकला नसता.

७७ 'नाही,' तो स्वतःशीच म्हणाला. त्याने दाराकडे पाठ फिरवली. खोल श्वास घ्यायला सुरुवात केली. त्याचं हृदय वेगाने धडधडत होतं. पुन्हा एकदा वळून त्याने आत पाहिलं. या वेळेस त्याने खिडक्यांवर जोरजोरात आघात करायला सुरुवात केली.

'नाही!' एडी किंचाळला. ''नाही! नाही!'' खिडकीची काच फुटेल असं वाटेपर्यंत त्याने खिडकीवर हाताने ठोकणं सुरू ठेवलं. 'नाही!' तो काहीतरी उच्चारू इच्छित होता. गेल्या अनेक दशकांत त्याने हा शब्द उच्चारला नव्हता. सरतेशेवटी त्याच्या घशात तो शब्द तयार झाल्यासारखं त्याला वाटलं. तो जोरात किंचाळला. इतक्या जोराने किंचाळला की, त्याच्या मस्तकात कळा आल्या. तरीसुद्धा, आतल्या बूथमध्ये वाकून

बसलेल्या व्यक्तीचं लक्षच नव्हतं. त्या व्यक्तीचा एक हात टेबलवर होता. दुसऱ्या हातात सिगार होती. एडीने कितीही आकांत केला तरी त्या व्यक्तीने मान वर केली नाही. पुन्हापुन्हा एडी पुकारत राहिला –

''डॅड! डॅड! डॅड!''

आज एडीचा जन्मदिन

व्ही.ए. हॉस्पिटलच्या अंधूक उजेड असलेल्या निर्जंतुक केलेल्या जागेत एडीची आई उभी होती. बेकरीतून आणलेला पांढरा बॉक्स तिच्या हातात होता. केकवरच्या मेणबत्त्या तिने नीट लावल्या. एका बाजूला बारा आणि दुसऱ्या बाजूला बारा अशा तिने रचल्या. तिच्या बरोबरचे सगळे तिच्याकडे पाहत उभे होते. – एडीचे वडील, 'जो', मागरिट आणि मिकी शिआ.

"कोणाकडे काडेपेटी आहे का?" तिने हळूच विचारलं.

सगळे जण आपापले खिसे चाचपडतात. मिकीच्या जाकिटाच्या खिशातून एक काडेपेटी निघते. ती काढताना खिशातल्या दोन सिगरेटी खाली पडतात. एडीची आई मेणबत्त्या पेटवते. हॉलमध्ये कुठेतरी एलेव्हेटर थांबल्याचा आवाज येतो. त्यातून एक स्ट्रेचर बाहेर काढलं जातं.

"चला तर, जाऊ या," ती म्हणते.

ते पुढे चालू लागतात. मेणबत्त्यांच्या छोट्या ज्योती फडफडतात. "हॅपी बर्थडे टु यू, हॅपी बर्थडे टु –" असं हळुवारपणे गात ते सगळे एडीच्या खोलीत प्रवेश करतात.

बाजूच्या पलंगावर निजलेला सैनिक किंचाळत उठतो. "काय चाललं आहे?" नेमकं काय आहे हे लक्षात येताच संकोच वाटून तो पुन्हा पलंगावर आडवा होतो. अर्ध्यावर

थांबलेलं वाढदिवसाचं गीत पुन्हा पूर्ण करावंसं कोणालाही वाटत नाही. एकट्या एडीच्या आईचा थरथरता आवाज तेवढा ऐकू येतो.

पटकन सगळे तिच्या स्वरात स्वर मिळवत म्हणतात, "हॅपी बर्थडे डियर एड्ड्डी... हॅपी बर्थडे टु यू."

एडी उशांना टेकून बसतो. त्याच्या भाजलेल्या जखमांना बॅन्डेज गुंडाळलेलं आहे. त्याचा पाय बांधून ठेवला आहे. त्याच्या पलंगाच्या बाजूला कुबड्यांची जोडी आहे. सगळ्यांकडे पाहताच त्याला तिथून पळून जाण्याची इच्छा होते.

घसा खाकरत जो म्हणतो, "असं! चांगला दिसतो आहेस तू."

सगळे जण मान डोलावत संमती दर्शवतात. "छान. हो. खूप छान."

"तुझ्या आईने केक आणला आहे," मागरिट सौम्य स्वरात सांगते.

आता बोलायची तिची पाळी असल्यागत एडीची आई पाऊल पुढे घेते. हातातला कागदी खोका ती त्याच्या हातात ठेवते.

एडी पुटपुटतो, "मां, थँक्स."

ती भोवताली नजर टाकते. "कुठे बरं ठेवावा हा?"

मिकी पटकन एक खुर्ची आणतो. तिथलं छोटं टेबल जो रिकामं करतो. मागरिट कुबड्या बाजूला करते. आपण काहीतरी काम करत आहोत हे दाखवण्याचा इतरांचा हेतू असला तरी केवळ त्याचे वडील मात्र कुठलीही हलवाहलव करत नाहीत. ते तसेच भिंतीशी टेकून उभे राहतात. त्यांच्या हातावर जाकिटाची घडी असते. मांडीपासून घोट्यापर्यंत प्लॅस्टरमध्ये बांधलेल्या एडीच्या पायाकडे ते रोखून पाहत राहतात.

एडीची त्यांच्याशी नजरानजर होते. मान खाली झुकवत त्याचे वडील खिडकीच्या तावदानावरून हात फिरवत राहतात. एडी शरीरातला प्रत्येक स्नायू ताठर करतो. अटोकाट प्रयत्न करत, केवळ इच्छाशक्तीच्या जोरावर तो अश्रूंना वाहू देत नाही.

૭

७७ सगळेच पालक आपल्या मुलांचं नुकसान करतात. त्याला नाइलाज आहे. एखाद्या चकचकीत काचेप्रमाणे तारुण्यसुद्धा त्यांना हाताळणाऱ्यांचे ठसे शोषून घेतं. काही पालक मुलांना दाबतात, काही पालकांमुळे मुलांना अक्षरशः तडा जातो, तर काही पालकांमुळे मुलांच्या बालपणीचे शतशः तुकडे होतात. अशा अवस्थेत कुठल्याही प्रकारची दुरुस्ती केवळ अशक्य असते. एडीच्या वडिलांनी बालपणी त्याच्याकडे पूर्णतया दुर्लक्ष करून त्याचं अतोनात नुकसान केलं होतं.

लहानपणी एडीने फारच क्वचित एखाद्या पुरुषाचा हात धरला असेल. सहसा त्याच्या दंडाला धरून त्याला खेचडलं जाई. त्या स्पर्शात प्रेमाऐवजी त्रासिकपणा तेवढा असे. मवाळपणे आणि प्रेमाने वागण्याचा ठेका एडीच्या आईने घेतला होता. वडिलांचं काम मुलांना शिस्तीचा बडगा दाखवणं इतकंच होतं. दर शनिवारी एडीचे वडील त्याला पियर इथे घेऊन जात. आता आपल्याला 'बुड्ढी के बाल' खायला मिळतील, खेळायला मिळेल, अशा कल्पना मनाशी बाळगत एडी घरातून निघत असे. परंतु जेमतेम तासाभरातच एडीच्या वडिलांना ओळखीचं कुणी भेटे. वडील खुशाल म्हणत, "जरा या पोराकडे थोडा वेळ पाहशील का?" वडील परत येत तोवर दुपार उलटून गेलेली असे. सहसा ते भरपूर झोकून येत. तोवर बिचारा एडी एखाद्या रिंग मास्टरच्या किंवा कसरतपटूच्या तावडीत असे.

तरीसुद्धा मोठं होताना तिथल्या फळकुटाच्या रस्त्यावरून तासन्‌तास एडी सतत वाट पाहत राही. कधी ना कधी आपल्या

वडिलांचं आपल्याकडे लक्ष जाईल अशी आशा बाळगत तो रेलिंगवर बसून राही किंवा देखभालीच्या विभागात असलेल्या हत्यारांच्या कपाटावर तो उकिडवा बसून राही. त्याच्या अंगात अशा वेळेस लांड्या पॅन्ट असत. अनेकदा तो वडिलांना सुचवे, ''मला मदत करता येईल, मला मदत करता येईल.'' परंतु सकाळी पार्क उघडण्याआधी आकाशपाळण्याच्या आतल्या भागात रांगत जाऊन आदल्या रात्री ग्राहकांच्या खिशातून पडलेली नाणी गोळा करण्याचं काम तेवढं त्याला दिलं जाई.

आठवड्यातल्या किमान चार संध्याकाळी त्याचे वडील पत्ते खेळत. टेबलवर पैसे, बाटल्या, सिगरेटी आणि नियमांचा खच असे. एडीसाठी एकच साधा नियम होता – त्रास द्यायचा नाही. एकदा वडिलांजवळ उभं राहून त्यांच्या हातात कोणते पत्ते आहेत हे पाहण्याचा प्रयत्न त्याने केला होता. पुढच्या क्षणी त्याच्या वडिलांनी हातातली सिगार खाली ठेवून वादळासारखा गडगडाटी आवाज काढत एडीच्या गालफडात सणसणीत थप्पड ठेवून दिली होती. ''माझ्या तोंडावर श्वास सोडणं थांबव!'' असंही ते खेकसले होते. एडी ढसाढसा रडू लागला होता. नवऱ्याकडे रागाने पाहत एडीच्या आईने त्याला जवळ ओढून घेतलं होतं. त्यानंतर एडी कधीच आपल्या वडिलांच्या इतक्या जवळ गेला नाही.

अनेक रात्री पत्त्यांचा डाव खूप वाईट येत असे. दारूच्या अनेक बाटल्या रिचवल्या जात. तोवर एडीची आई गाढ झोपलेली असे. अशा वेळेस एडीचे वडील ताडताड पावलं टाकत एडी आणि 'जो'च्या झोपण्याच्या खोलीत येत असत. तिथे असलेली एखाददोन खेळणी उचलून ते ती खुशाल भिंतीवर फेकून देत. त्यानंतर ते आपल्या मुलांना पालथं झोपायला लावत आणि कमरेचा पट्टा काढून आपल्याच मुलांना वाट्टेल तसं झोडपून काढत. ही मुलं त्यांचे पैसे वाट्टेल तशी उधळत

आहेत असा आरडाओरडा ते करत. आपल्या आईला जाग यावी अशी प्रार्थना एडी करे. तशी तिला जाग येऊन आई त्यांच्या खोलीकडे धावली तरी वडील तिला बजावत, ‘‘मध्ये पडू नकोस!’’ बिचारी आई, एडीइतकीच असहाय असे. अंगातले कपडे घट्ट धरून दिङ्मूढ अवस्थेत ती तशीच खिळून उभी राही. ते पाहून एडीला अजूनच वाईट वाटे.

लहानपणच्या एडीच्या काचेसारख्या नितळतेवर थबकलेले हात फार कठोर होते. संतापाने ते नेहमी लाल झालेले असत. त्यांना जागोजागी घट्टे पडले होते. एडीचं बालपण मार खाण्यात, संताप झेलण्यातच गेलं. आपल्या वडिलांकडून दुर्लक्षित राहणं हे एडीसाठी सगळ्यात मोठं नुकसान होतं. मार खाणं हा त्या नुकसानीचा दुसरा टप्पा होता. हिंसा आणि त्यामुळे होणारं नुकसान. दारातून येणाऱ्या वडिलांच्या पावलांच्या आवाजावरून एडी त्या दिवशीच्या संतापाची आणि मार खाण्याची अचूक कल्पना करू शकत असे.

तरीसुद्धा, इतकं सगळं भोगावं लागूनही मनोमन एडीचा आपल्या वडिलांवर जीव होता. अत्यंत घृणास्पद वागणूक दिली तरी मुलं म्हणजेच मुलगे आपल्या वडिलांवर नेहमीच जीव जडवतात. याच मार्गाने ते भक्तिभाव शिकतात. एखादं मूलं स्वतःला ईश्वराप्रति अर्पण करतं किंवा एखाद्या स्त्रीप्रति आपलं आयुष्य बहाल करतं त्याआधी ते मूल स्वतःला आपल्या वडिलांप्रति समर्पित करत असतं. कित्येकदा अगदी मूर्खासारखं असतं हे कृत्य. कोणत्याही प्रकारे त्यांचं स्पष्टीकरण देता येत नसतं.

〰 एरवी जरी वडिलांना मुलांच्या कुठल्याही कृत्यात स्वारस्य नसलं तरी क्वचित कधीतरी त्यांच्या चेहऱ्यावर मुलांबद्दलच्या

अभिमानाची किंचितशी भावना डोकावायची. जणूकाही विझू पाहणाऱ्या आगीला चेतवण्यासाठी जवळ आणलेली एखादी ठिणगी. चौदाव्या गल्लीच्या शाळेच्या मैदानाच्या बाजूला असलेल्या बेसबॉलच्या पटांगणावर एडीचे वडील कुंपणाबाहेर उभं राहून त्याचा खेळ पाहत. एडी जर बॉल दूर फेकू शकला तर ते किंचितशी मान डोलावत. त्यांनी तसं करताच एडी आनंदाने उड्या मारे. कित्येकदा, गल्लीतली मारामारी पार पाडून घरी येत असे तेव्हा त्याची फुटलेली ढोपरं आणि फाटलेला ओठ वडिलांच्या लक्षात येई. ते विचारत, ''त्या दुसऱ्याचं काय झालं?'' चांगला हाणला त्याला असं उत्तर एडी देत असे. यावरसुद्धा वडील संमतिपूर्वक मान डोलावत. एडीच्या भावाला त्रास देणाऱ्या मुलांवर – 'गुंडांवर' हे त्याच्या आईने ठेवलेलं नाव होतं – एडी हल्ला करत असे तेव्हा जो मात्र शरमेने आपल्या खोलीत लपून बसे. अशा वेळी एडीचे वडील म्हणत, ''त्याच्याकडे लक्ष देऊ नकोस. तू तगडा आहेस. आपल्या भावाचं रक्षण करायला शीक. कोणालाही त्याला बोट लावू देऊ नकोस.''

एडी शाळेतल्या वरच्या वर्गात गेला तेव्हा त्याला आपल्या वडिलांचा उन्हाळ्यातला दिनक्रम तोंडपाठ होता. तोही त्यानुसार आचरण करत असे. सूर्योदयापूर्वी उठायचं आणि रात्र होईपर्यंत काम करत राहायचं. अगदी सुरुवातीला तो छोट्या छोट्या राइड्स चालवत असे. ब्रेक लिव्हर्सची काळजी घ्यायची, खेळण्यांच्या गाड्या सावकाश थांबवायच्या हे त्याचं काम होतं. काही दिवसांनी तो दुरुस्ती आणि देखभालीच्या विभागात काम करू लागला. देखभालीत आलेल्या अडचणी त्याच्या समोर मांडून एडीचे वडील त्याची परीक्षा घेत. आपल्या मुलाच्या हातात एखादं तुटलेलं स्टिअरिंग व्हील ठेवून ते म्हणत, ''कर हे दुरुस्त!'' एखादी गुंतलेली साखळी दाखवून

म्हणत, ''कर हे दुरुस्त!'' अत्यंत गंजलेली जाळी आणि थोडा पॉलिश पेपर एडीच्या हातात ठेवून ते म्हणत, ''कर हे दुरुस्त!'' प्रत्येक वेळेस काम पूर्ण करून एडी ती वस्तू वडिलांसमोर घेऊन जात म्हणे, ''झालं आहे हे दुरुस्त!''

रात्री सगळं कुटुंब जेवणाच्या टेबलपाशी असे. एडीची आई थोडी स्थूल होती. स्टोव्हपाशी स्वैपाक करून ती चांगलीच घामाघूम झालेली असे. एडीचा भाऊ 'जो' बडबड करत राही. त्याच्या केसांना आणि अंगाला समुद्राच्या पाण्याचा खारट वास येत असे. तो पट्टीचा पोहणारा झाला होता. उन्हाळ्यात रुबी पियर पूलमध्ये तो काम करत असे. तिथे पाहिलेली सगळी माणसं, त्यांच्या अंगातले स्विमिंग पोशाख, त्यांचे पैसे अशा सगळ्या गोष्टींबद्दल तो बोलत राही. एडीच्या वडिलांवर त्या बोलण्याचा कुठलाही प्रभाव पडत नसे. एकदा 'जो'बद्दल वडील आईशी बोलताना एडीने ऐकलं होतं. ते म्हणाले होते, ''तो आहे ना, तो फक्त पाण्याच्या लायकीचा आहे. दुसरं काही करायला सक्षम नाही तो.''

तरीसुद्धा, रोज संध्याकाळी एडीचा भाऊ रापलेला आणि स्वच्छ दिसे. हे पाहून एडीला असूया वाटे. एडीच्या नखांमध्ये त्याच्या वडिलांप्रमाणेच ग्रीस जमा झालेलं असे. जेवताना आपली नखं कोणाला दिसू नये म्हणून तो ती बोटं अंगठ्याखाली दाबून घेई. कित्येकदा अंगठ्याच्या नखाने तो ती घाण काढण्याचा प्रयत्न करे. एक दोनदा त्याचं हे कृत्यं वडिलांच्या लक्षात आलं होतं. त्या वेळेस चक्क हसून ते म्हणाले होते, ''दिवसभर कठोर मेहनत केली आहेस ना, दिसू दे की मग ती.'' त्यानंतर त्यांनी त्यांची नखं मुद्दाम एडीला दाखवली होती. आणि मग त्याच हाताने त्यांनी बियरचा ग्लास उचलला होता.

एव्हाना एडीने पौगंडावस्थेत प्रवेश केला होता. वडिलांना उत्तर न देता तो फक्त मान हलवत असे. शब्द कमी वापरायचे, शारीरिक माया किंवा जवळीक दाखवायची नाही अशी वडिलांची वृत्ती आपण न कळत आत्मसात करायला सुरुवात केली आहे हे त्याला लक्षातही आलं नव्हतं. ही सगळी आंतरक्रिया घडत होती. बाह्यतः एकच गोष्ट समजत होती, माया नाकारायची. व्हायचं ते नुकसान होऊन गेलं होतं.

७७ त्यानंतर एका रात्री वडिलांचं बोलणं पूर्णपणे थांबलं. हे युद्धानंतर घडलं. एडीला हॉस्पिटलमधून सुट्टी देण्यात आली होती. त्याच्या पायाला बांधलेलं प्लास्टर काढण्यात आलं होतं. बीचवुड ॲव्हेन्यू इथल्या त्यांच्या घरी तो परत आला होता. त्याचे वडील जवळच्याच एका गुत्यात पीत बसले होते. रात्री उशिरा ते घरी आले तेव्हा कोचवर झोपलेला एडी त्यांना दिसला. युद्धभूमीवर सोसलेल्या कष्टांमुळे एडी खूप बदलला होता. त्याला घरात राहणं आवडू लागलं होतं. त्याचं बोलणं जवळजवळ बंद झालं होतं. मागरिटशीसुद्धा तो फारसा बोलत नसे. स्वैपाकघरातल्या खिडकीतून तासन्तास तो बाहेर पाहत राही. तिथून त्याला रुबी पियरमधल्या वेगवेगळ्या राइड्स दिसत. अशा वेळेस तो आपला दुखरा गुडघा हाताने चोळत असे. ''थोडा वेळ गेला की होईल बरं,'' असं त्याची आई हळूच समजवत असे. त्याचे वडील मात्र दिवसेन्दिवस हैराण होत होते. नैराश्य म्हणजे काय हे त्यांना समजत नव्हतं. त्यांच्या दृष्टीने ती निव्वळ दुर्बलता होती. त्या दिवशी एडीला असं निजलेलं पाहून ते संतापून म्हणाले, ''ऊठ, ताबडतोब काम शोध!'' दारूमुळे त्यांची जीभ जडावली होती.

एडीने कूस बदलली. वडील संतापून पुन्हा किंचाळले.

''ऊठ... ताबडतोब काम शोध!''

म्हातारा भेलकांडत होता. तरीसुद्धा एडीजवळ येत त्याला धक्का मारत ते पुन्हा ओरडले, ''ऊठ... ताबडतोब काम शोध! ऊठ... ताबडतोब काम शोध! ऊठ... आणि... **ताबडतोब काम शोध!**''

कोपरांचा आधार घेत एडी उठून बसला.

''ऊठ... ताबडतोब काम शोध! ऊठ... आणि –''

''पु-रे!'' ताडकन उठत एडी किंचाळला. त्या क्षणी गुडघ्यातून आलेल्या तीव्र वेदनेकडे त्याने दुर्लक्ष केलं. दातओठ खात तो वडिलांकडे पाहत होता. त्याचा चेहरा वडिलांच्या चेहऱ्याच्या खूप जवळ आल्यामुळे त्यांच्या श्वासातून येणारा दारूचा आणि सिगरेटचा दर्प त्याला जाणवत होता.

एडीच्या पायाकडे कटाक्ष टाकत म्हातारा गुरगुरला, ''पाहिलंस? तू... इतका... काही... जखमी... नाहीस!''

एडीला एक गुद्दा हाणण्यासाठी त्यांनी हात उचलला. पण एडी सावध होता. न कळत त्याने आपल्या वडिलांचा हात मध्येच पकडला. म्हाताऱ्याचे डोळे विस्फारले. इतक्या वर्षांत त्या दिवशी पहिल्यांदाच एडीने स्वतःचं संरक्षण केलं होतं. आपण मार खाण्याच्याच लायकीचे असल्याप्रमाणे मुकाट्याने मार खात राहण्याऐवजी काहीतरी वेगळं केलं होतं. त्याच्या वडिलांनी स्वतःच्या घट्ट मुठीकडे पाहिलं.

एडीच्या गालावर त्यांना गुद्दा हाणता आला नव्हता. त्यांच्या नाकपुड्या थरथरू लागल्या. त्यांनी दातओठ खाल्ले. तसंच एक पाऊल मागे जात त्यांनी स्वतःचा हात खसकन सोडवून घेतला. एखादी रेल्वे दूर जात असताना त्याकडे जसं अनिमिष नेत्रांनी पाहिलं जातं तसेच ते एडीकडे पाहत राहिले.

त्या दिवसानंतर ते कधीही आपल्या मुलाशी बोलले नाहीत.

एडीच्या नितळ काचेवर उमटलेला हा शेवटचा ठसा होता. मौन! आयुष्यातली उरलेली वर्षं त्या मौनाने दोघांचाही पिच्छा पुरवला. एडी स्वतःच्या घरात राहायला गेला तरी वडिलांनी मौन सोडलं नाही. एडीने टॅक्सी चालवायचं काम पत्करलं तेव्हाही त्यांनी मौन सोडलं नाही. एडीने लग्न केलं – मौन सुटलं नाही. एडी आपल्या आईला भेटायला आला – मौन सुटलं नाही. तिने आक्रंदन करून नवऱ्याची विनंती केली, झालं गेलं विसरून जा आणि एडीशी बोलू लागा अशी गयावया केली. पण एडीचे वडील इतरांना जे सांगत तेच उत्तर त्यांनी तिला संतापून दिलं, ''त्या मुलाने माझ्यावर हात उचलला होता.'' त्या क्षणी सगळं संभाषण कायमचं थांबलं.

सगळेच पालक आपल्या मुलांचं नुकसान करतात. ते त्यांचं एकत्रित जीवन होतं. दुर्लक्ष करणं. मारहाण. मौन. आणि आता मृत्यूपल्याड अशा या कुठल्यातरी जागी एडी पुन्हा एकदा स्टेनलेस स्टीलच्या अभेद्य भिंतीला टेकत घसरत खालच्या बर्फात पडला होता. ज्या माणसावर त्याने प्रेम केलं होतं, का न कळे पण – ज्याच्या प्रेमाची भूक त्याला अजूनही होती तो माणूस इथे स्वर्गात येऊनही एडीकडे दुर्लक्षच करत होता. एडीचा बाप. व्हायचं ते नुकसान झालं होतं.

७७ ''चिडू नकोस,'' कुणा स्त्रीचा आवाज आला. ''त्याला तुझा आवाज ऐकू येत नाही.''

एडीने पटकन मान वर केली. कोणी एक वृद्धा त्याच्या समोर उभी होती. तिची गालफाड ओघळली होती. चेहऱ्यावर अनेक सुरकुत्या होत्या. तिने लाल रंगाचं लिपस्टिक लावलं

होतं. डोक्यावरचे पांढरे केस उलटे फिरवून घट्ट बांधले होते. तिचे केस फारच विरळ झाल्याने टाळूचा गुलाबी भागसुद्धा दिसून येत होता. मिचमिच्या निळ्या डोळ्यांवर तिने बारीक तारेचा चष्मा घातला होता.

एडीला तिचं नाव आठवलं नाही. तिची वेशभूषा एडीच्या आधीच्या काळातली होती. सिल्क आणि शिफॉनचा ड्रेस तिने घातला होता. ड्रेसच्या समोरच्या भागात चौकोनी तुकडा जोडलेला होता. त्यावर पांढरे मणी आणि गळ्यापाशी वेलवेटचा बो होता. तिच्या स्कर्टला ऱ्हाईन स्टोनचं बक्कल होतं. स्कर्टच्या बाजूने हूक आणि लूप होते. मोठ्या डौलात ती उभी होती. दोन्ही हातांनी तिने छत्री पकडली होती. ती खूपच श्रीमंत असावी असा कयास एडीने केला.

''नेहमीच नव्हते मी अशी श्रीमंत,'' त्याचा प्रश्न ऐकू आल्यागत तिने हसून उत्तर दिलं. ''तुझ्याप्रमाणेच मीही शहराच्या एका बकाल कोपऱ्यात वाढले होते. वयाच्या चौदाव्या वर्षी मला शाळा सोडणं भाग पडलं होतं. काम करू लागले होते मी त्या वयात. माझ्या बहिणीसुद्धा काम करायच्या. आम्ही कमावलेला प्रत्येक पैसा आम्हाला घरी द्यावा –''

तिचं बोलणं एडीने मध्येच थांबवलं. त्याला पुन्हा एकदा एक नवी गोष्ट ऐकण्यात रुची नव्हती. ''माझ्या वडिलांना माझा आवाज ऐकू का येत नाही?'' त्याने उत्तर जाणून घेण्याचा प्रयत्न केला.

ती हसली. ''कारण, त्यांचं चैतन्य – अगदी सुरक्षित आणि उत्तम असं चैतन्य – माझ्या शाश्वततेचा एक भाग आहे. प्रत्यक्षात ते इथे नाहीतच. तू मात्र आहेस.''

''तुमच्यासाठी माझ्या वडिलांनी सुरक्षित का असायला हवं?''

ती किंचित थांबली.

'चल,' ती म्हणाली.

७७ अचानक ती दोघं एका पर्वतपायथ्याशी येऊन पोहोचली. मघाच्या त्या हॉटेलमधून येणाऱ्या प्रकाशाचा जेमतेम ठिपका तेवढा दिसत होता, दरीत कोसळलेल्या ताऱ्यासारखा.

''किती सुंदर दृश्य आहे, नाही का?'' त्या वृद्ध स्त्रीने म्हटलं. एडीने तिच्या नजरेच्या दिशेने पाहिलं. ती त्याला परिचित वाटत होती. तिचा एखादा फोटो त्याने कधीतरी पाहिला असावा.

''तुम्ही माझ्या... माझ्यासाठी आलेल्या तिसरी व्यक्ती आहात का?''

''मी तुला आता तेच सांगणार आहे,'' त्या म्हणाल्या.

एडीने डोकं खाजवलं. *ही स्त्री कोण होती?* निदान त्या निळ्या माणसाची, निदान त्या कॅप्टनची काही ना काही आठवण त्याला नक्की होती. त्याच्या आयुष्यात ते येऊन गेले होते हे त्याला माहीत होतं. पण अशी परकी व्यक्ती का? तेही आत्ता? मृत्यू म्हणजे आपल्याला आधी सोडून गेलेल्या व्यक्तींची पुनर्भेट असं काहीसं एडीच्या मनात होतं. अनेक अत्यंविधींना त्याने हजेरी लावली होती. त्या प्रत्येक वेळेस त्याने आपल्या काळ्या जोड्यांना चकचकीत पॉलिश केलं होतं. आर्बजून डोक्यावर हॅट घातली होती. *हे सगळे गेले आहेत, मी अजूनही इथे काय करत आहे?* असा आर्त प्रश्न स्वतःला विचारत तो तिथे सिमेटरीत उभा राहिला होता. त्याच्या मावश्या, आत्या, काका, मामा. त्याचा मित्र नोएल, मागरिट. ''एक दिवस,'' प्रत्येक वेळेस धर्मगुरू म्हणत असे, ''स्वर्गाच्या राज्यात आपण सगळे एकत्र असू.''

मग ते सगळे कुठे होते? त्या अनोळखी वृद्धेकडे एडीने निरखून पाहिलं. त्याला अधिक एकाकीपणा जाणवला.

''मला पृथ्वी दिसू शकेल का?'' त्याने हळूच विचारलं.

तिने मानेने नाही म्हटलं.

''मी ईश्वराशी बोलू शकतो का?''

''ते तर तू नेहमीच करू शकतोस.''

पुढचा प्रश्न विचारावा की नाही अशी त्याची द्विधावस्था झाली.

''मी परत जाऊ शकतो का?''

'परत?' तिने तिरका कटाक्ष टाकत विचारलं.

''हो, परत,'' एडी बोलू लागला. ''माझ्या आयुष्याकडे परत. त्या शेवटच्या दिवसाकडे परत. त्या बाबत मी काही करू शकतो का? चांगलं वागण्याचं वचन देऊ शकतो का? नेहमी चर्चला जाण्याचं वचन देऊ शकतो का? काहीतरी असं?''

'का?' तिला उत्सुकता वाटल्याचं दिसलं.

'का?' एडीने तिचाच प्रश्न पुन्हा विचारला. ओलावा न जाणवणाऱ्या हाताने गारठा न जाणवणारा बर्फ त्याने बाजूला केला. ''का? कारण, या जागेचा अर्थच लागत नाही मला. देवदूत असल्यासारखं जाणवायचं असेल तर तसं मला मुळीच वाटत नाही. कारण या सगळ्याचा अर्थ मला लागला आहे असं वाटत नाही. कारण, मला स्वतःचा मृत्यूसुद्धा आठवत नाही. मला तो अपघात आठवत नाही. आठवतात ते दोन इवलेसे हात. ती छोटी मुलगी – मी तिला वाचवण्याचा प्रयत्न करत होतो, नाही का? मी तिला मार्गातून दूर ओढण्याचा प्रयत्न करत होतो. मी नक्कीच तिचे हात पकडले असणार. कारण नेमकं तेव्हाच मी...''

त्याने खांदे उडवले.

''मेलास?'' ती वृद्धा हसून म्हणाली. ''अंत झाला? पुढच्या प्रवासाला निघालास? तुझ्या निर्मात्याला भेटलास?''

'मेलो,' निःश्वास सोडत तो म्हणाला. ''आणि तितकंच मला आठवत आहे. त्यानंतर तुम्ही, इतर सगळे, हे सगळं दिसू लागलं. मृत्यू पावल्यावर आपल्याला शांती लाभणं अपेक्षित नाही का?''

''शांती आहेच,'' ती वृद्धा म्हणाली. ''जेव्हा ती तू स्वतःला लागू करशील.''

''छे:!'' मान झटकत एडीने उत्तर दिलं. ''छे:! तशी शांती नाही लाभत.'' युद्ध संपल्यापासून प्रत्येक दिवशी त्याला जाणवलेल्या मानसिक आंदोलनाबद्दल तिला सांगावं का, त्याला पडलेली वाईट स्वप्नं, कुठल्याही बाबतीत उत्तेजित न होता येण्याची वृत्ती, हे सगळं तिला सांगावं का? कित्येकदा तो एकटाच धक्क्यावर जात असे. तिथे कोळी आपली जाळी ओढत असत. त्या जाळ्यात लसलसणारे मासे स्वतःचा जीव वाचवण्याचा प्रयत्न करत. अशा वेळी एडी स्वतःला त्या असहाय जीवांच्या जागी पाहत असे. सुटकेचा कुठलाही मार्ग दिसत नसे. या विचाराने त्याची त्याला लाज वाट असे. हे सगळे त्या वृद्धेला सांगावं का असं त्याच्या मनात आलं.

तो काहीच बोलला नाही. त्याऐवजी त्याने म्हटलं, ''रागावू नका, पण मी तर तुम्हाला ओळखतसुद्धा नाही.''

''पण मी ओळखते ना तुला,'' तिने उत्तर दिलं.

एडीने निःश्वास टाकला. ''हो का? ते कसं काय?''

''त्याचं काय आहे,'' ती बोलू लागली. ''तुला थोडा वेळ आहे ना?''

७० ती खाली बसली. तसं पाहिलं तर बसायला तिथे काहीच नव्हतं. पण तरीही ती कशावर तरी बसल्यासारखी बसली. स्त्रिया जसा पायावर पाय टाकतात तसाच तिने डौलात टाकला होता. ती अगदी ताठ होती. तिचा लांबलचक स्कर्ट तिच्या भोवती छान पसरला होता. तितक्यात एक झुळूक आली आणि एडीला तिने लावलेल्या परफ्यूमचा मंद गंध जाणवला.

''आधी उल्लेख केल्याप्रमाणे मी काम करत असे. सीहॉर्स ग्रील नावाच्या छोट्याशा हॉटेलमध्ये वेटर म्हणून काम करत होते. तू जिथे लहानाचा मोठा झालास तिथल्याच समुद्रकिनारी ते हॉटेल होतं. कदाचित तुलाही ते आठवत असेल.''

तिने दूरच्या हॉटेलकडे निर्देश केला. त्या क्षणी एडीला सगळं आठवलं. अर्थातच ती जागा. तो तिथेच नाश्ता करत असे. त्या सगळ्यांनी त्या जागेला 'तेलकट चमचा' असं नाव दिलं होतं. कित्येक वर्षांपूर्वी ते हॉटेल बंद करण्यात आलं होतं.

'तुम्ही?' जवळपास हसत एडी म्हणाला. ''सीहॉर्स इथे तुम्ही वेट्रेस होता?''

''होते तर!'' ती अभिमानाने म्हणाली. ''तिथे येणाऱ्या गोदी कामगारांना कॉफी देणं, किनारपट्टीवर काम करणाऱ्यांना क्रॅब केक्स आणि बेकन नेऊन देणं हे माझं काम होतं.

''फार आकर्षक होते मी त्या काळात असं म्हणायला हरकत नाही. कित्येकांनी मला मागणी घातली होती. मी कोणालाच होकार देत नसे. माझ्या बहिणी मला रागवत. 'हे काय चाललं आहे तुझं?' त्या म्हणत. 'हे बघ, फार उशीर होण्याआधी कोणालातरी होकार देऊन मोकळी हो.'

''अशाच एका सकाळी एक अतिशय देखणा पुरुष आमच्या हॉटेलच्या दारातून आत आला. त्याच्या अंगात जाड पट्ट्यांचा सूट होता. डोक्यावर डर्बी हॅट घातली होती.

त्याचे गडद केस व्यवस्थित कापलेले आणि चापूनचोपून बसवलेले होते. त्याच्या हसतमुख चेहऱ्यावर झुबकेदार मिशी शोभत होती. त्याने मागवलेले पदार्थ मी त्याच्या समोर नेऊन ठेवले तेव्हा त्याने मान डोलावली. त्याच्याकडे टक लावून न पाहण्यासाठी मला आटोकाट प्रयत्न करावे लागले. तो जेव्हा त्याच्या सोबत्यांशी बोलू लागला तेव्हा मला त्याचा गंभीर स्वर आणि आत्मविश्वासाने हसणं ऐकू आलं. तो माझ्याकडे चोरून पाहताना मी दोनदा पकडलं. पैसे देताना त्याने स्वतःचं एमिल हे नाव सांगितलं. मला भेटायला येता येईल का असंही त्याने विचारलं. त्या क्षणी मी मनोमन समजून चुकले की, इथून पुढे मी लग्नाचा निर्णय घ्यावा म्हणून बहिणींना माझ्या मागे लागावं लागणार नव्हतं.

''आमची कोर्टशिप फार धमाल होती. एमिल सधन होता. आजवर मी जिथे गेले नव्हते अशा ठिकाणी तो मला घेऊन गेला, ज्या कपड्यांचा मी कधी विचारही केला नसेल असे कपडे त्याने मला घेऊन दिले. माझ्या दरिद्री आणि सुरक्षित जीवनात मी कधीच अनुभव घेतला नव्हता असे खाद्यपदार्थ त्याने मला खाऊ घातले. लाकूड आणि स्टीलमध्ये पैसे गुंतवून तो पाहता पाहता सधन झाला होता. तो खर्चीकसुद्धा होता. जोखीम घेणं त्याला आवडत असे. एखादी कल्पना मनात आली की तो त्यात स्वतःला झोकून देईल. मला वाटतं कदाचित त्याच कारणापायी माझ्यासारख्या गरीब मुलीकडे तो आकर्षित झाला असावा. श्रीमंतीत जन्मलेल्यांचा त्याला तिटकारा होता. टापटीप लोक ज्या गोष्टी करणार नाहीत त्या करण्यात त्याला फार आनंद मिळत असे.

''त्यापैकी एक म्हणजे समुद्रकिनारी असलेल्या रिसॉर्टना भेटी देणं. त्याला तिथल्या सगळ्याच गोष्टी आवडत. तिथलं

खारं अन्न, जिप्सी, भविष्य सांगणारे, वजनाचा अंदाज करणारे आणि समुद्रात सूर मारणाऱ्या मुली. आम्हा दोघांनाही समुद्र आवडत असे. एक दिवस असंच आम्ही किनाऱ्यावर बसलो होतो. आमच्या पावलांना लाटा कुरवाळत होत्या. त्या क्षणी त्याने मला लग्नाची मागणी घातली.

"माझा आनंद गगनात मावेना. मी त्याला होकार भरला. समुद्रकिनारी खेळायला आलेल्या मुलांचा किलबिलाट आमच्या कानांवर पडला. पुन्हा एकदा एमिलच्या कल्पक मनाने उचल खाल्ली. याच जागी माझ्यासाठी एखादा रिसॉर्ट पार्क बांधण्याचं वचन त्याने मला दिलं. मी होकार भरलेल्या क्षणाचा आनंद कायमसाठी पकडून ठेवण्याकरता – सदैव तरुण राहण्याकरता."

ती वृद्धा हसली. "एमिलने आपलं वचन पाळलं. काही वर्षांनी त्याने एका रेल्वे कंपनीशी व्यवहार केला. आठवड्याच्या शेवटी अधिकाधिक लोकांनी रेल्वेने प्रवास करावा म्हणून कंपनी काहीतरी योजनेच्या शोधात होती. सगळ्या ॲम्युझमेन्ट पार्कची उभारणी त्यामुळेच तर झाली. तुला माहीत आहेच."

एडीने मान डोलावली. त्याला माहीत होतं. बहुतेकांना हे माहीत नसे. ॲम्युझमेन्ट पार्कची उभारणी अचानक देवदूतांकडून झाली असावी, 'बुद्धीके बाल' वापरून ते उभारले गेले असावेत असंच काहीसं लोकांना वाटत असावं. खरं सांगायचं म्हणजे ॲम्युझमेन्ट पार्क हे केवळ आणि केवळ व्यवसायवाढीच्या संधी म्हणून रेलरोड कंपनी त्यांकडे पाहत असे. रेल्वे मार्गावरच्या शेवटच्या थांब्याच्या बाजूला मुद्दाम हे पार्क उभे केले जात. त्यायोगे, शनिवार-रविवारीसुद्धा लोकांना रेल्वे वापरावी लागे. "*मी कुठे काम करतो माहीत आहे का?*" असं एडी विचारत असे. *रेल्वेलाइनच्या शेवटच्या टोकाला. मी तिथेच काम करतो.*

'एमिल,' वृद्धा पुढे सांगू लागली, ''त्याने अत्यंत आश्चर्यकारक जागा घडवली. त्याच्या मालकीच्या लाकूड आणि स्टीलच्या साहाय्याने एक प्रचंड पियर त्याने पाहता पाहता उभारलं. ते पूर्णत्वाला जाताच एकापाठोपाठ एक जादूई आकर्षणं येऊन दाखल होऊ लागली. वेगवेगळ्या शर्यती, राइड्स, बोटीच्या फेरी, छोट्या छोट्या रेल्वेगाड्या. मुद्दाम फ्रान्सहून फिरते पट्टे आणण्यात आले. जर्मनीतल्या एका आंतरराष्ट्रीय प्रदर्शनातून आकाशपाळणा मागवण्यात आला. अनेक ठिकाणी उंच मनोरे उभारण्यात आले. त्यावरून हजारो दिवे चमचमू लागले. रात्री ते इतके चमकत की, महासागरात डोलणाऱ्या जहाजाच्या डेकवरूनसुद्धा पार्क दिसे.

''या सगळ्या कामासाठी एमिलने शेकडो कामगार बोलावले, स्थानिक लोकांना रोजगार उपलब्ध करून दिला. कार्निव्हलचं काम करणाऱ्यांना तसंच परदेशी कामगारांना बोलावून घेतले. कित्येक प्राणी, कसरतपटू आणि विदूषक त्याने आमंत्रित केले. त्या ॲम्युझमेन्ट पार्कचं प्रवेशद्वार सर्वांत शेवटी पूर्ण करण्यात आलं. सर्वार्थाने ते भव्य आणि देखणं होतं. तसं प्रत्येकाचंच म्हणणं होतं. ज्या दिवशी सगळं काम पूर्ण झालं त्या दिवशी माझ्या डोळ्यांवर पट्टी बांधून तो मला तिथे घेऊन गेला. डोळ्यांवरची पट्टी काढल्यानंतर मला समोरचं दृश्य दिसलं.''

इतकं बोलून ती वृद्धा पाऊलभर मागे सरकली. किंचित निराश झाल्यागत तिने एडीकडे पाहिलं.

'प्रवेशद्वार?' ती पुन्हा म्हणाली. ''तुला नाही आठवत का? या पार्कच्या नावाबद्दल तुझ्या मनात कधी कुतूहल दाटून आलं नाही का? जिथे तू काम करत होतास? जिथे तुझे वडील काम करत होते?''

तिच्या हातात पांढरे ग्लोव्ह्ज दिसत होते. तिने आपली बोटं हळुवारपणे छातीवर टेकवली. त्यानंतर औपचारिकरीत्या स्वतःची ओळख करून देत असल्यागत किंचित झुकून ती म्हणाली,

"मी रुबी आहे.''

आज एडीचा जन्मदिन

एडी ३३ वर्षांचा झाला. श्वास कोंडल्याने तो दचकून जागा झाला. त्याच्या काळ्याभोर दाट केसांतून घामाच्या धारा निथळत होत्या. त्या अंधारातच त्याने डोळे उघडबंद केले. आपला हात आणि बोटं यांवर लक्ष केंद्रित करण्याचा त्याचा आटोकाट प्रयत्न होता. बेकरीवर असलेल्या घरातच तो आहे हे सिद्ध होण्यासाठी वाटेल ते करण्याची त्याची तयारी होती. तो त्या दूरच्या गावात त्या आगीत नव्हता हे त्याला सिद्ध करायचं होतं. ते स्वप्न. कधी थांबेल का ते?

पहाटेचे चार वाजले होते. पुन्हा झोपण्याचा प्रयत्न करण्यात काही अर्थ नव्हता. श्वास सामान्य होईपर्यंत तो तसाच बसून राहिला. मग हळूच पलंगावरून उतरला. आपल्या हालचालींमुळे बायकोला जाग येऊ नये याची काळजी त्याने घेतली. पलंगावरून उतरताना आधी त्याने उजवा पाय खाली ठेवला. तशी सवयच झाली होती त्याला. बराच काळ हालचाल न झाल्याने त्याचा डावा पाय ताठरलेला असायचा. त्यामुळे तो न टेकण्याचा त्याचा प्रयत्न असे. त्याची प्रत्येक सकाळ अशाच पद्धतीने सुरू होती. एक पाऊल टाकायचं आणि अडखळायचं.

बाथरूममधल्या आरशात स्वतःचे तारवटलेले डोळे पाहून त्याने पाण्याचे सपकारे चेहऱ्यावर आणि डोळ्यांवर

मारले. त्याला नेहमी एकच स्वप्न पडे– युद्धाची शेवटची रात्र आहे. तो फिलिपाइन्समध्ये आहे. आगीच्या ज्वाळांतून तो इतस्ततः भरकटत आहे. त्या खेड्यातल्या झोपड्या आगीच्या भक्ष्यस्थानी पडलेल्या आहेत. सातत्याने अगदी उच्च स्वरातला कर्कश आवाज कानांवर पडतो आहे. काहीतरी अदृश्य अशी वस्तू एडीच्या पायात घुसते. तो तिला चापट मारायला जातो. पण त्याचा नेम हुकतो. तो पुन्हा चापट मारतो, पुन्हा त्याचा नेम चुकतो. आता ज्वाळा अधिक तीव्र झाल्या आहेत. एखाद्या इंजिनासारखा त्यांचा घों घों आवाज येतो आहे. तितक्यात कुठूनतरी स्मिटी त्याच्या समोर येतो. एडीकडे पाहत तो किंचाळतो, ''चल लवकर! चल लवकर!'' एडी बोलण्याचा प्रयत्न करतो. पण, तो तोंड उघडतो तेव्हा शब्दांऐवजी त्याच्या घशातून एक कर्कश किंकाळी तेवढी बाहेर पडते. मग काहीतरी त्याच्या पायाला धरून ठेवतं. त्या चिखलात त्याचा पाय आत आत ओढला जातो.

स्वप्नात कायम याच ठिकाणी त्याला जाग येई. तो नेहमीच असा घामेजलेला असे. धापा टाकत असे. नेहमी हे असंच घडे. झोप न येणं हा त्यातला वाईट भाग नसेच. त्या स्वप्नांनंतर तो ज्या काळोखात गटांगळ्या खाई तो काळोख त्याला अतिशय त्रासदायक वाटे. संपूर्ण दिवस राखाडी आवरणात झाकोळला जाई. त्यापायी त्याचे आनंदाचे क्षणसुद्धा कोमेजत. जसं काही, कडक बर्फाच्या लादीत पाडलेली भोकं.

आवाज न करता कपडे बदलून तो खाली उतरला. नेहमीच्याच ठिकाणी कोपऱ्यावर टॅक्सी उभी होती. समोरच्या काचेवरचं दव त्याने टिपून घेतलं. त्याला जाणवणाऱ्या काळोखाबद्दल तो मागरिटला कधीच बोलत नसे. त्याच्या केसांतून हात फिरवत ती जेव्हा विचारे, ''काय झालं?'' तेव्हा

तो उत्तर देई, ''काही नाही, जरा थकलो आहे.'' त्याव्यतिरिक्त
तो काहीच सांगत नसे. तिच्या सहवासात तो आनंदी असणं
अपेक्षित असताना स्वतःच्या दुःखाबद्दल तो कसं काय बोलू
शकणार होता? तसं पाहायला गेलं तर, तो स्वतःलादेखील
स्वतःच्या या दुःखाचं स्पष्टीकरण देऊ शकत नव्हता. त्याच्या
समोर काहीतरी येऊन उभं राहतं, त्याचा रस्ता अडवला जातो,
करता करता तो एक एक गोष्ट सोडून देतो, अभियांत्रिकीचा
अभ्यास करण्याचं स्वप्नं विसरतो, प्रवास करण्याच्या कल्पनेचा
त्याग करतो; इतकंच त्याला ठाऊक असतं. आयुष्य जसं समोर
आलं तसं स्वीकारत तो जगू लागला आहे आणि तिथेच तो
थांबला आहे.

       त्या रात्री कामाहून परत आल्यावर तो आपली टॅक्सी
नेहमीच्याच कोपऱ्यावर उभी करतो. मग सावकाश पायऱ्या
चढत तो घरी येतो. त्याला त्याच्या घरातून एका परिचित
गाण्याचे शब्द ऐकू येतात.

       ''यू मेड मी लव्ह यू
       आय डिड'न्ट वॉन्ट टु डू इट
       आय डिड'न्ट वॉन्ट टु डू इट...''

दार उघडल्यावर एडीला टेबलवर ठेवलेला केक दिसतो. तिथेच
बाजूला एक छोटीशी कागदी पिशवीपण असते. सॅटिनच्या
रिबनने तिचं तोंड बांधलेलं असतं.

       'हनी?' बेडरूममधून मार्गारिटचा आवाज येतो. ''आलास
का तू?''

       तो ती पांढरी बॅग उचलून पाहतो. टॅफी. पियरमधून
आणलेल्या.

''हॅपी बर्थडे टु यू...'' आपल्या मधुर आवाजात असं गुणगुणत मागरिट बेडरूममधून बाहेर येते. एडीच्या आवडीचा फुलाफुलांचा ड्रेस तिने घातला आहे. त्याच्या आवडीची केशरचना तिने केली आहे. लिपस्टिकचा रंगसुद्धा त्याला आवडेल असाच आहे. या इतक्या सुंदर क्षणासाठी आपण पात्र नाही या विचारांनी एडीचा श्वास गुदमरतो. त्याच्या अंतरंगात असलेल्या अंधाराशी तो दोन हात करू पाहतो.

''मला मोकळं सोडं,'' असं तो त्याच्यातल्या अंधाराला बजावतो. ''या सुंदर क्षणाचा मला नीट आस्वाद घेऊ दे.''

मागरिटचं गाणं म्हणून होतं. पुढे येत ती हळुवारपणे त्याच्या ओठांवर ओठ टेकवते.

''या टॅफीसाठी माझ्याशी झटापट करायची आहे का?'' ती त्याच्या कानात कुजबुजते.

पुढे होत तो तिचं चुंबन घेतो. तितक्यात कुणीतरी दारावर टकटक करतं.

''एडी! आहेस का घरात? एडी!''

खालच्या मजल्यावर बेकरीमागे राहणारे बेकरीचे मालक श्री. नॅथनसन दाराशी असतात. त्यांच्या घरी टेलिफोन असतो. एडी जेव्हा दार उघडतो तेव्हा बाथरोब घातलेले घरमालक त्याला दिसतात. त्यांच्या चेहऱ्यावर चिंता स्पष्ट असते.

'एडी,' ते बोलू लागतात. ''जरा खाली चल बरं. एक फोन आला आहे तुझ्यासाठी. मला असं वाटतं की, तुझ्या वडिलांना काहीतरी झालं आहे.''

७७ ''मी रुबी आहे.''

हे ऐकताच ती स्त्री आपल्याला ओळखीची का वाटते हे एडीच्या लक्षात येतं. दुरुस्ती केंद्रात त्याने कुठेतरी तिचा फोटो पाहिला होता. रुबी पियर पार्क सुरुवातीला कोणाच्या मालकीचं होतं त्या संबंधात तिथे इतर अनेक नवीजुनी कागदपत्रं होती त्याच ढिगात कुठेतरी तो फोटो असावा.

''जुनं प्रवेशद्वार...'' एडी म्हणतो.

ती समाधानाने मान डोलावते. रुबी पियरचं मूळ प्रवेशद्वार फारच भव्य होतं. अवाढव्य स्वरूपाची ती एक कमान होती. जुन्या फ्रेंच मंदिराप्रमाणे तिची रचना केली होती. अनेक स्तंभांनी तिला आधार दिला होता. तिचं वरचं टोक घुमटाकृती होतं. ज्या घुमटाखालून जिथून लोक ये-जा करत तिथे एका सुंदर स्त्रीचा चेहरा रेखाटला होता. हीच ती स्त्री. रुबी.

''पण कित्येक काळापूर्वी ती कमान नष्ट झाली,'' एडी बोलू लागला. ''एक फार मोठी...''

बोलता बोलता तो थबकला.

'आग,' ती वृद्धा बोलू लागली, ''हो, फार मोठी आग लागली होती.'' अचानक तिचा चेहरा खाली झुकला. जणू मांडीवर ठेवलेला एखादा कागद वाचल्याप्रमाणे तिची नजर चश्म्यातून खाली बघू लागते.

'स्वातंत्र्यदिन होता तो - ४ जुलै - सुट्टीचा दिवस. एमिलला सुट्ट्या फार आवडत. 'व्यवसायासाठी उत्तम

असतात त्या' असं तो म्हणे. स्वातंत्र्यदिन उत्तम प्रकारे पार पडला असता तर उन्हाळ्याचा पूर्ण मोसमसुद्धा खूप छान गेला असता. म्हणूनच एमिलने त्या दिवशी आतषबाजीची व्यवस्था केली. त्याने मुद्दाम मार्चिंग करणारा बॅन्ड मागवला. कित्येक जास्तीचे कामगार त्याने या कामासाठी नेमले होते. अर्थात, त्या शनिवार-रविवारपुरतंच मर्यादित होतं ते.

"मात्र त्या रात्री उत्सव साजरा होण्याआधी काहीतरी घडलं. खूप उकाडा होता त्या दिवशी. सूर्यास्त झाला. आलेल्या काही कामगारांनी बाहेर मोकळ्यात, कामाच्या टपऱ्यांमागे निजायचं ठरवलं. स्वैपाकासाठी त्यांनी एका पत्र्याच्या पिंपात शेकोटी पेटवली.

"रात्र चढत गेली. त्यांचं मद्यपानही रंगत गेलं. तितक्यात कोणालातरी थोडेफार फटाके सापडले. त्यांनी ते पेटवले. वारा वाहू लागला. ठिणग्या इतस्ततः उडाल्या. त्या काळात सगळं बांधकाम लाकूड आणि डांबर वापरून करण्यात आलं होतं...."

तिने मान हलवली. "पुढच्या गोष्टी पाहता पाहता घडल्या. मध्यावरून दोन्ही बाजूंना आग भडकत गेली. आधी अन्नपदार्थांची दुकानं आणि त्यानंतर प्राण्यांचे पिंजरे भक्ष्यस्थानी पडले. ते कामगार तिथून पळून गेले. कुणीतरी आम्हाला आगीबद्दल सांगेस्तोवर रुबी पियरमधली आग भडकली होती. आमच्या घराच्या खिडकीतून आम्हाला आगीचा तो भयानक केशरी लाल कल्लोळ दिसत होता. घोड्यांच्या टापांचे आवाज येत होते. अग्निशामक दलाच्या गाड्यांचा आवाजही येऊ लागला. पाहता पाहता रस्त्यावर बघ्यांची गर्दी झाली.

"एमिलने जाऊ नये म्हणून मी त्याच्या हातापाया पडले. पण काहीही उपयोग झाला नाही. तो जाणारच होता. भडकलेल्या आगीत तो उतरणार होता. गेली कित्येक वर्षं अतिशय मेहनत

करून त्याने हे सगळं उभारलं होतं. तो ते वाचवणार होता. संताप आणि भीतीपायी तो तारतम्य विसरला. प्रवेशद्वाराला जेव्हा आग लागली तेव्हा तिथे कोरलेलं माझं नाव आणि माझं चित्रसुद्धा पेटलं. ते पाहताच त्याचा उरलासुरला विवेक संपला. पाण्याने भरलेल्या बादल्या तो आगीवर रिकाम्या करत असतानाच एक स्तंभ कोसळला. त्या खाली तो चिरडला गेला.''

हाताची बोटं ओठांवर टेकवत ती पुढे सांगू लागली, ''एका रात्रीत आमचं जीवन पूर्णपणे पालटलं. जोखीम उचलण्याची एमिलला सवय होती. नेमकं त्यापायी त्याने पियरचा फारसा विमा उतरवला नव्हता. त्याचं अतोनात नुकसान झालं. माझ्यासाठी त्याने घडवलेली अत्यंत देखणी भेट भस्मसात झाली. अतिशय निराश अवस्थेत त्याने ती जळून कोळ झालेली जागा पेन्सिल्व्हेनिया इथून आलेल्या एका व्यावसायिकाला अत्यंत नाममात्र दरात विकली. त्या जागेचं रुबी पियर हे नाव मात्र त्या नवीन व्यावसायिकाने कायम ठेवलं. कालांतराने त्याने इथे नवीन पार्क उघडला पण आमचा काहीही अधिकार उरला नव्हता.

''एमिलचं शरीर त्या आगीत जसं जर्जर झालं होतं तसंच तो आपलं चैतन्यसुद्धा हरवून बसला होता. मदतीशिवाय चालण्यासाठी त्याला तब्बल तीन वर्षं लागली. आम्ही ती जागा सोडली. शहराबाहेर एका छोट्या घरात आम्ही राहू लागलो. आम्हाला काटकसर करण्याची गरज भासू लागली. माझ्या जखमी नवऱ्याची देखभाल करत मी एकच विचार करीत राहिले.''

बोलता बोलता ती थबकली.

'कोणता?' एडीने विचारलं.

''त्याने तो पार्क बांधायलाच नको होता.''

౭ ती वृद्धा गप्प झाली. अथांग पसरलेल्या हिरव्या आभाळाचं एडी निरीक्षण करू लागला. ज्या कोणी रुबी पियर बांधलं असेल त्याने आपल्या पैशांचा विनियोग इतर कुठल्यातरी प्रकारे करायला हवा अशी इच्छा एडीने स्वतः किती वेळा केली होती.

"तुमच्या नवऱ्याबद्दल ऐकून मला फार वाईट वाटतं," याव्यतिरिक्त काय बोलावं हे न समजून एडी म्हणाला.

ती वृद्धा हसली. "आभारी आहे. त्या आगीनंतर आम्ही कैक वर्षं जगलो. आमची तीन मुलं आम्ही वाढवली. एमिल सतत आजारी होता. त्याला सातत्याने हॉस्पिटलच्या वाऱ्या कराव्या लागत. मी ऐन पन्नाशीत असताना त्याचं निधन झालं. हा चेहरा, त्यावरच्या सुरकुत्या पाहतो आहेस ना?" तिने मान वर करत विचारलं. "या प्रत्येक सुरकुतीमागे तेवढेच कष्ट आहेत माझे."

एडीच्या कपाळावर आठ्या उमटल्या. त्याने विचारलं, "मला समजत नाही आपण कधी... भेटलो होतो का? तुम्ही कधी पियरपाशी आला होतात का?"

'नाही,' तिने उत्तर दिलं. "त्या पियरकडे पुन्हा कधीही पाहायचं नव्हतं मला. माझी मुलं जायची तिथे. पुढे माझी नातवंडं आणि पतवंडंसुद्धा पियरला भेट देत असत. मी मात्र कधी गेले नाही. स्वर्गाची माझी कल्पना आता समुद्रापासून शक्य तितक्या दूर होती. परत एकदा मी हॉटेलमध्ये काम करू लागले. पुन्हा एकवार माझे दिवस अगदी सामान्य झाले. एमिल माझ्या प्रेमात पडण्याआधीची परिस्थिती मी पुन्हा जगू लागले."

एडीने कपाळ चोळलं. त्याने श्वास घेतला तेव्हा त्याच्या नाकातून वाफा बाहेर पडल्या.

"तर मग मी इथे का आहे?" त्याने विचारलं. "म्हणजे, तुमची कथा, ती आग हे सगळं माझ्या जन्माआधी घडून गेलं. नाही का?"

"आपल्या जन्माआधी जे घडून गेलं त्याचासुद्धा आपल्यावर परिणाम होतो," ती म्हणाली. "आपल्या जन्माआधी अस्तित्वात असलेल्या व्यक्तींचासुद्धा आपल्यावर परिणाम होतो.

"आपल्या समोर जे कोणी उभे राहतात त्यांच्यामुळेच तर आपण अशा जागांवर जाऊन पोहोचतो जिथे आपण कधी गेलेलो नसतो. आपल्या कामाच्या जागा, जिथे आपण वेळ व्यतीत करतो – कित्येकदा आपल्याला असं वाटतं की आपल्या आगमनामुळे असं घडलं आहे. पण ते खरं नसतं."

तिने आपली बोटं चोळत म्हटलं, "एमिल नसता तर माझा कोणीही नवरा नसता. आमचं लग्न झालं नसतं तर पियर बांधलं गेलं नसतं. पियर नसतं तर तू तिथे कामाला लागला नसता."

डोकं खाजवत एडीने विचारलं, "म्हणजे? तुम्ही इथे माझ्या कामाबाबत सांगण्यासाठी आला आहात का?"

"नाही रे बाळा," रुबीने उत्तर दिलं. तिचा स्वर आता अतिशय मृदू–मुलायम झाला होता. "तुझ्या वडिलांचा मृत्यू कसा झाला होता ते सांगण्यासाठी मी इथे आले आहे."

७७ तो फोन एडीच्या आईचा होता. त्या दुपारी ज्युनिअर रॉकेट राइडजवळच्या फळकुटांच्या मार्गाच्या पूर्वेकडच्या भागात त्याचे वडील अचानक कोसळले होते. त्यांना सणसणून ताप भरला होता.

"एडी, मला फार भीती वाटते," असं म्हणताना त्याच्या आईचा आवाज कापत होता. आधीच्या आठवड्यात एकदा त्याचे वडील गच्च भिजून पहाटेच्या सुमारास घरी परत आले होते. त्यांच्या कपड्यांमध्ये वाळू साठली होती. एक जोडा गायब होता. त्यांच्या अंगाला समुद्राचा वास येत होता असंही

आईने सांगितलं. एडीच्या मात्र मनात आलं की, त्याच्या जोडीने त्यांना नक्कीच दारूचा दर्पही येत असणार.

"ते खूप खोकत होते," आई पुढे सांगू लागली. "पाहता पाहता दुखणं वाढलं. आम्ही त्याच दिवशी डॉक्टरांना बोलवायला हवं होतं..." तिचे पुढचे शब्द थोडे अस्पष्ट ऐकू आले. तशाही अवस्थेत ते कामाला गेले होते. खरं तर ते आजारी होते. पण नेहमीप्रमाणे हत्यारांचा पट्टा अडकवून आणि त्यांची ती खास हातोडी घेऊन ते निघाले होते. त्या रात्री जेवायला मात्र त्यांनी नकार दिला होता. पलंगावर पडल्यावर त्यांना श्वास घेणं जड झालं होतं. रात्रभर त्यांना घाम येत होता. दुसऱ्या दिवशी त्यांची अवस्था अजून बिकट झाली होती. आणि त्या दुपारी तर ते खाली कोसळले होते.

"त्यांना न्यूमोनिया झाला आहे असं डॉक्टरांचं म्हणणं आहे. हे ईश्वरा, मी या आधीच काहीतरी करायला हवं होतं. मी काहीतरी करायला हवचं होतं..."

"तू नेमकं काय करणं अपेक्षित होतं?" एडीने विचारलं. तिने सगळा ठपका स्वतःवर ठेवला आहे हे पाहून त्याला संताप आला. ती सगळी परिस्थिती त्याच्या वडिलांच्या अति पिण्याने ओढवली होती.

आईचं रडणं त्याला फोनवर ऐकू आलं.

७७ वर्षानुवर्षं समुद्राच्या बाजूला काढल्याने आपल्या श्वासालाही समुद्राचाच वास येत असतो असं एडीच्या वडिलांचं म्हणणं होतं. आता मात्र समुद्रापासून दूर, हॉस्पिटलच्या पलंगावर त्यांना पडून राहावं लागत होतं. किनाऱ्यावर उन्हात वाळवायला ठेवलेल्या मासोळीसारखं त्याचं शरीर शुष्क होऊ लागलं. प्रकृतीची गुंतागुंत वाढली. छातीत कफ दाटला. बऱ्यापैकी

चांगली असलेली त्यांची परिस्थिती गंभीर झाली. ''एखाददोन दिवसांत येईल तो घरी,'' असं म्हणणारे मित्र ''आठवड्याभरात येईल तो घरी,'' असं म्हणू लागले. वडिलांच्या अनुपस्थितीत एडी पियरवर जाऊन कामात हातभार लावू लागला. एरवी त्याचं संध्याकाळचं टॅक्सी चालवणं सुरूच होतं. दिवसभर तो पियरमधल्या वेगवेगळ्या राइड्ससाठी ग्रीस भरण्याचं काम करत असे. सगळ्या वाहनांचे ब्रेक तपासणं, लिव्हर तपासणं, काही तूटमोड झाली असेल तर त्याची दुरुस्ती करणं, ही सगळी कामं तो करू लागला. खरं म्हणजे तो आपल्या वडिलांची नोकरी वाचवत होता. तो घेत असलेल्या श्रमांची जाण जरी मालकांनी ठेवली तरी वडिलांच्या निम्माच पगार त्यांनी त्याला दिला. ते पैसे त्याने त्याच्या आईच्या हातात ठेवले. ती रोजच हॉस्पिटलमध्ये जात होती. रात्री तीच त्यांच्या सोबत असे. एडी आणि मागारिटने घराची देखभाल करायची, किराणा वगैरे वस्तू आणून ठेवायच्या ही जबाबदारी उचलली.

एडी जेव्हा बारा-तेरा वर्षांचा होता तेव्हा पियरवर गेल्यावर कंटाळा आला आहे अशी तक्रार जर त्याने केली तर त्याचे वडील संतापून त्याला झापत. ते विचारत, ''काय? इथे तुला करमत नाही का?'' त्यानंतर, एडीचं शालेय शिक्षण संपल्यावर त्याने तिथेच कामाला लागावं असं वडिलांनी सुचवलं होतं. एडीने त्यांचं म्हणणं हसण्यावारी नेलं होतं. त्याही वेळेस वडिलांनी तोच प्रश्न विचारला होता, ''काय? इथे तुला करमत नाही का?'' एडी युद्धावर जाण्यापूर्वी, जेव्हा मागारिटबरोबर लग्न करण्याचा विचार त्याने बोलून दाखवला होता, इंजिनिअर व्हायचा विचार त्याने बोलून दाखवला होता, तेव्हासुद्धा वडिलांनी पुन्हा तोच प्रश्न विचारला होता, ''काय? इथे तुला करमत नाही का?''

...आणि आता इतकं सगळं घडून गेल्यावर, एडी नेमका त्याच पियरमध्ये त्याच वडिलांचंच काम करू लागला होता. सरतेशेवटी एके रात्री आईने आग्रह धरल्यावरून एडी हॉस्पिटलमध्ये गेला. अगदी सावकाश तो वडिलांना ठेवलेल्या खोलीत शिरला. गेली कित्येक वर्षं ज्या वडिलांनी एडीशी बोलायला नकार दिला होता ते आता मुकाट्याने अंथरुणावर पडले होते. बोलण्याची शक्तीसुद्धा त्यांच्यात उरली नव्हती. खोलीत आलेल्या आपल्या मुलाकडे त्यांनी जडावलेल्या नजरेने पाहिलं. त्यांच्याशी अगदी एखादं वाक्य बोलण्यासाठीसुद्धा एडीला आटोकाट प्रयत्न करावा लागला. मात्र, तेही त्याला जमलं नाही. सरतेशेवटी त्याने आपले दोन्ही हात वर करून ग्रीसने भरलेली बोटं वडिलांना दाखवली.

''ए मुला, काळजी करू नकोस,'' देखभाल विभागातल्या इतर कर्मचाऱ्यांनी त्याला समजावलं. ''तुझा म्हातारा फार चिवट आहे बरं. आजवर आम्ही इतका मजबूत आणि कणखर गडी पाहिला नाही. तो यातून बाहेर पडेल.''

෴ फारच क्वचित पालक आपल्या मुलांचा नाद सोडतात. अशा वेळेस मुलंच अनेकदा पालकांचा नाद सोडतात. मुलं पुढे होतात. मुलं दूर जातात. पूर्वी आवश्यक वाटणाऱ्या अनेक बाबींचे आयाम बदलतात. आईने 'हो' म्हणणं, वडिलांनी होकार दर्शवणं, अशा गोष्टींची जागा स्वकर्तृत्वाने घेतली जाते. पाहता पाहता आईवडील थकतात. त्यांची त्वचा लोंबू लागते. मन कमकुवत होऊ लागतं त्या वेळेस कुठे मुलं आईवडिलांना थोडंफार समजून घेऊ लागतात. त्यांच्या यशापयशाची जाणीव मुलांना होऊ लागते. स्वतःच्या आयुष्यापलीकडे जात ते आपल्या आईवडिलांचं आयुष्य समजून घेऊ शकतात.

वडिलांचा मृत्यू झाल्याची बातमी एडीपर्यंत पोहोचली. नर्सने सहजतेने त्याला सांगितलं, ''ते गेले!'' जणू एडीचे वडील दुधाची बाटली विकत आणायला बाहेर पडले होते. त्या क्षणी एडीच्या मनात अतोनात संताप दाटला. किती पोकळ होता तो. स्वतःच्याच पिंजऱ्यात तो संताप अडकला होता. बहुतेक सगळ्याच कामगारांच्या मुलांप्रमाणे एडीनेसुद्धा कल्पना केली होती की, आपल्या वडिलांना वीरमरण येईल. त्यायोगे आजवर जगलेल्या आयुष्याचं त्याचं सामान्यपण दूर होईल. परंतु दारूच्या धुंदीत समुद्रात गटांगळ्या खाऊन गतप्राण होणाऱ्या व्यक्तीच्या मरणात कुठलीही वीरता नसते. दुसऱ्या दिवशी एडी आपल्या आईवडिलांच्या घरी गेला. त्यांच्या बेडरूममध्ये प्रवेश करून त्याने तिथले सगळे ड्रॉवर्स उघडले. जणू आपल्या वडिलांचा एखादा अवशेष कुठे सापडतो का हे शोधण्याचा त्याचा प्रयत्न असावा. काही चिल्लर नाणी, टायला लावायची पिन, अॅपल ब्रॅन्डीची छोटी बाटली, रबरबॅन्ड्स, विजेची बिलं, अनेक पेन्स आणि एका बाजूला मर्मेडचं चित्र असलेलं सिगरेट लायटर याव्यतिरिक्त त्याला काहीही सापडलं नाही. सरतेशेवटी आपल्या वडिलांचा पत्त्यांचा जोड मात्र त्याला सापडला. तो त्याने खिशात टाकला.

एडीच्या वडिलांचा अंत्यविधी थोडक्यात आटोपला. पुढचे काही आठवडे त्याची आई माणसांत नसल्यागत वावरत होती. नवरा हयात असल्यागत त्याच्याशी बोलत होती. 'रेडिओ बंद कर' म्हणून ओरडत होती. दोघांना पुरेल इतका स्वैपाक करत होती. पलंगावरच्या दोन्ही बाजूंच्या उशा नीट करून ठेवत होती. तसं पाहिलं तर गेले कित्येक दिवस पलंगावर फक्त तीच एका बाजूला ती झोपत होती.

एका रात्री स्वैपाकघराच्या ओट्यावर बशा आवरून ठेवताना ती एडीला दिसली.

"मी मदत करतो," त्याने म्हटलं.

"नाही, नाही," आईने उत्तर दिलं, "तुझे वडील आवरून ठेवतील नंतर."

एडीने तिच्या खांद्यावर हात ठेवला.

'मां,' हळुवार स्वरात त्याने हाक मारली. "डॅड गेले."

"कुठे गेले?"

"दुसऱ्याच दिवशी एडी घरमालकाला जाऊन भेटला. आपण नोकरी सोडत आहोत असं त्याने सांगितलं. त्यानंतर दोन आठवड्यांत त्याने आणि मागिरिटने ते घरसुद्धा सोडलं. एडी जिथे लहानाचा मोठा झाला होता त्या घर क्रमांक ६ ब, बीचवूड ॲव्हेन्यू इथे ती दोघं राहायला आली. तिथे जिन्यातली जागा अगदी अरुंद होती. स्वैपाकघराच्या खिडकीतून पियरचे घुमट दिसत. आईवर लक्ष ठेवता येईल अशी नोकरी एडीने स्वीकारली. कैक उन्हाळे याच कामासाठी जणू त्याचं प्रशिक्षण झालं होतं. तो रुबी पियर इथल्या दुरुस्ती विभागात कामाला लागला. ज्या आयुष्यातून सुटका करून घेण्याचा आटोकाट एडी प्रयत्न करत होता त्याच आयुष्यात त्याला अडकवण्यासाठी मरणाच्या वडिलांना तो नित्य शिव्याशाप देऊ लागला. तो म्हातारा त्याच्या थडग्यातून आपल्याला हसत आहे असं एडीला वाटत राही. सरतेशेवटी तेच आयुष्य त्याच्यासाठी बरं ठरलं होतं. अर्थात, याबद्दल तो ना कधी आपल्या बायकोशी बोलला ना आईशी. त्याबद्दल त्याने कुणासमोर अवाक्षरही उच्चारलं नाही.

आज एडीचा जन्मदिन

एडी आज ३७ वर्षांचा झाला. त्याचा नाश्ता गार होत होता.

"मीठ कुठे आहे?" एडीने नोएलला विचारलं.

समोर सॉसेज खात असणारा नोएल पटकन उठून शेजारच्या टेबलवर वाकला आणि तिथून त्याने मिठाळं उचललं.

"हे घे, हॅपी बर्थडे."

एडीने ते मिठाळं जोरात झटकलं. *"टेबलवर मिठाचं भांडं ठेवणं इतकं कठीण आहे का?"*

"तू काय इथला व्यवस्थापक आहेस का?" नोएलने विचारलं.

एडीने खांदे उडवले. अगदी सकाळपासून ऊन खूप तापलं होतं, हवा एकदम दमट झाली होती. हा त्यांचा नित्यक्रम होता. आठवड्यातून एकदा शनिवारी सकाळी, पार्कमध्ये अतोनात गर्दी होण्यापूर्वी ते एकत्र नाश्ता करत. नोएलचा ड्रायक्लिनिंगचा व्यवसाय होता. रुबी पियरच्या देखभाल विभागाचे गणवेश स्वच्छ करण्याचं काम त्याला मिळवून देण्यात एडीने मदत केली होती.

"या देखण्या माणसाबद्दल तुझं काय म्हणणं आहे?" नोएलने विचारलं. त्याच्या हातात 'लाइफ' या मासिकाचा ताजा अंक होता. त्यातील त्याने निर्देश केलेली व्यक्ती एक

तरुण राजकीय उमेदवार होती. ''हा माणूस राष्ट्राध्यक्ष पदासाठी कसा काय उभा राहू शकतो? पोरगा आहे अजून!''

पुन्हा खांदे उडवत एडी म्हणाला, ''आपल्या वयाचा आहे तो.''

''काहीतरीच काय!'' एक भुवई उंचावत नोएल म्हणतो, ''मला तर वाटत होतं राष्ट्राध्यक्ष होण्यासाठी आपलं वय बरंच असावं लागतं.''

''आपलं वय बरंच आहे,'' एडी पुटपुटला.

नोएलने मासिक बंद केलं. त्याचा आवाज खाली आला. त्याने विचारलं, ''ए, ब्रायटनमध्ये काय झालं ते ऐकलंस का?''

एडीने मान डोलावली. मग कॉफीचा घोट घेतला. त्याच्या कानांवर आलं होतं ते. एक ॲम्युझमेन्ट पार्क. एक गोंडोला राइड. काहीतरी सटकतं. एक आई तिच्या मुलासकट साठ फुटांवरून खाली कोसळते. तत्क्षणी ते गतप्राण होतात.

''तिथलं कोणी माहीत आहे का तुला?'' नोएलने विचारलं.

एडी दातांच्या दोन्ही रांगांतून जीभ फिरवतो. अशा प्रकारच्या अनेक गोष्टी त्याला सातत्याने ऐकू येत असतात, कुठल्यातरी पार्कमध्ये एखादा अपघात होतो, कानाच्या बाजूने एखादी गांधीलमाशी गेल्यासारखा तो प्रत्येक वेळेस चपापतो. रुबी पियरमध्ये आपल्या डोळ्यांदेखत असं काहीतरी घडेल याची चिंता त्याला रोज भेडसावते.

''नाऽऽही,'' तो उत्तर देतो. ''ब्रायटनमध्ये कुणीही माझ्या ओळखीचं नाही.''

तो खिडकीवर नजर खिळवतो. ट्रेन-स्टेशनमधून गर्दीचा लोट बाहेर पडतो. सगळे समुद्राच्या दिशेने निघतात. त्यांच्या जवळ टॉवेल, छत्र्या, कागदात गुंडाळलेले सॅन्डविच ठेवलेल्या

वेताच्या बास्केट असा जामानिमा दिसतो. कित्येकांच्या जवळ अगदी नवीन वस्तू दिसते – घडीची खुर्ची. वजनाने हलक्या ॲल्युमिनिअमपासून ती तयार केलेली असते. पनामा हॅट घातलेला एक वृद्ध सिगार ओढत तिथून पुढे जातो.

''जरा बघ त्या माणसाकडे,'' एडी म्हणतो. ''मी तुला खात्रीने सांगतो की ती सिगार तो मधल्या बोर्डवॉकवर फेकेल.''

''काय सांगतोस?'' नोएल उद्गारतो. ''बरं मग?''

''समजा, ती तिथल्या फटीत पडली तर ती जळू लागेल. त्याचा तुला वास येईल. त्या लाकडांना ते काहीतरी रसायन लावताना ताबडतोब धूर निघू लागेल. कालचीच गोष्ट सांगतो. एका पोराला पकडलं मी. अरे, चार वर्षांचासुद्धा नव्हता तो. पण असंच सापडलेलं सिगारचं थोटूक तोंडात टाकणार होता तो.''

अवाक होऊन नोएल विचारतो, ''मग पुढे?''

एडी वळून म्हणतो, ''पुढे काहीही नाही. लोकांनी थोडी जास्त काळजी घ्यायला हवी इतकंच.''

नोएल भराभर सॉसेज तोंडात कोंबतो. ''तुझ्याशी बोलायचं म्हणजे हसून पुरेवाट होते. जन्मदिनी तू नेहमीच इतकी मजा करतोस का?''

एडी उत्तर देत नाही. ती जुनी विषण्णता त्याच्या बाजूलाच बसली आहे. एव्हाना त्याला तिची सवय झाली आहे. अतिशय गर्दी असलेल्या बसमध्ये आपण जशी जागा करून देतो तसंच त्याचं झालं आहे.

त्या दिवशी करायच्या देखभालीचा विचार एडी करू लागतो. 'फन हाउसमधला आरसा फुटला आहे. बंपर कारसाठी जाळ्या बसवायच्या आहेत. भरपूर गोंद मागवावा लागणार

आहे.' तो स्वतःलाच आठवण करून देतो. मग त्याच्या मनात ब्रायटन इथल्या गरीब बिचाऱ्या लोकांचा विचार येतो. तिथे नेमकं कोणाच्या देखरेखीखाली सगळं चालत असेल असा प्रश्न त्याला पडतो.

"आज किती वाजता संपेल तुझं काम?" नोएल विचारतो.

दीर्घ सुस्कारा सोडत एडी उत्तर देते, "आज खूप काम असणार आहे. उन्हाळा. शनिवार. तुला तर माहीत आहेच."

एक भुवई उंचावत नोएल म्हणतो, "सहाच्या सुमारास आपण ट्रॅकजवळ भेटू शकतो."

एडीच्या मनात मागरिटचा विचार येतो. जेव्हा जेव्हा नोएल घोड्यांच्या ट्रॅकचा उल्लेख करतो तेव्हा नेहमीच त्याला मागरिटची आठवण येते.

"ये ना रे, दोस्ता, आज तुझा जन्मदिन आहे," नोएल आग्रह करतो.

एडी काट्याने अंड्याचा तुकडा उचलतो. एव्हाना ते थंडगार झालं आहे. पण त्याला त्याचं काहीच वाटत नाही.

"बरं, येतो!" तो उत्तर देतो.

৩৩

तिसरा पाठ

"**पि**यरमध्ये काम करणं इतकं वाईट होतं का?'' वृद्धेने विचारलं.

''ती माझी निवड नव्हती,'' सुस्कारा टाकत एडी बोलू लागला. ''माझ्या आईला मदतीची गरज होती. एकातून दुसरी गोष्ट घडत गेली. वर्षानुवर्षं गेली. मी कधीच ती जागा सोडू शकलो नाही. मी दुसरीकडे कुठे राहायला गेलो नाही. खऱ्या अर्थानं मी पैसे कमावले नाहीत. मी काय म्हणतो आहे हे लक्षात येतंय ना तुमच्या? आपल्याला एखाद्या गोष्टीची सवय होऊ लागते. लोक आपल्यावर अवलंबून राहू लागतात. एक दिवस तुम्हाला जाग येते आणि समोर असलेला दिवस मंगळवार आहे की गुरुवार हेसुद्धा तुम्हाला सांगता येईनासं होतं. ठरावीक साचेबद्ध काम तुम्ही वर्षानुवर्षं करत जाता, तुम्ही 'राइड करणारे' होता. अगदी तुमच्या...''

''तुझ्या वडिलांसारखे?''

एडी गप्प राहिला.

"तुझ्याशी फार कठोरपणे वागले ते," वृद्धा पुढे म्हणाली.

नजर झुकवत एडीने म्हटलं, "हो. मग?"

"कदाचित तूसुद्धा त्यांच्याशी कठोरपणे वागला असशील."

"मला नाही वाटत तसं. ते माझ्याशी शेवटचं कधी बोलले माहीत आहे का तुम्हाला?"

"ज्या वेळेस त्यांनी तुला मारायचा प्रयत्न केला."

एडीने तिच्याकडे चमकून पाहिलं.

"त्यांनी मला उद्देशून उच्चारलेले शेवटचे शब्द माहीत आहेत का तुम्हाला? 'नोकरी मिळव!' याला काय वडील म्हणायचं, अं?"

वृद्धेने आपले ओठ क्षणभर मिटून घेतले. मग ती पुढे म्हणाली, "त्यानंतर तू खरोखरंच कामाला लागलास. तू स्वतःला माणसात आणलंस."

एडीच्या मनात संतापाचा उद्रेक झाला. "हे पाहा," तो कठोर स्वरात म्हणाला. "तुम्ही त्या माणसाला ओळखत नव्हता."

"अगदी बरोबर!" ती उठून म्हणाली. "पण, तुला माहीत नसलेलं काहीतरी मला माहीत आहे. ते आता तुला दाखवण्याची वेळ आली आहे."

७७ हातातल्या छत्रीच्या टोकाने रुबीने बर्फात एक वर्तुळ काढलं. एडीने वर्तुळात पाहिलं तेव्हा त्याला आपली बुबुळं डोळ्यांतून बाहेर पडतील की काय असं वाटलं. अचानक त्याची बुबुळं मनाला येईल तशा हालचाली करू लागली होती. समोर येणाऱ्या वेगवेगळ्या छिद्रांतून ती डोकावून पाहू लागली होती. वर्तुळात दिसणाऱ्या आकृत्या आता थोड्या नीट दिसू

लागल्या. अनेक वर्षांपूर्वीचं त्याच्या जुन्या घराचं दृश्य होतं ते. घराचा समोरचा, मागचा, वरचा आणि खालचा भागसुद्धा त्याला स्पष्ट दिसू लागला.

त्याला दिसलेलं दृश्य असं होतं –

त्याने आपल्या आईला पाहिलं. ती काळजीत पडली होती. स्वैपाकघरातल्या टेबलपाशी बसली होती ती. तिच्या बाजूला मिकी शिआ बसला होता. त्याची अवस्था भयाण होती. तो गच्च भिजला होता. कपाळावरून आणि नाकावरून सतत तो तळहात फिरवत होता. मग तो हुंदके देऊन रडू लागला. एडीच्या आईने त्याला प्यायला ग्लासभर पाणी दिलं. त्याला थांबण्याची खूण करून ती उठून बेडरूममध्ये गेली. तिने दार लावून घेतलं. पायातले जोडे आणि घरातले कपडे काढले. मग तिने आपला स्कर्ट-ब्लाउज अंगावर चढवला. एडीला सगळ्या खोल्या दिसत होत्या पण त्या दोघांमधला संवाद ऐकू येत नव्हता. नुसतीच गुणगुण जाणवत होती. स्वैपाकघरात बसलेल्या मिकीने पाण्याच्या ग्लासकडे दुर्लक्ष करत जाकिटातून चपटी बाटली काढून त्यातले घोट घेतलेले दिसले. मग हळूच उठून तो अडखळत बेडरूमकडे गेला. त्याने दार उघडलं. कपडे बदलत असलेली आई एडीला दिसली. ती दचकून वळली. मिकी तसाच अडखळत पुढे येत होता. तिने घाईने एक टॉवेल अंगावर लपेटला. मिकी तिच्या जवळ गेला. त्याला थोपवण्याकरता तिने ताबडतोब हात पुढे केला. क्षणभर मिकी थबकला. पण पुढच्या क्षणी तो हात ओढून त्याने एडीच्या आईला जवळ ओढलं. तो तिला भिंतीच्या दिशेने नेऊ लागला. आता तिची कंबर पकडून तो तिच्यावर झुकला. त्याच्या तावडीतून झुकण्यासाठी ती आकांत करू लागली. एका हाताने टॉवेल गच्च पकडत दुसऱ्या हाताने मिकीच्या छातीवर

तिने जोर दिला. तो धिप्पाड आणि मजबूत होता. दाढीचे खुंट वाढलेला चेहरा त्याने तिच्या गालाशी नेला. तिच्या मानेवर तो आपला चेहरा घासू लागला.

तितक्यात घराचं समोरचं दार उघडलं. पावसातून भिजून आलेले एडीचे वडील दारात उभे राहिले. त्यांची नेहमीची हातोडी पट्ट्याला लोंबकाळत होती. त्यांनी बेडरूमकडे धाव घेतली. मिकीने आपल्या बायकोला पकडल्याचं त्यांना दिसलं. एडीचे वडील संतापून किंचाळले. त्यांनी पट्ट्याला लागलेली हातोडी काढून हातात घेत उंचावली. दोन्ही हात डोक्यावर ठेवून मिकी दाराच्या दिशेने वळला. त्याने एडीच्या वडिलांना जोरात टक्कर देऊन बाजूला पाडलं. एडीची आई हमसून हमसून रडत होती. तिचा ऊर धपापत होता. तिचा चेहरा अश्रूंनी भिजला होता. तिच्या नवऱ्याने तिचे दोन्ही खांदे धरून गदागदा हलवले. तिने गुंडाळलेला टॉवेल खाली पडला. ती दोघं किंचाळत होती. एडीचे वडील घरातून तडक बाहेर पडले. बाहेर पडताना त्यांनी हातातल्या त्या हातोडीने एक दिवा फोडला. दाणदाण पावलं टाकत ते पायऱ्या उतरले. त्या कोसळत्या पावसात, रात्रीच्या अंधारात, त्यांनी बाहेर धाव घेतली.

७७ ''हे सगळं काय होतं?'' अविश्वासाने एडी ओरडला. ''हे सगळं काय होतं?''

वृद्धा काहीच बोलली नाही. बर्फात काढलेल्या त्या वर्तुळाच्या बाजूला तिने अजून एक वर्तुळ काढलं. तिकडे न बघण्याचा एडीने आटोकाट प्रयत्न केला. तथापि, त्याला राहवलं नाही. तो पुन्हा खाली खाली कोसळत होता. त्याचे डोळे केवळ समोरचं दृश्य पाहत होते.

त्याला जे दिसलं ते असं –

रुबी पियरचं 'उत्तर बिंदू' हे शेवटचं टोक त्याला दिसलं. तो एक अरुंद धक्का होता. त्याचा शेवट समुद्रात होत होता. आकाश काळपट निळं होतं. पाऊस मुसळधार कोसळत होता. धक्क्याच्या टोकाकडून अडखळत मिकी शिआ समोर आला. तो खाली कोसळला. त्याचं पोट वरखाली होत होतं. क्षणभर तो तसाच उताणा पडून राहिला. त्याच्या डोळ्यांसमोर काळोखी आभाळ तेवढं होतं. मग तो कुशीवर वळला. तिथल्या लाकडी रेलिंगखाली तो गेला. पुढच्या क्षणी तो समुद्रात कोसळला.

काही क्षणांनी एडीचे वडील तिथे आले. त्यांच्या हातात हातोडी तशीच होती. त्यांनी इकडे तिकडे शोध घ्यायला सुरुवात केली. त्यांनी रेलिंग हाताने हलवलं. खालच्या पाण्यात वेध घेतला. जोरात सुटलेल्या वाऱ्यामुळे पावसाच्या धारा इतस्ततः भिरकवल्या जात होत्या. कमरेला अडकवलेला चामडी पट्टा ओला झाल्याने काळा पडला होता. तेवढ्यात त्यांना लाटांमध्ये काहीतरी दिसलं. कमरेचा पट्टा उतरवून त्यांनी पायातले जोडे काढले. एक जोडा पटकन निघाला, पण दुसरा निघेना. तो प्रयत्न सोडून देत उकिडवं बसत त्यांनी रेलिंगच्या मधल्या जागेतून समुद्रात उडी ठोकली. उसळत्या लाटांमध्ये स्वतःला झोकून दिलं. पाण्यात पडताच ते कसेबसे हातपाय मारू लागले.

समुद्राच्या त्या खवळलेल्या लाटांबरोबर मिकी वरखाली होत होता. तो अर्धवट बेशुद्ध होता. त्याच्या तोंडातून पिवळा फेस येत होता. जिवाच्या आकांताने एडीच्या वडिलांनी त्याच्या दिशेने पोहायला सुरुवात केली. एकीकडे ते त्याला मोठ्यांदा हाका मारत होते. वाऱ्याच्या उधाणात त्यांचा आवाजही ऐकू येत नव्हता. सरतेशेवटी ते मिकीपर्यंत पोहोचले. मिकी लाटेवर हेलकावे खात होता. एडीचे वडीलही लाटांवर हेलकावे खाऊ लागले. आकाशात वीज चमकली. त्या पाठोपाठ ढगांचा

कडकडाट झाला. पावसाच्या धारा अधिक वेगाने कोसळू लागल्या. एकमेकांना पकडून ठेवत ते दोघे कसेबसे त्या वादळी लाटांवर तरंगू लागले.

मिकीचा हात ओढून एडीच्या वडिलांनी स्वतःच्या खांद्यावर टाकला. मिकी जोरात खोकलला. पुन्हा एकदा त्याची शुद्ध हरपली. एडीचे वडील लाटेखाली जाऊन पुन्हा वर आले. त्यांनी मिकीचं शरीर आता तोलून धरलं. किनाऱ्याच्या दिशेने त्यांनी पाय मारायला सुरुवात केली. ते पुढे पुढे जाऊ लागले. मध्येच एखाद्या लाटेने ते मागे फेकले जात. तरीसुद्धा त्यांनी प्रयत्न सोडले नाहीत. समुद्र बेफाम झाला होता. पण एडीच्या वडिलांनी स्वतःच्या खांद्याभोवती टाकलेला मिकीचा हात निसटू दिला नाही. ते पाय मारत राहिले. डोळ्यांची उघडमिट करत किनारा पाहण्याचा प्रयत्न करत राहिले.

अचानक आलेल्या एका लाटेवर स्वार होऊन ते किनाऱ्यावर फेकले गेले. मिकी कळवळला. धापा टाकू लागला. एडीच्या वडिलांनी समुद्राचं पाणी थुंकून टाकलं. पाऊस थांबायचं नाव घेत नव्हता. काळ जणू त्या क्षणी थबकला होता. आजूबाजूला पसरलेल्या फेसाळत्या लाटा. दातओठ खाणारी दोन माणसं. एकमेकांशी त्यांची चाललेली झटापट. पुन्हा एकदा एक उंच लाट आली. तिथून उचलले जाऊन ते आता रेतीवर येऊन आपटले. लोळण घेत एडीचे वडील मिकीखालून बाजूला झाले आणि पुढच्याच क्षणी त्यांनी झटक्यात त्याचा हात धरून त्याला ओढलं. अन्यथा, तो लाटेबरोबर परत समुद्रात गेला असता. ती लाट ओसरल्यावर होतं नव्हतं ते बळ एकवटून त्यांनी मिकीला रेतीतून पुढे ओढलं. पुरेसं अंतर आल्यावर मिकीसकट तेही किनाऱ्यावर कोसळले. त्यांचं तोंड उघडं पडलं होतं. ओली रेती त्यांच्या तोंडात जात होती.

൭ पुन्हा एकदा एडी त्या स्थानावर परतून आला. त्याला थकवा जाणवत होता. जसा की तो स्वतःच त्या खवळलेल्या महासागरात गटांगळ्या खात होता. त्याचं शरीर जड झालं होतं. आपल्या वडिलांबाबत आपल्याला सारं काही माहीत आहे असं त्याला तोवर वाटत होतं. मात्र आपल्याला त्यांच्याबद्दल काहीच माहीत नाही असं त्याला वाटू लागलं.

"ते काय करत होते?" एडीने हळूच विचारलं.

"एका मित्राला वाचवत होते," रुबीने उत्तर दिलं.

तिच्याकडे रोखून पाहत एडी पुटपुटला, "असा कसा मित्र? त्याने जे काही केलं ते मला समजलं असतं तर मी त्या दारुड्याला खुशाल बुडू दिलं असतं."

"तुझ्या वडिलांच्या मनात तसाच विचार आला होता," ती वृद्धा सांगू लागली. "मिकीला झोडपून काढण्याच्या हेतूने ते त्याच्या मागे धावले. कदाचित त्यांनी त्याला ठारही केलं असतं. पण सरतेशेवटी ते तसं करू शकले नाहीत. मिकी कोण होता हे ते जाणत होते. त्याचे दोष त्यांना ठाऊक होते. तो दारूच्या धुंदीत आहे हे त्यांना माहीत होतं. त्यामुळेच त्यांचा निर्णय लटपटला.

"खूप वर्षांपूर्वी तुझे वडील जेव्हा कामाच्या शोधात होते तेव्हा मिकीने पियरच्या मालकाकडे त्यांच्या नोकरीसाठी शब्द टाकला होता. तुझा जन्म झाला तेव्हा मिकीने स्वतःजवळची तुटपुंजी रक्कम तुझ्या आईवडिलांना दिली होती. जन्माला आलेल्या नव्या जीवाचं पोट कसं भरावं असा प्रश्न त्या आईवडिलांना पडला होता. इतक्या वर्षांची जुनी मैत्री तुझ्या वडिलांच्या लेखी फार महत्त्वाची –"

"अहो बाई, जरा थांबा," एडीने फटकारलं. "तो हरामखोर माझ्या आईशी काय अतिप्रसंग करत होता हे पाहिलं नाहीत का तुम्ही?"

"पाहिलं ना," ती वृद्धा खेदाने म्हणाली. "फार गैर होतं ते. तरीसुद्धा लक्षात घे, जे जसं दिसतं ते तसं असतंच असं नाही.

"त्या दिवशीच दुपारी मिकीला नोकरीवरून कमी करण्यात आलं होतं. कामाच्या वेळेत दारूच्या धुंदीत तो खुशाल निजून राहिला होता. त्याच्या मालकाला त्याचं वागणं असह्य झालं होतं. म्हणूनच त्याने त्याला हाकलून दिलं. अशी वाईट बातमी असली की साधारणतः जे केलं जातं तेच मिकीने केलं. तो पुन्हा दारू प्यायला. तुझ्या घरी आईसमोर तो बसला तेव्हा त्याच्यावर दारूचा पुरता अंमल चढला होता. तो मदतीसाठी विनवणी करत होता. त्याला त्याची नोकरी परत हवी होती. तुझे वडील त्या दिवशी उशिरापर्यंत काम करणार होते. तुझी आई मिकीला त्यांच्याकडे घेऊन जाणार होती.

"मिकी रासवट होता. पण नीच नव्हता. त्या एका क्षणी मात्र तो वाहवला होता. एकटेपणा आणि नैराश्य यांच्या अतिरेकापायी त्याच्या हातून ते कृत्य घडलं होतं. एक विचित्र ऊर्मी त्या क्षणी त्याच्या मनात दाटली होती. वाईट होती ती ऊर्मी. तुझे वडीलसुद्धा ऊर्मींच्या आहारी जाऊन वागले. त्याला ठार करण्याची ऊर्मी त्यांच्यात उसळली होती. मात्र सरतेशेवटी जी ऊर्मी त्यांच्यात मनात दाटली त्यामुळेच तो दुसरा माणूस जिवंत राहू शकला."

छत्रीच्या टोकावर दोन्ही हात ठेवत ती पुढे म्हणाली,

"आणि, त्यामुळेच ते इतके आजारी पडले. त्या समुद्रकिनाऱ्यावर त्या भिजलेल्या आणि आत्यंतिक थकलेल्या अवस्थेत ते कैक तास पडून होते. कशीबशी शक्ती एकवटून ते धडपडत घरी पोहोचले. तुझे वडील तरुण नव्हते. त्यांनी पन्नाशी ओलांडली होती."

'छप्पन्न,' एडी निर्विकारपणे म्हणाला.

'छप्पन्न,' वृद्धेने तो आकडा उच्चारला. ''त्यांचं शरीर क्लांत झालं होतं. समुद्राने त्यांना झोडपलं होतं. अशातच, न्यूमोनियाने त्यांच्या शरीरात शिरकाव केला. पाहता पाहता ते त्यातच मरण पावले.''

'मिकीमुळे?' एडीने विचारलं.

'निष्ठेमुळे,' तिने उत्तर दिलं.

''निष्ठेमुळे लोक मरत नसतात.''

''हो का?'' ती हसून म्हणाली. ''धर्म? सरकार? अशा गोष्टींशी आपण एकनिष्ठ नसतो का? कधीकधी मृत्यूशीसुद्धा?''

एडीने खांदे उडवले.

''एकमेकांशी एकनिष्ठ असणं,'' ती म्हणाली, ''हे अधिक बरं....''

७७ त्यानंतर बराच काळ ती दोघं त्या बर्फाळ प्रदेशातल्या दरीत थांबली. निदान एडीला तरी तो काळ बराच प्रदीर्घ वाटला. वेळेचं गणित त्याला कळेनासं झालं होतं.

''मिकी शिआचं काय झालं?''

''काही वर्षांनी तो मरण पावला, एकटाच होता तो,'' त्या वृद्धेने उत्तर दिलं. ''शेवटपर्यंत पीत राहिला तो. जे घडून गेलं त्याकरता त्याने स्वतःला कधीही क्षमा केली नाही.''

''पण माझे वडील...'' कपाळ चोळत एडी म्हणाला, ''...ते कधीच काही म्हणाले नाहीत.''

''त्या रात्रीबद्दल त्यांनी परत कधी चकार शब्दही उच्चारला नाही, ना तुझ्या आईजवळ, ना इतर कोणाजवळ. तिच्यासाठी, मिकीसाठी, स्वतःसाठी त्यांना फक्त लाज वाटत

राहिली. हॉस्पिटलमध्ये त्यांनी बोलणं पूर्ण थांबवलं. मौन हाच त्यांच्यासाठी मार्ग होता. पण मौनाने सहसा सुटका होत नाही. त्यांचे विचार त्यांना सतत झपाटून टाकत होते.

"अशाच रात्री त्यांचा श्वास मंदावला. त्यांचे डोळे मिटले. त्यांना जाग येईना. ते कोमामध्ये गेल्याचं डॉक्टरांनी सांगितलं."

एडीला ती रात्र आठवली. श्री. नॅथॅनसन यांच्याकडे पुन्हा फोन आला होता. एडीच्या दारावर पुन्हा टकटक झाली होती.

"त्यानंतर तुझ्या आईने त्यांची बाजू सोडली नाही. रात्रंदिवस ती तिथेच बसून राहिली. ती स्वतःशीच काहीतरी पुटपुटत राही. जणू ती प्रार्थना करत असावी – 'मी काहीतरी करायला हवं होतं. मी काहीतरी करायला हवं होतं...'

"सरतेशेवटी एका रात्री डॉक्टरांनी भरीला पाडल्यामुळे ती घरी झोपायला गेली. दुसऱ्या दिवशी सकाळी तुझे वडील खिडकीतून अर्धवट बाहेर झुकलेल्या अवस्थेत नर्सला दिसले."

'थांबा,' एडीने मध्येच त्या वृद्धेला थांबवलं. त्याचे डोळे बारीक झाले होते. 'खिडकी?'

रुबीने मान डोलवली. "त्या रात्री कधीतरी तुझ्या वडिलांना जाग आली होती. अंथरुणातून उठून भेलकांडत ते पुढे गेले. सगळी शक्ती एकवटून त्यांनी खिडकी उघडली. अस्पष्ट स्वरात त्यांनी तुझ्या आईला हाका मारल्या. तुलासुद्धा हाका मारल्या. तुझा भाऊ 'जो' – त्यालाही ते हाक मारत होते. मग त्यांनी मिकीला हाक मारली. त्या क्षणी जणू त्यांचं हृदय ओसंडत होतं, सर्व पश्चात्ताप आणि अपराधीपणाची भावना बाहेर पडत होती. कदाचित मृत्यूचा प्रकाश त्यांच्या दिशेने येत असलेला त्यांना जाणवला असावा. कदाचित खिडकीखालच्या रस्त्यापलीकडे कुठेतरी तुम्ही सगळे असाल असं त्यांना वाटत असावं. ते खिडकीवर झुकले. अतिशय थंडी पडली होती

त्या रात्री. वारा उधाणला होता. हवेत ओलावा दाटला होता. त्यांच्या प्रकृतीच्या दृष्टीने फार विपरीत वातावरण होतं ते. पहाट होण्यापूर्वीच त्यांचा मृत्यू झाला.

''ज्या नर्सेसना ते अशा अवस्थेत सापडले त्यांनी भीतीपोटी त्यांना खेचत पलंगावर निजवलं. आपली नोकरी जाईल या भीतीने त्या नर्सेननी कधीच तोंड उघडलं नाही. ते झोपेतच गेले असं सगळ्यांना समजलं.''

हे ऐकून थक्क झालेला एडी मागच्या मागे कोसळला. त्या शेवटच्या दृश्याचा विचार त्याच्या मनात आला. त्याचे वडील; एक अत्यंत खंबीर माणूस. खिडकीकडे सरपटत जाण्याचा प्रयत्न करणारे. कुठे निघाले होते ते? काय विचार करत होते ते? जेव्हा अर्थ समजावला जात नाही तेव्हा सर्वाधिक वाईट काय असतं – जीवन की मृत्यू?

७७ ''हे सगळं तुम्हाला कसं ठाऊक?'' एडीने रुबीला विचारलं.

सुस्कारा टाकत तिने उत्तर दिलं, ''हॉस्पिटलमध्ये वेगळ्या खोलीत राहण्याचं भाडं भरण्याइतके पैसे तुझ्या वडिलांकडे नव्हते. पडद्यापलीकडे असणाऱ्या दुसऱ्या रुग्णाकडेसुद्धा ते नव्हते.''

ती थबकली.

''एमिल. माझा नवरा.''

एडीने तिच्याकडे पाहिलं. एखादं कोडं सुटल्याप्रमाणे त्याने मान मागे टाकली.

''म्हणजे, तुम्ही माझ्या वडिलांना पाहिलंत?''

'हो.'

''आणि माझ्या आईला?''

''हॉस्पिटलमधल्या एकांतात रात्री त्या कण्हत असायच्या. मी ऐकलं होतं ते. आम्ही एकमेकींशी कधी बोललो नाही. पण तुझ्या वडिलांच्या मृत्यूनंतर मी तुझ्या कुटुंबाची चौकशी केली. ते कुठे काम करत होते हे समजल्यावर माझ्या मनाला वेदनेने डंख केला. जणूकाही माझी एखादी प्रिय व्यक्तीच गेली होती. त्या पियरला अजूनही माझंच नाव होतं. शापित होतं ते पियर. त्याची कधी उभारणीच झाली नसती तर बरं झालं असतं हा विचार पुन्हा एकदा माझ्या मनात आला.

''माझ्या मनातल्या त्या इच्छेने स्वर्गापर्यंत माझा पाठपुरावा केला. तुझी वाट पाहत मी इथे तिष्ठत असतानाही तोच विचार माझ्या मनात होता.''

एडी संभ्रमित झाला होता.

''ते हॉटेल?'' तिने म्हटलं. पर्वतावर दिसणाऱ्या प्रकाशाच्या ठिपक्याकडे निर्देश करत ती म्हणाली, ''पुन्हा एकदा माझ्या तरुणपणीच्या साध्या पण सुरक्षित जीवनाकडे परतून जायची माझी इच्छा असल्याने ते हॉटेल तिथे आहे. रुबी पियर इथे ज्या कोणाला त्रास सोसावा लागला – प्रत्येक अपघात, प्रत्येक आग, प्रत्येक मारामारी, कोणी घसरून पडलं, कोणी कोसळलं – तो प्रत्येक जण सुरक्षित आणि ठीक असावा अशी माझी सतत इच्छा होती. माझा एमिल आश्वासक असावा, त्याला पोटभर खायला मिळावं, समुद्रापासून दूर कुठेतरी चांगल्या जागी त्याला राहायला मिळावं अशी माझी जी भावना होती तीच भावना मला इतर सर्वांबाबत जाणवत होती.''

रुबी उभी राहिली. एडीसुद्धा उठून उभा राहिला. वडिलांच्या मृत्यूचा विचार त्याच्या मनातून जात नव्हता.

''मी त्यांचा तिरस्कार करत होतो,'' तो पुटपुटला.

वृद्धेने मान डोलावली.

''मी लहान असताना फार वाईट वागले ते माझ्याशी. मी मोठा झाल्यावर तर त्यांचं वागणं अजूनच वाईट झालं.''

त्याच्या दिशेने पाऊल टाकत रुबी हळुवारपणे म्हणाली, 'एडवर्ड.' पहिल्यांदाच तिने त्याला संपूर्ण नावाने हाक मारली होती. ''माझ्याकडून एक गोष्ट शीक. राग धरून ठेवणं विषासारखं असतं. तो राग आपल्याला आतून गिळंकृत करू लागतो. ज्या व्यक्तीने आपल्याला इजा केली आहे तिच्यावर हल्ला करण्यासाठी तिरस्कार हे उत्तम अस्त्र आहे असं आपल्याला वाटतं. पण लक्षात घे, तिरस्काराचं पातं विळ्यासारखं वळलेलं असतं. आपण दुसऱ्याला इजा करायला जातो खरं पण इजा होते ती आपल्यालाच.

''क्षमा कर, एडवर्ड. क्षमा कर. पहिल्यांदाच स्वर्गात आल्यावर तुला तरलता जाणवली होती हे आठवतं का?''

एडीला ते आठवत होतं. *माझ्या वेदना कुठे गेल्या?*

''कारण, राग घेऊन कोणी जन्माला येत नाही. आपला मृत्यू होतो तेव्हा आपला आत्मा रागापासून मुक्त होतो. परंतु ज्या जागी तू आत्ता उभा आहेस तिथून पुढे जायचं असेल तर तुला जाणवणाऱ्या भावना का जाणवत आहेत हे तुला लक्षात घ्यावं लागेल. इथून पुढे त्या भावना गोंजारत बसण्याची आवश्यकता का नाही हे तुला लक्षात घ्यावं लागेल.''

तिने त्याच्या हाताला स्पर्श केला.

''तू तुझ्या वडिलांना क्षमा करायला हवी.''

७७ वडिलांचा अंत्यविधी पार पडल्यानंतरच्या वर्षांचा विचार एडीच्या मनात आला. त्याने आयुष्यात कसं काहीच कमावलं नाही, तो कसा कुठेच कधी गेला नाही. एडीच्या मनात सातत्याने एकच विचार असे, 'असं असू शकलं असतं आयुष्य!' त्याच्या

वडिलांचा मृत्यू झाला नसता आणि त्यानंतर त्याची आई उमेद हरवून बसली नसती तर एडीचं आयुष्य काही वेगळं झालं असतं असा विचार सतत त्याच्या मनात येत राही. पुढची अनेक वर्षं त्याने त्या काल्पनिक आयुष्याला उजळवण्यात घालवली. स्वतःच्या झालेल्या सगळ्या नुकसानीबद्दल सातत्याने वडिलांना दोषी धरलं. त्याचं स्वातंत्र्य संपुष्टात आलं होतं, त्याची कारकिर्द संपुष्टात आली होती, त्याची आशा संपुष्टात आली होती. त्याचे वडील जे घाणेरडं आणि थकवून टाकणारं काम मागे सोडून गेले होते त्यातून एडी कधीही बाहेर पडू शकला नाही.

"ते गेले तेव्हा..." एडी बोलू लागला, "माझा एक हिस्सा स्वतःबरोबर घेऊन गेले. त्यानंतर मी अडकून पडलो."

रुबीने मान हलवत म्हटलं, "तू पियर सोडून गेला नाहीस. त्याला तुझे वडील कारणीभूत कधीच नव्हते."

तिच्याकडे पाहत एडीने विचारलं, "मग कोण होतं?"

तिने आपल्या स्कर्टच्या चुण्या नीट केल्या. नाकावरचा चश्मा सारखा केला. तिने चालायला सुरुवात केली. "अजून दोन व्यक्तींशी तुझी भेट व्हायची आहे," जाता जाता ती म्हणाली.

'थांबा,' असं म्हणायचा एडीने प्रयत्न केला. तितक्यात आलेल्या थंडगार वाऱ्याच्या झोताने त्याचा आवाज घशातून जणू कापला गेला. त्यानंतर काळोख पसरला.

☉☉ रुबी कुठेच दिसत नव्हती. एडी परत पर्वतमाथ्यावर होता. त्या हॉटेलच्या बाहेर बर्फात तो उभा होता. कितीतरी वेळ तो तसा एकटाच त्या निःस्तब्ध वातावरणात उभा होता. ती वृद्धा आता परत येणार नाही हे बऱ्याच वेळाने त्याच्या लक्षात आलं. दाराच्या दिशेने पुढे होत त्याने ते सावकाश उघडलं.

आतमधल्या काट्या-चमचांचा आणि बश्यांचा आवाज त्याच्या कानांवर पडला. ताज्या अन्नाचा दरवळ पसरला होता. ब्रेड भाजले जात होते. सॉस तयार केले जात होते. मांसाहार तयार होत होता. त्या पियरभोवती मृत्यू पावलेल्या सगळ्यांचे आत्मे इथे सगळ्यांशी गप्पागोष्टी करत होते. खातपीत होते.

इथे काय करण्यासाठी तो आला आहे हे लक्षात आल्याने एडी थबकला. उजव्या कोपऱ्यातल्या बूथकडे वळला. तिथेच त्याच्या वडिलांचं भूत सिगार ओढत बसलं होतं. एडी थरथरला. हॉस्पिटलच्या खिडकीतून अर्धवट लोंबकळणाऱ्या, मध्यरात्रीच्या अंधारात एकट्यानेच मृत्यूला सामोऱ्या जाणाऱ्या आपल्या म्हाताऱ्या वडिलांचा विचार एडीच्या मनात आला.

'डॅड?' एडीने हळूच हाक मारली.

त्याच्या वडिलांना ऐकू आलं नाही. एडी थोडा जवळ गेला. ''डॅड! त्या रात्री काय झालं ते मला समजलं आहे.''

एडीचा कंठ दाटून आला. त्या बूथच्या बाजूला तो गुडघ्यांवर बसला. आता त्याचे वडील त्याच्या खूप निकट होते. त्यांच्या चेहऱ्यावरचे खुंट त्याला दिसत होते. सिगारचं जळणारं टोक दिसत होतं. वडिलांच्या डोळ्यांभोवती उमटणाऱ्या थकवादर्शक रेषा, वाकलेलं नाक, बोटांची हाडं आणि कष्टकरी माणसाचे असतात तसे रुंद खांदे एडीला दिसून आले. त्याने स्वतःच्या हातांकडे नजर टाकली. त्याच्या लक्षात आलं, पृथ्वीवरचं त्याचं शरीर पाहता तो त्याच्या वडिलांहून वृद्ध झाला होता. प्रत्येक प्रकारे त्याने आपल्या वडिलांना मागे टाकलं होतं.

''डॅड, मी तुमच्यावर खूप संतापलो होतो, मी तुमचा तिरस्कार करत होतो.''

एडीचे डोळे भरून आले. त्याची छाती गदगदून लागली. त्याच्या भावना उचंबळून आल्या होत्या.

"तुम्ही मला मारलंत. स्वतःच्या जीवनातून हद्दपार केलंत. मला समजत नव्हतं. मला अजूनही समजत नाही. का केलं तुम्ही असं? का?" मोठ्या कष्टाने लांब श्वास घेत एडी म्हणाला, "मला तेव्हा माहीत नव्हतं, आलं का लक्षात? तुमचं जीवन, काय घडून गेलं, हे मला काहीच माहीत नव्हतं. मला तुम्ही माहीत नव्हतात. पण तुम्ही माझे वडील आहात. ते सगळं आता मी सोडून देतो, चालेल ना? चालेल ना? आपण दोघंही सगळं मागे टाकू या का?"

बोलता बोलत एडी हुंदके देऊ लागला. त्याचा आवाज टिपेला पोहोचला. तो मोठ्यांदा किंचाळला? **"चालेल ना? तुम्हाला ऐकू येतंय ना?"** मग मवाळ स्वरात त्याने पुन्हा विचारलं, "तुम्हाला ऐकू येतंय ना? डॅड?"

तो पुढे झुकला. वडिलांचे कळकट हात त्याला दिसले. शेवटचे ओळखीचे शब्द तो कुजबुजत्या स्वरात म्हणाला.

"आता ठरलं तर!"

टेबलवर हात आपटून एडी जमिनीवर कोसळला. त्याने वर पाहिलं तेव्हा रुबी समोर होती. तरुण आणि सुंदर दिसत होती ती. मान वर करत दार उघडून तिने बाहेरच्या हिरव्यागार आकाशात भरारी घेतली.

गुरुवार, सकाळचे ११

एडीच्या अंत्यविधीचा खर्च कोण करणार होतं? त्याला कुणी नातेवाईक नव्हते. त्याने कुठल्या सूचना देऊन ठेवल्या नव्हत्या. शहरातल्या शवागारात त्याचं शरीर तसंच पडून राहिलं. त्याचे कपडे, त्याच्या वस्तू, देखभालीचा त्याचा शर्ट, मोजे, जोडे, कापडी टोपी, लग्नातली अंगठी, सिगरेटी, पाइप क्लीनर; कुणीतरी हक्क सांगेल म्हणून त्या वस्तू तशाच राहिल्या.

सरतेशेवटी पार्कचे मालक श्री. बुलक यांनी बिल भरलं. त्यांना आता एडीला शेवटचा पगार द्यावा लागणार नव्हता. तेच पैसे त्यांनी वापरले. शवपेटी साधी लाकडी होती. पियरच्या अगदी जवळ असलेलं चर्च निश्चित झालं. अंत्यविधी उरकून सगळ्यांना पुन्हा कामाला लागायचं होतं.

अंत्यविधी सुरू होण्याआधी काही मिनिटं धर्मोपदेशकाने डॉमिनगोझला बोलावलं. डॉमिनगेझ गडद निळ्या रंगाचा स्पोर्ट्स कोट आणि सर्वोत्तम काळी जीन्स घालून आला होता. तो त्यांच्या ऑफिसमध्ये गेला.

"मृत व्यक्तीच्या काही चांगल्या गुणांचा उल्लेख करू शकता का तुम्ही?" धर्मोपदेशकाने विचारलं. "तुम्ही त्याच्या बरोबर काम करत होता असं मला समजलं."

डॉमिनगेझने आवंढा गिळला. अशा चर्चमधल्या धर्मोपदेशकांशी बोलताना त्याला फार संकोच वाटत असे. त्याने बोटांत बोटं गुंफली. जणू तो विचार करत होता. अशा परिस्थितीत जसं सौम्यपणे बोलायला हवं तसंच बोलायला त्याने सुरुवात केली.

सरतेशेवटी तो म्हणाला, ''एडीचं आपल्या बायकोवर फार प्रेम होतं.''

बोटं मोकळी करत तो पुढे म्हणाला, ''तसं पाहिलं तर मी तिला कधीच भेटलो नव्हतो.''

॰॰

स्वर्गात एडीला भेटलेली
चौथी व्यक्ती

एडीने डोळ्यांची उघडझाप केली. एका छोट्या गोल खोलीत तो होता. मघाचे पर्वत आणि हिरवंगार आकाश कुठेच दिसत नव्हतं. खोलीचं छत त्याच्या अगदी डोक्यापर्यंत आलं होतं. जहाजावरून पाठवण्यात येणारा माल ज्या वेष्टनात गुंडाळला जातो त्या वेष्टनाप्रमाणे या खोलीचा तपकिरी रंग होता. एक लाकडी स्टूल आणि भिंतीवरचा अंडाकृती आरसा सोडला तर त्या खोलीत तिसरी वस्तू नव्हती.

एडी आरशासमोर उभा राहिला. त्याला स्वतःचं प्रतिबिंब दिसलं नाही. त्याला फक्त खोलीची उलटी बाजू दिसली. अचानक तिचा विस्तार झाला. तिथे अनेक दारं दिसू लागली. एडी वळला.

तो खोकलला.

तो आवाज दुसरीकडून कुठून आल्यागत एडी दचकला. तो पुन्हा खोकला. या वेळेस जरा जास्त वेळ. छातीत काहीतरी स्थिरावण्याची गरज असल्याप्रमाणे त्याला तो खोकला वाटला.

हे सगळं कधी सुरू झालं? एडीच्या मनात आलं. त्याने स्वतःच्या त्वचेला हात लावून पाहिला. रुबीला भेटल्यानंतर त्याच्या त्वचेचंही वय झाल्यागत दिसत होतं. आता ती अधिक पातळ आणि शुष्क झाली होती. कॅप्टनला तो भेटला असताना त्याच्या शरीराचा मध्यभाग ताणलेल्या रबरासारखा वाटला होता. तोच भाग आता सैल पडला होता. वयानुसार तिथे वळकटी पडली होती.

''अजून दोन व्यक्तींशी तुझी भेट व्हायची आहे,'' रुबी म्हणाली होती. त्यानंतर काय? त्याच्या कमरेत वेदना जाणवू लागल्या होत्या. त्याचा दुखावलेला पाय अधिक ताठरला होता. काय घडत आहे हे त्याच्या लक्षात आलं. स्वर्गातल्या प्रत्येक नवीन स्तरावर हे असंच घडत होतं. तो सडत चालला होता.

๏๏ समोर दिसणाऱ्या अनेक दारांपैकी एकाशी जात त्याने ते ढकललं. अचानक तो तिथून बाहेर पडला. एका घराचं अंगण होतं ते. हे घर त्याने कधीच पाहिलं नव्हतं. आसपासचा परिसर त्याच्या ओळखीचा नव्हता. आजूबाजूच्या दृश्यावरून तिथे लग्नाचं रिसेप्शन सुरू असावं असं दिसत होतं. तिथल्या हिरव्यागार लॉनवर पाहुणे चांदीच्या बश्या घेऊन उभे होते. अगदी टोकाला लाल फुलांची आणि बर्च वृक्षांच्या पानांची कमान केली होती. अलीकडच्या टोकाला, एडीच्या बाजूला असलेल्या दारातून तो तिथे पोहोचला होता. वधू तरुण आणि सुंदर होती. एका समूहाच्या मध्यभागी उभी होती ती. स्वतःच्या पिवळट सोनेरी केसांतून ती एक पिन काढत होती. नवरा मुलगा सडपातळ होता. त्याच्या हातातल्या तलवारीच्या टोकावर एक अंगठी होती. तो वधूसमोर झुकला. जमलेल्या सगळ्यांनी जोडप्याला प्रोत्साहन द्यायला सुरुवात केली. तिने

पुढे होऊन अंगठी घेतली. एडीला वेगवेगळे आवाज येत होते. पण ती भाषा त्याला अपरिचित होती. जर्मन? स्वीडिश?

तो पुन्हा खोकलला. त्या समूहाने वर पाहिलं. प्रत्येक व्यक्ती हसत होती. त्या हसण्याने एडी घाबरला. ज्या दारातून तो आला होता त्याच दारातून तो पटकन मागे झाला. पुन्हा एकदा आपण त्या गोल खोलीत पोहोचू असा त्याचा अंदाज होता. त्याऐवजी तो दुसऱ्या एका लग्नाच्या जागी जाऊन पोहोचला. हे लग्न एका मोठा हॉलमध्ये पार पडत होतं. इथली माणसं स्पॅनिश वाटत होती. नववधूच्या केसांमध्ये केशरी फुलं माळली होती. वेगवेगळ्या पार्टनरबरोबर ती नाचत होती. प्रत्येक पाहुणा तिला नाण्यांनी भरलेली छोटी पिशवी देत होता.

एडी पुन्हा खोकलला. त्याचं आपल्या खोकल्यावर नियंत्रणच नव्हतं. पुन्हा एकदा अनेक पाहुण्यांनी त्याच्याकडे मान वर करून पाहिलं. आत आलेल्या दाराने तो तत्परतेने मागे गेला. आता तो तिसऱ्या एका लग्नप्रसंगी आला होता. बहुतेक ते आफ्रिकन असावं, असा त्याने अंदाज केला. तिथे जमलेली कुटुंबं जमिनीवर वाइन ओतत होती. एकमेकांचे हात धरलेलं जोडपं झाडूवर उड्या मारत होतं. परत एकदा अशाच दारातून बाहेर परतल्यावर एडी एका चिनी लग्नप्रसंगी जाऊन पोहोचला. कौतुक करणाऱ्या पाहुण्यांसमोर फटाके पेटवले जात होते. अजून एका दारातून एडीने ये-जा केली. बहुतेक समोरचं जोडपं फ्रेंच असावं. दोन कान असलेल्या कपातून ते जोडपं एकत्रित काहीतरी पीत होतं.

'हे सगळं किती वेळ चालणार आहे?' एडीच्या मनात आलं. प्रत्येक लग्नप्रसंगी ती सगळी माणसं तिथे कशी पोहोचली होती याची कुठलीच खूण दिसत नव्हती. ना गाड्या, ना बस, ना रेल्वे, ना घोडे. येणं-जाणं हा मुद्दाच नसावा. तिथे जमलेली

माणसं थोडी संभ्रमित अवस्थेत भटकत असल्यासारखी दिसत होती. ते एडीला त्यांच्यातलाच एक समजत होते. सगळे त्याच्याकडे बघून हसत होते. पण कुणीही त्याच्याशी बोलत नव्हतं. पृथ्वीवर त्याने अनेक लग्नांना हजेरी लावली होती. तिथल्यासारखंच काहीसं आत्तापर्यंत दिसलेली दृश्यं होती. त्याला तसंच आवडत असे. त्याच्या मते लग्नकार्याचे प्रसंग फार लाजिरवाणे असत. जोडप्याने मिळून नाच करायचा, नवऱ्याने नववधूला खुर्चीत बसायला मदत करायची, अशा प्रसंगाने तो संकोचे. अशा क्षणी त्याचा दुखरा पाय प्रकाशमान झाल्यासारखा त्याला वाटे. तिथे जमलेल्या सगळ्या व्यक्तींना कुठूनही तो पाय नजरेस पडू शकतो असा विचार त्याच्या मनात तेव्हा येई.

अशा सर्व विचारांनी शक्यतो कुठल्याही रिसेप्शनला तो जात नसे. क्वचित कधी गेला तर गाड्या उभ्या केल्या असतील तिथेच तो थांबे. हातातली सिगरेट ओढत वेळ काढत राही. तसंही, कित्येक काळ कुठल्याही लग्नप्रसंगाला जायची वेळ आली नव्हती त्याच्यावर. त्याच्या आयुष्याच्या पुढच्या काळात पियरमध्ये काम करणारी मुलं मोठी झाली होती. त्यांची लग्नं झाली होती. अशा प्रसंगी तेवढा त्याने कपाटातून विटलेला जुना कोट बाहेर काढला होता. त्याचा जुना कॉलरचा शर्ट मानेला दाटू लागला होता. तोवर कोणे एके काळी फ्रॅक्चर झालेली त्याची हाडं वेडीवाकडी जुळली होती. गुडघ्याला सांधेदुखीने धरलं होतं. तो चांगलाच लंगडत चालू लागला होता. नृत्य करणं किंवा मेणबत्त्या पेटवणं अशांसारख्या बाबींतून त्याला सूट देण्यात आली होती. त्याचा उल्लेख 'म्हातारा' असा होऊ लागला होता. एकटाच असायचा तो. कोणाशीही बांधलेला नसायचा. फोटोग्राफर टेबलजवळ आल्यावर त्याने हसणं तेवढं अपेक्षित होतं. बाकी कोणाची काहीही अपेक्षा नव्हती.

आणि इथे स्वर्गात तो त्याच्या देखभालीच्या कपड्यांत एका लग्नातून दुसऱ्या लग्नात हजेरी लावत होता. एका रिसेप्शनमधून दुसऱ्या रिसेप्शनमध्ये पोहोचत होता. भाषा वेगवेगळी, केक वेगवेगळे, संगीत वेगवेगळं दिसत होतं. तरीसुद्धा त्या सगळ्यांतल्या सारखेपणाने एडीला आश्चर्य वाटलं नाही. इथलं लग्न काय की तिथलं लग्न काय— त्यात काहीच फरक नसतो हे त्याच्या कधीच लक्षात आलं होतं. पण या सगळ्यांचा *त्याच्याशी* नेमका काय संबंध आहे हे मात्र त्याला अजून समजत नव्हतं.

पुन्हा एकदा त्याने नव्याने एक उंबरठा ओलांडला. आता तो इटलीतल्या एका खेड्यात आला असावा. डोंगरमाथ्यावर सगळीकडे द्राक्षांचे मळे दिसत होते. ट्रॅव्हरटाइन दगडात बांधलेले फार्म हाउस सगळीकडे दिसत होते. बहुतेक पुरुषांचे दाट काळे, ओले केस मागे वळवलेले होते. स्त्रिया नाकी डोळी नीटस होत्या. त्यांचे डोळे काळे होते. भिंतीलगत उभं राहायला एडीला जागा मिळाली. वधूवरांनी समोरचा ओंडका दोन दांडे असलेल्या करवतीने कापलेला त्याने पाहिला. संगीत सुरू होतं. बासरी, व्हायोलिन, गिटार – अनेक वाद्यं वाजत होती. जमलेल्या पाहुण्यांनी 'टॅरॅनटेला' हा नृत्यप्रकार सुरू केला. तालावर ते बेभान झाले. एडी काही पावलं मागे झाला. गर्दीच्या एका टोकावर त्याची नजर स्थिरावली.

वधूच्या करवलीने लांबलचक फिक्या जांभळ्या रंगाचा ड्रेस घातला होता. तिच्या डोक्यावर स्ट्रॉ हॅट होती. बदामाचे चॉकलेट्स ठेवलेली बास्केट घेऊन ती पाहुण्यांमधून फिरत

होती. इतक्या दूरून ती विशीची वाटत होती. त्याच्या समोर
येत त्याला चॉकलेट घेण्याचा आग्रह करत तिने विचारलं,
''पर ल'अमारो ए इल् डॉलसे? पर ल'अमारो ए इल् डॉलसे?...
पर ल'अमारो ए इल् डॉलसे?...''

तिचा स्वर कानांवर पडताच एडीचं सर्वांग थरथरलं.
तो घामाघूम झाला. तिथून पळून जावंसं असं त्याला वाटलं
होतं तरीसुद्धा त्याची पावलं जमिनीवरच थिजल्यागत झाली
होती. ती त्याच्या दिशेने आली. डोक्यावर घातलेल्या हॅटच्या
फुलांआडून तिने त्याला पाहिलं.

''पर ल'अमारो ए इल् डॉलसे?'' त्याच्या समोर बदाम
करत तिने हसून विचारलं. ''कडू आणि गोड?''

तिच्या एका डोळ्यावर गडद केसांची बट आली होती.
एडीचं हृदय अक्षरशः फुटणार होतं. विलग व्हायला त्याच्या
ओठांना एक क्षण लागला. त्याच्या घशातून येणारा आवाज
थोडा वाढू लागला. आजवर अशी भावना केवळ एकाच
नावाने त्याच्या मनात उचंबळून आली होती. तो गुडघ्यांवर
कोसळला.

'मागरिट...' तो कुजबुजला.

''कडू आणि गोड,'' ती म्हणाली.

आज एडीचा जन्मदिन

एडी आणि त्याचा भाऊ दुरुस्ती विभागात बसले होते.

'हे,' हातातलं ड्रिल दाखवत 'जो' गर्वाने म्हणाला, "सर्वांत नवीन मॉडेल आहे.''

'जो'च्या अंगात चौकडीचा स्पोर्ट्स कोट आणि काळेपांढरे जोडे होते. आपला भाऊ फारच नटला आहे असं एडीच्या मनात आलं. नटणं म्हणजेच नाटकीपणा – 'जो' आता एका हार्डवेअर कंपनीचा सेल्समन म्हणून काम करू लागला होता. एडी मात्र वर्षानुवर्षं एकाच पोशाखात वावरत होता. त्याला काय समजणार पोशाखाचं महत्त्व?

"हो सर,'' 'जो' उत्तर देतो, "आणि हे घ्या. हे बॅटरीवर चालतं.''

एडी ती बॅटरी आपल्या बोटांत पकडतो. छोटीशी आहे ती. तिला निकेल कॅडमिअम म्हणतात. विश्वास ठेवणं कठीण आहे.

"कर सुरू,'' असं म्हणत 'जो' एडीच्या हातात ड्रिल देतो.

एडी ट्रिगर दाबतो. जोरात आवाज येतो.

"काय? मस्त आहे ना?'' 'जो' मोठ्यांदा विचारतो.

त्या दिवशीच सकाळी 'जो'ने एडीला त्याचा नवीन पगार सांगितलेला असतो. एडीच्या कमाईच्या तिप्पट आकडा आहे तो. एडीची बढती झाल्याबद्दल 'जो' त्याचं अभिनंदन करतो. एडी आता रुबी पियरचा देखभाल प्रमुख झाला आहे. पूर्वी त्याचे वडील याच पदावर काम करत होते. ''हे काम इतकं महान वाटत असेल तर तू का करत नाहीस ते? त्या बदल्यात मी तुझं काम करतो.'' असं उत्तर 'जो'ला देण्याची एडीची इच्छा असते. पण तो ते देत नाही. मनात खोलवर असलेले विचार एडी कधीच व्यक्त करत नाही.

'हॅलो! कोणी आहे का?''

दाराशी मागरिट उभी होती. तिच्या हातात केशरी तिकिटांचा गठ्ठा होता. नेहमीप्रमाणे एडीचे डोळे तिच्या चेहऱ्यावर, तुकतुकीत त्वचेवर आणि कॉफीसारख्या रंगाच्या गडद रंगावर खिळतात. या उन्हाळ्यामध्ये तिने तिकीट बूथमध्ये काम करायला सुरुवात केली आहे. रुबी पियरचा गणवेश तिच्या अंगावर आहे. पांढरा शर्ट, लाल जाकीट, काळी पॅन्ट, लाल वाटोळी बेरेट आणि तिचं नाव लिहिलेली पट्टी गळ्याखाली शर्टवर अडकवलेली आहे. ते पाहताच एडीला खूप राग येतो. विशेषतः, त्याच्या या बड्या झालेल्या भावासमोर.

'तिला दाखव ना ते ड्रिल,'' 'जो' म्हणतो. मागरिटकडे वळून तो पुढे म्हणतो, ''बॅटरीवर चालतं ते.''

एडी पुन्हा ट्रिगर दाबतो. मागरिट दोन्ही कानांवर हात ठेवते.

''तुझ्या घोरण्यापेक्षा मोठा आवाज आहे त्याचा,'' ती उत्तर देते.

''हा हा हा! हा हा हा!'' 'जो' मोठ्यांदा हसत ओरडतो, ''तिने बरोबर पकडलं तुला!''

एडी संकोचून खाली पाहतो. मग त्याला आपल्या बायकोच्या चेहऱ्यावरचं हसू दिसतं.

“जरा बाहेर येऊ शकतोस का?” ती विचारते.

हाततलं ड्रिल दाखवत एडी म्हणतो, “मी काम करतो आहे.”

“अगदी एक मिनिटासाठी, ये ना!”

सावकाश उठून उभं राहत एडी तिच्या मागून जातो. तळपणारा सूर्य त्याचे डोळे दिपवतो.

***“हॅ-पी ब-र्थ-डे मि-स्ट-र ए-डी!”** बाहेर उभ्या असलेल्या लहान मुलांचा समूह जोरात एकत्रित एडीचं अभिनंदन करतो.*

“नक्की, नक्की!” एडी उत्तर देतो.

मागरिट तेवढ्यात ओरडून म्हणते, “मुलांनो, केकवर मेणबत्त्या लावा बरं!”

जवळच्याच फोल्डिंग टेबलवर ठेवलेल्या व्हॅनिला केककडे मुलं धाव घेतात. एडीकडे झुकून मागरिट त्याच्या कानात कुजबुजते, “सगळ्या अडतीस मेणबत्त्या तू एकाच फुंकरीत विझवशील असं मी त्यांना कबूल केलं आहे.”

एडी धुसमुसतो. त्याची बायको सगळ्या मुलांना नीट उभं करते. ते पाहत तो उभा राहतो. मुलं आणि मागरिट – अगदी सहजपणे ती त्यांच्याशी जोडली जाते. हे पाहून नेहमीप्रमाणे एडीचा मूड चांगला होतो. तिला मात्र मूल होऊ शकत नाही. एका डॉक्टरने म्हटलं होतं की, ती फार चिंता करते. दुसऱ्या डॉक्टरने म्हटलं होतं की, तिने फार उशीर केला आहे. पंचविशीच्या आत तिने मूल होऊ द्यायला हवं होतं. अनेक डॉक्टरांच्या भेटी घेता घेता त्या दोघांकडचे पैसे संपून गेले. आहे ती परिस्थिती दोघांनी स्वीकारली.

जवळजवळ गेलं वर्ष ती मूल दत्तक घेण्याबद्दल बोलत होती. त्यासाठी ती लायब्ररीत गेली होती. काही कागदपत्रं घरी घेऊन आली होती. आपलं दोघांचं वय फार जास्ती आहे असं एडीने म्हटल्यावर तिने विचारलं होतं, "मूल सांभाळण्याच्या दृष्टीने आपलं काय फार वय झालं आहे का?" त्यावर विचार करण्याचं आश्वासन एडीने तिला दिलं होतं.

"चला तर," केकजवळ उभं राहत ती सगळ्यांना म्हणाली. "मिस्टर एडी, या इकडे. सगळ्या मेणबत्त्या विझवा. थांबा थांबा थांबा थांबा," असं म्हणत तिथे बॅगमधून पटकन कॅमेरा बाहेर काढला. एका गोल फ्लॅशभोवती अनेक वेगवेगळे रॉड आणि बटनं लावलेलं ते गुंतागुंतीचं यंत्र होतं.

"शार्लिनने मला हा वापरायला दिला आहे. याला पोलॅरॉइड म्हणतात." मागरिट कॅमरा सरसावते. एडी केकवर झुकतो. सगळी मुलं त्याच्या भोवती जमा होतात. पेटवलेल्या त्या अडतीस ज्योतींकडे ती मुलं कौतुकाने पाहत असतात. एक मुलगा एडीला हात लावून सांगतो, "सगळ्या विझवायच्या, बरं का!"

एडी खाली बघतो. केकवरचं आयसिंग वितळलं आहे. त्याच्यावर छोट्या हातांचे अनेक ठसे उमटले आहेत.

"नक्कीच विझवेन!" असं म्हणताना एडीची नजर मात्र आपल्या बायकोवर खिळलेली असते.

७७ तरुण मार्गारिटकडे एडी एकटक पाहू लागला.

"तू ती नाहीस," तो म्हणाला.

हातातली बदामाची बास्केट खाली करत ती विषादाने हसली. त्यांच्या मागे टॅरनटेला नृत्य सुरू होतं. पांढऱ्या ढगांआड सूर्य मावळू लागला होता.

''तू ती नाहीस,'' एडी पुन्हा म्हणाला.

तितक्यात ''हूंऽऽहेऽऽ!'' असा नर्तकांनी जल्लोष केला. त्यांनी डफल्या वाजवल्या.

तिने हात पुढे केला. एखादी खाली पडणारी वस्तू पकडण्याच्या आविर्भावात एडीने तो हात पकडला. त्यांच्या बोटांचा स्पर्श होताच त्याला आजवर न जाणवलेली अनुभूती आली. जणू त्याच्या स्वतःच्या मांसावर दुसरं मांस तयार होत होतं, नरम, मुलायम, उबदार, गुदगुदल्या करणारं. ती त्याच्या बाजूला झुकली.

'तू ती नाहीस,'' तो म्हणाला.

''ती मीच *आहे*,'' ती कुजबुजली.

हूंऽऽहेऽऽ!

''तू ती नाहीस, तू ती नाहीस, तू ती नाहीस,'' एडी पुटपुटत राहिला. एकीकडे तिच्या खांद्यावर डोकं ठेवून तो रडू लागला... मृत्यूनंतर पहिल्यांदाच.

त्या दोघांचं लग्न ख्रिसमसच्या आदल्या संध्याकाळी सॅमी हाॅन्ज नावाच्या अंधूक उजेड असलेल्या एका चिनी रेस्टॉरंटच्या दुसऱ्या मजल्यावर झालं होतं. हॉटेल मालक सॅमी याने त्या रात्रीपुरता तो मजला त्यांना भाड्याने दिला होता. तसंही त्याला त्या संध्याकाळी होणाऱ्या कमाईची फारशी अपेक्षा नव्हती. सैन्यात काम करत असताना एडीने जे काही थोडेफार पैसे जमा केले होते ते त्याने त्या रिसेप्शनवर खर्च केले. भाजलेलं चिकन, चिनी भाज्या, पोर्ट वाइन आणि अॅकॉर्डिअन वाजवणारा एकमेव वादक इतक्या गोष्टींची सोय त्याने केली होती. समारंभासाठी मांडलेल्याच खुर्च्या जेवणासाठी वापरण्यात येणार होत्या. म्हणूनच, लग्नाच्या आणाभाका होताच वेटर्सनी येऊन उपस्थितांना उठायला सांगून त्याच खुर्च्या खालच्या मजल्यावर

टेबलभोवती मांडल्या होत्या. ॲकॉर्डिअन वाजवणारा वादक तर चक्क स्टूलवर बसला होता. त्यांच्या लग्नात ''बिनो कार्ड्स तेवढे नव्हते'' अशी मस्करी मागारिट लग्नानंतर कित्येक वर्षं करत असे.

लग्नानिमित्त आयोजित भोजनप्रसंग संपल्यावर, नवराबायकोला लहानसहान भेटवस्तू मिळाल्यावर, त्या दोघांच्या सुखी वैवाहिक जीवनासाठी शेवटचा टोस्ट सगळ्यांनी आयोजित केल्यावर ॲकॉर्डिअन वाजवणाऱ्या वादकाने आपलं वाद्य खोळीत ठेवलं. एडी आणि मागारिट समोरच्या दारातून बाहेर पडले. उपस्थित काही पाहुण्यांनी त्यांच्या मस्तकावर तांदूळ टाकले. बाहेर हलकासा पाऊस पडत होता. त्या धारा अगदी गार होत्या. तरीसुद्धा नववधू आपल्या वरासमवेत चालत घरी गेली. तिथून अगदी जवळ होतं त्यांचं घर. मागारिटने लग्नाच्या पोशाखावर जाड गुलाबी स्वेटर घातलं होतं. एडीने पांढरा सूट घातला होता. त्याचा शर्ट गळ्याशी दाटला होता. त्या दोघांनी हातात हात गुंफले होते. रस्त्यावरच्या दिव्यांच्या उजेडात ते चालत होते. त्यांच्या आजूबाजूची प्रत्येक गोष्ट दाटून आल्यासारखी दिसत होती.

७७ एखाद्या दगडाखाली लपलेली वस्तू सापडावी तसंच लोकांना प्रेम 'सापडतं' असं म्हणतात. पण प्रेमाची अनेक रूपं असतात. प्रत्येक स्त्री–पुरुषासाठी ती रूपं वेगवेगळी असतात. लोकांना जे काही सापडतं ते 'निश्चित प्रेम' असतं. एडीला मागारिटमध्ये असं निश्चित प्रेम सापडलं. कृतज्ञता दर्शवणारं प्रेम, सखोल पण शांत प्रेम. या प्रेमाची जागा कशानेही घेतली जाणार नाही हे एडीला ठाऊक होतं. तिच्या पश्चात आलेला काळ त्याने तसाच दवडला. आपल्या हृदयाला त्याने जणू

झोपवून टाकलं. आणि तीच मागारिट आता त्याच्या समोर उभी होती – तीही लग्नदिनी जशी तरुण होती तशाच तरुण रूपात.

"माझ्या बरोबरीने चाल," तिने म्हटलं.

एडीने उभं राहायचा प्रयत्न केला. पण त्याच्या दुखऱ्या गुडघ्याने दगा दिला. तिने अगदी सहजतेने त्याला उचललं.

"तुझा पाय," हळुवार परिचित नजरेने तिने त्याच्या गुडघ्यावरच्या व्रणांकडे पाहत म्हटलं. मग मान वर करून त्याच्या कानांवरून झेपावणाऱ्या केसांना स्पर्श केला.

"पांढरे झाले की," तिने हसून म्हटलं.

एडीची जीभ चकार शब्दसुद्धा उच्चारू शकत नव्हती. तिच्याकडे टक लावून पाहण्याव्यतिरिक्त तो काहीही करू शकत नव्हता. त्याच्या स्मरणात ती जशी होती तशीच आता समोर उभी होती. अधिक सुंदर! खरं तर, तिच्याबद्दलच्या त्याच्या शेवटच्या आठवणी एका वृद्ध आणि विकल स्त्रीच्या होत्या. तो तिच्या बाजूला उभा राहिला. तो गप्प होता. तिच्या गडद डोळ्यांत मिस्किल झाक उमटली. ओठांवर हसू पसरलं.

'एडी.' खुदकन हसून ती म्हणाली, "मी कशी दिसायचे हे इतक्या लवकर विसरलाससुद्धा?"

आवंढा गिळत एडी म्हणाला, "ते मी कधीच विसरलो नाही."

तिने त्याच्या चेहऱ्याला हळुवार स्पर्श केला. ती ऊब त्याच्या सर्वांगात पसरली. समोरचं गाव आणि तिथे नाचणाऱ्या पाहुण्यांकडे निर्देश करत ती म्हणाली, "सगळी लग्नं." ती आनंदाने पुढे म्हणाली, "ती माझी निवड होती. प्रत्येक दारामागे डोकावून लग्नांचं जग पाहायचं. अरे एडी, त्यात काहीही बदल होत नाही. नवरामुलगा वधूच्या चेहऱ्यावरची जाळी बाजूला करतो तेव्हा, त्याने समोर केलेल्या अंगठीचा ती स्वीकार करते

तेव्हा, त्या दोघांच्याही डोळ्यांत ज्या शक्यता दिसतात तेव्हा...
जगात कुठेही गेलास तरी असंच असतं. आपलं प्रेम आणि
आपलं लग्न या जगातले सगळे विक्रम मोडणार आहे असं
प्रत्येकच जोडप्याला वाटत असतं.''

तसंच हसत ती पुढे म्हणाली, ''आपण ते विक्रम मोडले
असं वाटतं का रे तुला?''

कसं उत्तर द्यावं हे एडीला समजत नाही.

''आपल्या लग्नात ॲकॉर्डिअन वाजवणारा वादक
होता,'' इतकंच तो म्हणला.

७७ रिसेप्शनमधून चालत ते दगडगिट्टीच्या रस्त्याने पुढे होतात.
संगीताचा आवाज हळूहळू कमी होत जातो. बघितलेलं आणि
घडलेलं सारं काही तिला सांगण्याची एडीची इच्छा असते.
त्याचप्रमाणे, प्रत्येक लहानमोठ्या गोष्टींबद्दल तिला विचारावं असं
त्याला वाटत असतं. आतल्या आत काहीतरी दाटून आल्यासारखं
वाटतं. काहीतरी सुरू व्हावं – थांबावं अशी विचित्र अवस्था
जाणवते. नेमकी सुरुवात कशी करावी हे त्याला समजत नाही.

''तुलासुद्धा हे करावं लागलं?'' सरतेशेवटी तो विचारतो.
''तू पाच लोकांना भेटलीस?''

तिने मान डोलावली.

''वेगळीच पाच माणसं?'' त्याने पुन्हा विचारलं.

तिने पुन्हा मान डोलावली.

''आणि त्यांनी सगळं काही समजावून सांगितलं?
त्यामुळे फरक पडला?''

ती हसली. ''अगदी पूर्ण फरक पडला,'' तिने त्याच्या
हनुवटीला स्पर्श करत म्हटलं. ''आणि मग मी तुझी वाट पाहत
बसले.''

त्याने तिच्या डोळ्यांत पाहिलं. तिचं हसू. ती वाट पाहत असल्याने त्याच्या मनात अशा भावना आल्या होत्या का असं त्याला वाटलं.

"तुला किती माहिती आहे... माझ्याबद्दल? म्हणजे, मला असं म्हणायचंय... की तुझ्या..."

कसं बोलावं हा प्रश्न त्याला पडला.

"तुझ्या मृत्यूनंतर."

स्वतःच्या डोक्यावरची स्ट्रॉ हॅट काढून तिने कपाळावर झेपावलेले दाट काळे केस मागे करत म्हटलं, "आपण दोघं एकत्र असताना जे काही घडलं ते सगळं मला ठाऊक आहे..."

तिने ओठ आवळले.

"ते सगळं का घडलं हे मला माहीत आहे..."

तिने आपले हात स्वतःच्या छातीवर ठेवले.

"आणि... तुझं माझ्यावर निरतिशय प्रेम होतं हेसुद्धा मला ठाऊक आहे."

आता तिने त्याचा दुसरा हात हातात घेतला. विरघळवून टाकणारी ऊब त्याला जाणवली.

"तुझा मृत्यू कसा झाला हे मला माहीत नाही," ती म्हणाली.

एडीने क्षणभर विचार केला.

"मलाही तसं खात्रीने सांगता येणार नाही. एक मुलगी होती. अगदी लहान मुलगी होती. त्या राइडमध्ये ती अडकली होती. फार गोंधळ होणार होता..."

मागरिटचे डोळे विस्फारले. किती तरुण दिसत होती ती!

ज्या दिवशी एडीचा मृत्यू झाला त्या दिवसाबद्दल त्याच्या बायकोला सगळं सांगणं त्याच्या कल्पनेहून अधिक कठीण जाणार होतं.

"आजकाल ॲम्युझमेन्ट पार्कमध्ये खूप राइड्स आहेत. वेगवेगळ्या नवीन राइड्स आहेत. आपल्या काळात असं काही नव्हतं. आजकाल प्रत्येकाला तासाभरात हजारो मैल पार करायचे असतात. ते असो! ज्या राइडबद्दल मी बोलत आहे त्यात पाळणे झपकन खाली येतात. हायड्रॉलिकच्या आधारे ते थांबवले जातात, सावकाश खाली आणले जातात. पण त्या एका पाळण्याच्या केबलमध्ये काहीतरी अडकलं. तो पाळणा खोबणीतून सैल झाला. नेमकं काय झालं हे माझ्या लक्षात येत नाही पण तो पाळणा खाली येऊ लागला. मीच तसं डॉमला संगितलं होतं. डॉम... माझ्या बरोबर आता जो काम करतो तो मुलगा... त्याची काहीच चूक नव्हती. मी त्याला सांगितलं आणि नंतर त्याला थांबवण्याचा प्रयत्न केला. पण माझं बोलणं त्याला ऐकू येईना. नेमक्या त्या वेळेस ही छोटी मुलगी तिथेच बसली होती. मी तिच्यापर्यंत पोहोचण्याचा प्रयत्न केला. तिला वाचवण्याचा प्रयत्न केला. तिचे ते छोटेछोटे हात मला जाणवलेसुद्धा. पण त्यानंतर मात्र मी..."

तो बोलायचा थांबला. त्याने पुढे बोलावं म्हणून तिने मान किंचित तिरकी करून खूण केली. त्याने खोल श्वास सोडला.

"इथे आल्यापासून पहिल्यांदाच मी इतकं बोललो आहे," तो म्हणाला.

मान डोलावून ती हसली. किती हळुवार हसू होतं तिचं. ते पाहताच त्याचे डोळे ओलावले. त्याला दुःखाने झाकोळून टाकलं आणि अचानक, आपोआप या कशाचंही काही त्याला वाटेनासं झालं. त्याचा मृत्यू, तो पार्क, ती गर्दी, "मागे व्हा!" असं त्याचं ओरडून सांगणं... तो हे सगळं का बोलत होता? तो हे काय करत होता? तो खरोखरंच तिच्या बरोबर होता

का? त्याच्या आत्म्यात अनेक जुन्या भावना दाटून आल्या. खोलवर दडलेल्या दुःखाच्या जाणिवेने हृदयात कळ आली. त्याचे ओठ थरथरू लागले. जे काही त्याने गमावलं होतं त्याची त्याला प्रकर्षाने जाणीव झाली. तो त्याच्या बायकोकडे पाहत होता. त्याची मृत बायको, त्याची तरुण बायको, आजवर त्याने गमावलेली बायको, त्याची एकमेव बायको, इथून पुढे कशाचाही शोध घ्यावा असं त्याला वाटत नव्हतं.

"हे ईश्वरा! मागरिट!" तो कुजबुजला. "मला क्षमा कर, मला क्षमा कर. मी थांबू शकत नाही. मी थांबू शकत नाही. मी थांबू शकत नाही."

त्यानंतर, सगळे जण जे म्हणतात तेच त्याने दोन्ही हातात डोकं धरून म्हटलं;

"तुझी किती उणीव भासली म्हणून सांगू."

आज एडीचा जन्मदिन

रेसट्रॅकवर उन्हाळ्यातल्या ग्राहकांची गर्दी होती. स्त्रियांनी स्ट्रॉच्या सनहॅट्स डोक्यावर घातल्या होत्या. पुरुष सिगार ओढत होते. एडीचा एकोणचाळिसावा वाढदिवस. तो आणि नोएल कामावरून लवकर निघाले. डेली डबल इथे जाऊन त्याच आकड्यावर त्या दिवशी पैसे लावणार होते ते. तिथे पोहोचताच घडीच्या खुर्च्यांवर दोघंही बसले. त्यांच्या पायाशी चुरगाळलेल्या तिकिटांचा ढीग आणि बियरचे रिकामे पेपर कप पडलेले होते.

त्या दिवशीची पहिली शर्यत एडी जिंकला. त्यात मिळालेले अर्धे पैसे दुसऱ्या शर्यतीवर लावून तीसुद्धा जिंकला. असं त्याच्या बाबत पहिल्यांदाच घडत होतं. त्याला एकूण २०९ डॉलर्स मिळाले. पुढच्या दोन शर्यतींत तो काही लहान रकमा गमावतो. मग उरलेली सगळी रक्कम तो सहाव्या शर्यतीत एका घोड्यावर लावतो. त्याचं आणि नोएलचं एकमत होतं की, नाहीतरी तिथे जाताना त्याच्याकडे काहीच पैसे नव्हते तर मग रिकाम्या हाताने घरी गेलं तर बिघडलं कुठे? विचित्रच तर्क लढवला होता दोघांनी

''जरा विचार कर,'' नोएल बोलू लागतो, ''तू जर जिंकलास तर त्या मुलाच्या दृष्टीने किती सोयीचं होईल.''

घंटी वाजते. घोडे पळू लागतात. कितीतरी वेळ सगळे घोडे एकत्र दौडतात. त्यांची तकतकीत कांती प्रत्येक टापेसरशी चकाकते. एडीने जर्सी फिंच या आठ नंबरच्या घोड्यावर पैसे लावले असतात. चारास एक या प्रमाणात लावलेले हे पैसे म्हणजे फार वाईट सौदा म्हणता येणार नाही. पण नोएलने त्या क्षणी 'मुलाबद्दल' काढलेले उद्गार एडीच्या मनात अपराधी भावना निर्माण करतात. त्याने आणि मागरिटने मिळून मूल दत्तक घ्यायचं ठरवलेलं असतं. हे पैसे तो त्याकरता वापरू शकला असता. अशा गोष्टी तो का करतो?

गर्दी उठून उभी राहते. घोडे समोरून दौडत येताना दिसतात. जर्सी फिंच बाजूला होत पूर्ण वेगाने झेपावतो. लोकांच्या चिथवण्यात आता घोड्यांच्या टापांची भर पडते. नोएल आरडाओरडा करू लागतो. एडी हातातलं तिकीट चुरगाळतो. त्याच्या अपेक्षेहून अधिक उत्तेजित झालेला असतो तो. त्याच्या अंगावर काटे येतात. एक घोडा सगळ्यांच्या पुढे येतो.

जर्सी फिंच!

आता एडीकडे जवळजवळ आठशे डॉलर्स असतात.

"मला घरी फोन करायला हवा," तो म्हणतो.

"तू घालवशील सगळं," नोएल उत्तर देतो.

"काय बोलतो आहेस?"

"असं कोणाला सांगितलं ना तर दृष्ट लागते."

"काहीही काय!"

"नको करूस फोन."

"मी करणार. तिला खूप आनंद होईल."

"तिला आनंद नाही होणार."

एडी तिथल्या सार्वजनिक टेलिफोन बूथमध्ये जाऊन एक निकेल टाकतो. मागरिट फोन उचलते. एडी तिला बातमी

सांगतो. नोएलचं म्हणणं बरोबर होतं. तिला आनंद होत नाही. ती त्याला घरी यायला सांगते. काय करावं हे सांगणं तिने थांबवावं असं तो तिला म्हणतो.

"आता आपल्याकडे बाळ येणार आहे," ती रागावून म्हणते. "हे अशा प्रकारचं वागणं तुला आता थांबवायला हवं."

एडीची कानशिलं गरम होतात. तो फोन बंद करतो. नोएल उभा असलेल्या दिशेने तो जातो. नोएल दाणे खात रेलिंगला रेलून उभा असतो.

"थांब! मला तर्क करू दे," नोएल म्हणतो.

खिडकीशी जात ते दोघं दुसरा घोडा निवडतात. एडी स्वतःच्या खिशातून पैसे काढतो. त्याची द्विधावस्था आहे. एकीकडे त्याला हे सगळं नको आहे. एकीकडे त्याला आसुसून हे सगळं हवं आहे. म्हणजे, घरी गेल्यावर पलंगावर पैसे फेकत तो आपल्या बायकोला म्हणू शकेल, 'घे हे, काय विकत आणायचं ते आण, समजलं?"

खिडकीतून तो पैसे सरकवताना नोएल पाहतो. तो फक्त भुवया उंचावतो.

"मला माहीत आहे, मला माहीत आहे," एडी उत्तर देतो.

त्याला पुन्हा फोन करता येत नाही म्हणून स्वतः गाडी चालवत येऊन त्याला शोधण्याचं मागरिटने निश्चित केलं आहे हे मात्र त्याला माहीत नसतं. ती त्याच्यावर ओरडल्याचं तिला खूप वाईट वाटत असतं. विशेषतः, त्याचा वाढदिवस असताना! तिला त्याबद्दल त्याची क्षमा मागायची आहे. त्याचबरोबर, ती त्याला थांबवू इच्छिते. गेल्या अनेक संध्याकाळचा तिचा अनुभव सांगतो की, शर्यती थांबेपर्यंत खेळत राहण्याचा नोएल आग्रह धरत राहील – नोएल तसाच आहे. घोड्यांच्या शर्यतीची जागा त्यांच्या घरापासून जेमतेम दहा मिनिटांच्या अंतरावर असल्याने

आपली पर्स उचलून ती त्यांची जुनी नॅश रॅम्बलर गाडी सुरू करते. ओशन पार्क वे वरून ती निघते. लेस्टर स्ट्रीटवर ती उजवीकडे वळते. सूर्य मावळल्याने अंधार दाटून येतो. बहुतेक सर्व गाड्या विरुद्ध दिशेने येत आहेत. ती लेस्टर स्ट्रीट ओलांडते. पूर्वी तिथूनच लोक ट्रॅकवर पोहोचायचे. तिथल्या पायऱ्या चढून रस्ता ओलांडणं, माघारी फिरणं सहज शक्य असे. सरतेशेवटी ट्रॅकच्या मालकाने शहर व्यवस्थापनाला ट्रॅफिक लाइटसाठी पैसे दिल्यावर त्या जागी फारसं कोणी जाईनासं झालं. तो बहुतेक भाग निर्जन असे. त्या रात्री मात्र तो तसा निर्जन नव्हता. दोन किशोरवयीन मुलं तिथे लपून बसली होती. साधारण सतरा वर्षांच्या त्या दोन मुलांनी अनेक तासांपूर्वी सिगरेटची पाच खोकी आणि ओल्ड हार्पर व्हिस्कीच्या तीन बाटल्या एका दारूच्या दुकानातून चोरल्या होत्या. त्यांची चोरी उघडकीला आली होती. दुकानदाराने त्यांचा बराच पाठलाग केला होता. ती दोन मुलं इथे येऊन दडून बसली होती. गेल्या काही तासांत त्यांनी दारूच्या तिन्ही बाटल्या रिचवल्या होत्या. कित्येक सिगरेटी फुंकून संपवल्या होत्या. आता मात्र ते भलतेच कंटाळले होते. रिकाम्या बाटल्या तिथल्या गंजलेल्या रेलिंगवर आपटत ते एकमेकांशी बोलू लागले.

"लागली पैज?" पहिल्याने विचारलं.

"लागली पैज!" दुसऱ्याने उत्तर दिलं.

त्यासरशी पहिल्याने हातातली बाटली खाली पडू दिली. नेमकं काय घडेल हे पाहायला ते दोघं तिथल्या लोखंडी खांबामागे लपले. खालून जाणारी गाडी थोडक्यात वाचली. ती बाटली रस्त्यावर पडून फुटली.

"वा, वा, वा, वा, वा!" दुसऱ्याने आरोळी ठोकली. "पाहिलंस काय झालं ते!"

"ए माठा, टाक आता तुझ्या हातातली बाटली खाली."

दुसरा मुलगा पुढे झाला. बाटली फेकण्यासाठी त्याने उजवीकडची गल्ली निवडली. त्या बाजूने रहदारी फारच कमी होती. हातातल्या बाटलीला अनेक हेलकावे देत त्याने खालच्या रहदारीचा अंदाज घेतला. जणू तो एखादा कलाकार असून एखाद्या गाडीवर अचूक बाटली फेकण्याची कला त्याला साध्य करायची आहे.

बाटली त्याच्या बोटांतून सुटते. तो हसतो.

चाळीस फूट खोल असलेल्या रस्त्यावरून गाडीने पुढे येणाऱ्या मागरिटला या कशाचीही कल्पना नसते. ती वर पाहत नाही. अशा प्रकारे वरच्या रस्त्याने काही पडू शकतं हा विचार तिच्या मनात येत नाही. तिच्या मनात केवळ एडीला त्या शर्यतीतून बाहेर काढण्याचा विचार असतो. जोवर त्याचे काही पैसे शिल्लक असतील तोवरच ती त्याला तिथून बाहेर काढू इच्छिते. तिथे गेल्यावर नेमक्या कोणत्या भागात त्याला शोधावं असा प्रश्न तिला पडलेला असतानाच ओल्ड हार्पर व्हिस्कीच्या बाटलीने तिच्या गाडीची समोरची काच अचानक फुटते. सगळीकडे काचेचा सडा पडतो. तिचं गाडीवरचं नियंत्रण सुटतं. बाजूच्या काँक्रीट दुभाजकावर तिची गाडी आदळते. एखाद्या बाहुलीप्रमाणे तिचं शरीर फेकलं जातं. आधी दार, त्यानंतर डॅशबोर्ड आणि त्यानंतर स्टिअरिंग व्हीलवर ती आदळते. तिचं यकृत जखमी होतं. हात मोडतो. डोक्यावर इतका जोरात आघात होतो की, तिला ऐकू येईनासं होतं. त्यामुळे, करकचून ब्रेक लावत थांबलेल्या इतर गाड्यांचे आवाज तिला ऐकू येत नाहीत. इतर वाहनांचे जोरजोरात वाजणारे हॉर्न तिला ऐकू येत नाहीत. रबरी जोडे घालून पळणाऱ्या त्या मुलांच्या पावलांचा आवाज तिला ऐकू येत नाही. लेस्टर स्ट्रीट ओलांडून ती मुलं रात्रीच्या अंधारात नाहीशी होतात.

७७ पावसाप्रमाणेच प्रेमसुद्धा जपणूक करू शकतं. जोडप्यांना आनंदात चिंब भिजवू शकतं. कधीकधी मात्र जीवनाच्या संतप्त उष्णतेमुळे पृष्ठभागावरचं प्रेम शुष्क होतं. अशा वेळेस आतून त्या प्रेमाची जोपासना करावी लागते, मुळांपर्यंत जाऊन पोषण करावं लागतं, ते प्रेम सचेत ठेवावं लागतं.

लेस्टर स्ट्रीटवर झालेल्या अपघातामुळे मागारिटची रवानगी हॉस्पिटलमध्ये झाली. पुढचे सहा महिने ती अंथरुणाला खिळली होती. तिचं जखमी यकृत सरतेशेवटी बरं झालं पण त्यापायी झालेल्या खर्चामुळे मूल दत्तक घेण्याचा खर्च करणं त्यांना अशक्य झालं. त्यांनी दत्तक घेण्यासाठी ठरवलेलं मूल दुसऱ्या कोणाकडे तरी दत्तक गेलं. नवराबायकोने एकमेकांना उघड दोष दिला नाही पण त्यांच्या मनातली खंत कधी गेली नाही. दोघांच्या नात्यात एखाद्या विषण्ण सावलीगत तो अव्यक्त आरोप सातत्याने जागृत राहिला. पुढची बरीच वर्षं मागारिट गप्प राहिली. एडीने स्वतःला कामात गुंतवलं. ती दोघं जेवायला टेबलशी बसली तरी त्यांना त्या गडद सावलीची जाणीव होत असे. अशा वेळेस फक्त काटे- चमचांचा आवाज तेवढा येई. त्यांच्यात होणारं संभाषण अगदी जुजबी झालं होतं. त्यांच्या प्रेमाला ओहोटी लागली होती. मुळांच्या खाली त्यांचं प्रेम गेलं होतं. त्या दिवसानंतर एडीने शर्यतीत कधी घोड्यांवर पैसे लावले नाहीत. त्याच्या नोएलशी होणाऱ्या भेटीगाठी हळूहळू संपुष्टात आल्या. नाश्त्याला भेटल्यावर नक्की कशावर बोलायचं याबद्दल त्यांना प्रश्न पडू लागला.

कॅलिफोर्निया इथे एका ॲम्युझमेन्ट पार्कमध्ये पहिल्यांदाच वर्तुळाकृती स्टील ट्रॅक अस्तित्वात आले. अतिशय तीव्र कोनांमध्ये हे ट्रॅक वळलेले होते. लाकडाच्या साहाय्याने असा ट्रॅक वापरणं अशक्य होतं. कित्येक काळ विस्मृतीत गेलेले रोलर कोस्टर्स पुन्हा एकदा दिसू लागले. पार्कचे मालक श्री. बुलक यांनी रुबी पियरकरता स्टील ट्रॅक मॉडेल मागवलं. त्याच्या बांधकामावर स्वतः एडीने देखरेख केली. तो ट्रॅक बसवणाऱ्या कामगारांवर त्याची घारीसारखी नजर असे. तो सतत त्यांना सूचना देत असे. इतक्या जलद गतीने चालणाऱ्या कशावरही त्याचा विश्वास नव्हता. साठ अंशाचा कोन? कोणीतरी जखमी होणार याबद्दल त्याला खात्री होती. तरीसुद्धा या सगळ्या बांधकामामुळे त्याचं लक्ष दुसरीकडे वेधलं गेलं.

स्टारडस्ट बॅन्ड शेलला निरोप देण्यात आला. झिपर राइडची तीच अवस्था झाली. मुलांना टनेल ऑफ लव्ह तोवर फारच क्षुल्लक वाटू लागल्यामुळे तेही काढण्यात आलं. त्यानंतर काही वर्षांनी लॉग फ्ल्यूम नावाची नवीन बोट राइड सुरू करण्यात आली. पाहता पाहता ती अतिशय लोकप्रिय झाली. एडीला फार नवल वाटलं. पाण्याच्या मोठ्या फवाऱ्यातून पुढे जात एकदम वरून खाली गच्च भरलेल्या तलावात लोकांना फेकण्यात येई. जेमतेम तीनशे यार्डांवर समुद्र असताना लोकांना अशा पाण्याच्या राइडमध्ये भिजण्यात नेमका काय आनंद मिळत असे हे एडीला कधीच समजलं नाही. तरीसुद्धा, त्याने त्या राइडची देखभाल केली. कित्येक तास अनवाणी पायांनी तो पाण्यात काम करत असे. त्या राइडच्या बोटी त्यांच्या मार्गावरून कधीही विचलित होणार नाही याची तो काळजी घेत असे.

कालांतराने नवरा-बायकोतील संभाषण पुन्हा सुरू झालं. एके रात्री एडीने मूल दत्तक घेण्याचा विषय काढला. कपाळ

चोळत मागरिटने उत्तर दिलं, ''फार वय झालं आता आपलं त्यासाठी.''

एडीने विचारलं, ''मुलांच्या दृष्टीने कसलं आलंय वय?''

वर्षं लोटली. त्यांच्या घरात कधीच मूल आलं नाही. त्यांची जखम हळूहळू भरली. त्या दोघांमधील अंतर त्यांच्यातल्या सहयोगाने मिटू लागलं. रोज सकाळी ती त्याच्यासाठी कॉफी आणि टोस्ट तयार ठेवत असे. मग तो तिला तिच्या कामावर सोडून गाडीने पुढे पियर इथे जात असे. कधीकधी दुपारी काम लवकर संपवून ती त्याच्या जोडीने तिथल्या फळकुटांच्या वाटेवर चालत असे. तो पार्कची देखरेख करत असताना ती त्याच्या जोडीने वावरत असे. तिथले रोटर्स आणि केबल्स कसे चालतात हे एडी तिला समजावून सांगत असे. इंजीनचा आवाज तो बारकाईने ऐकत असताना ती मेरी-गो राउंडच्या घोड्यांवर बसत असे.

जुलै महिन्याच्या एका संध्याकाळी अशीच ती दोघं द्राक्षाचे पॉप्सिकल खात समुद्रकिनारी भटकत होती. त्यांचे अनवाणी पाय ओल्या रेतीत रुतत होते. आजूबाजूला नजर टाकल्यावर त्यांना जाणवलं की, त्या किनाऱ्यावर ते सर्वांत ज्येष्ठ होते. तिथल्या तरुण मुलींच्या अंगावर असलेले बिकिनी बेदिंग सूट्स पाहून मागरिटने काहीतरी टिप्पणी केली. ती स्वतः तसे कपडे कधीच घालू शकणार नाही असंही ती म्हणाली. त्यावर एडी म्हणाला की, त्या मुली नशीबवान आहेत. कारण, मागरिटने अशी बिकिनी घातली असती तर तिथल्या पुरुषांनी दुसऱ्या कोणत्याही स्त्रीकडे पाहिलं नसतं. त्या सुमारास मागरिटने वयाची पंचेचाळिशी ओलांडली होती. तिच्या नितंबांचा घेर वाढला होता. डोळ्यांच्या कोपऱ्यांत बारीक सुरकुत्या दिसू लागल्या होत्या. तरीही तिने एडीचे मनःपूर्वक आभार मानले.

त्याच्या वेड्यावाकड्या नाकाकडे आणि रुंद जबड्याकडे रोखून पाहिलं. त्या क्षणी त्यांच्यातल्या प्रेमाचा ओघ नव्याने सुरू झाला. पायाशी जमा झालेल्या समुद्राच्या लाटांनी ती दोघं जशी चिंब झाली होती तशीच त्यांची अंतःकरणंही प्रेमाने चिंब झाली.

७७ अशीच तीन वर्षं गेली. ती स्वैपाकघरत चिकन कटलेट्स तयार करत होती. एडीच्या आईचा मृत्यू झाल्यावर ते त्याच घरात राहू लागले होते. त्या घरामुळे मागारिटच्या लहानपणीच्या आठवणी ताज्या होत. शिवाय खिडकीतून दिसणारी ती जुनी छत्री - करोसल - पाहायला तिला आवडत असे म्हणून त्यांनी ते घर कायम ठेवलं. अचानक, मागारिटला काही कल्पना नसताना तिच्या उजव्या हाताची बोटं एकमेकांपासून दूर होत मागच्या बाजूने वळून ताठर झाली. कितीही प्रयत्न केला तरी तिला मूठ वळता येईना, बोटं जवळ आणता येईना. तिच्या हातातलं कटलेट सुटून सिंकमध्ये पडलं. दंडात कळा येऊ लागल्या. श्वास जलद होऊ लागला. अडकलेल्या त्या बोटांकडे आणि आपल्या तळहाताकडे ती विस्फारलेल्या नजरेने पाहत राहिली. कुठलातरी न दिसणारा मोठा जार उचलण्याकरता जणू ती बोटं पसरली होती. कोणा दुसऱ्याचाच पंजा असावा तो.

पुढच्या क्षणी तिला चक्कर आली.

'एडी!' ती किंचाळली. तो तिच्या जवळ पोहोचेस्तोवर ती खाली कोसळली.

७७ हॉस्पिटलमध्ये झालेल्या चाचण्यांनंतर मेंदूवर ट्यूमर वाढल्याचं निदान करण्यात आलं. इतर अनेकांप्रमाणेच तिचा हळूहळू मृत्यू होणार होता. उपचार उपलब्ध होते पण त्याने

रोगाचा विनाश होणार नव्हता. काही काळ रोगाची लक्षणं कमी झाली असती. डोक्यावरचे केस टप्प्याटप्प्याने गळले असते. रोज सकाळी भयंकर गोंगाट करणाऱ्या रेडिएशन मशीनचा त्रास सहन करावा लागला असता. आणि संध्याकाळी हॉस्पिटलच्या टॉयलेटमध्ये उलट्या कराव्या लागल्या असता.

कॅन्सर विकोपाला गेला तेव्हा डॉक्टरांनी इतकंच सांगितलं, ''विश्रांती घ्या, शांत राहा.'' तिने प्रश्न विचारल्यावर त्यांनी कणवेने मान डोलावली. जणू काही त्यांच्या मान डोलावण्याने एखाद्या ड्रॉपरमधून औषधाचे थेंब पडल्यागत होणार होतं. आपण मदत करू शकत नाही हे माहीत असताना रुग्णाशी वागण्याची त्यांची ही पद्धत असावी हे तिच्या लक्षात आलं. जेव्हा एका डॉक्टरने ''आता सारं आवरतं घ्या,'' असा सल्ला दिला तेव्हा तिने हॉस्पिटलमधून घरी जाण्याचा आग्रह धरला. विचारल्याहून अधिक माहिती तिने दिली.

घराच्या पायऱ्या चढण्यासाठी एडीने तिला मदत केली. त्यानेच तिचा कोट खुंटीला अडकवला. तिने घरात नजर टाकली. स्वैपाक करण्याची तिची इच्छा होती पण त्याने तिला बसायला लावलं. चहासाठी आधण ठेवलं. आदल्या दिवशीच त्याने थोडं मटण आणून ठेवलं होतं. त्या दिवशी रात्री त्याने बऱ्याच मित्रमैत्रिणींना आणि सहकाऱ्यांना मुद्दाम बोलावलं होतं. प्रत्येकाने मागरिटचं स्वागत केलं. ''पाहा तर खरं, कोण परत आलं आहे हॉस्पिटलमधून!'' असं म्हणून तिला उत्तेजन दिलं. जणू तो निरोप समारंभ नसून स्वागत समारंभ होता.

कॉर्निंगवेअरमधून मागवलेल्या स्मॅश्ड पटॅटोजचा आस्वाद सर्वांनी घेतला. जेवणानंतर आवर्जून बटरस्कॉच ब्राउनी खाल्ल्या. मागरिटने वाइनचे दोन ग्लास संपवल्यावर एडीने तिच्यासाठी तिसऱ्यांदा वाइन ओतली.

दोन दिवसांनंतर ती किंचाळत उठली. तो तिला हॉस्पिटलला घेऊन गेला. वाटेवर त्यांच्यात फारसं बोलणं झालं नाही. कोणते डॉक्टर असतील, एडीने कोणाला फोन करावा अशी एक-दोन वाक्यं तेवढी ते बोलले. ती जरी गाडीत त्याच्या बाजूलाच बसली होती तरी ती प्रत्येक गोष्टीत असल्यागत एडीला जाणवलं. गाडीच्या स्टिअरिंग व्हीलमध्ये, गॅस पेडलमध्ये, लवणाऱ्या डोळ्यांच्या पापणीमध्ये, घशाच्या खरखरण्यामध्ये, प्रत्येक ठिकाणी त्याला तीच दिसत होती. तिला घट्ट धरून ठेवण्याचा प्रयत्न त्याच्या प्रत्येक हालचालीत होता.

तिचं वय सत्तेचाळीस होतं.

''कार्ड आहे ना तुझ्या जवळ?'' तिने प्रश्न केला.

'कार्ड...,' त्याला काही समजलं नाही.

डोळे मिटून घेत तिने दीर्घ श्वास घेतला. ती पुन्हा बोलू लागली तेव्हा तिचा आवाज बारीक झाला होता. जणू त्या घेतलेल्या श्वासाने तिचं त्राण ओढून घेतलं होतं.

'विमा,' घोगऱ्या स्वरात ती म्हणाली.

''हो, हो,'' त्याने पटकन उत्तर दिलं. ''मी घेतलं आहे कार्ड बरोबर.''

हॉस्पिटलबाहेरच्या पार्किंगमध्ये गाडी उभी करून एडीने इंजीन बंद केलं. अचानक सगळीकडे निःस्तब्ध शांतता पसरली. प्रत्येक बारीकसारीक आवाज त्याला ऐकू येऊ लागला. त्याच्या हालचालींमुळे सीटच्या लेदरचा झालेला किंचितसा आवाज, दार उघडताना हॅन्डलची झालेली खडखड, बाहेर असलेल्या वाऱ्याच्या झोताचा आवाज, चालताना बुटांचा होणारा आवाज, किल्ल्यांच्या जुडग्याची खळखळ.

तिच्या बाजूने जात दार उघडत त्याने तिला बाहेर यायला मदत केली. तिने मान दोन्ही खांद्यात लपवली होती, जणू

गोठणारं एखादं लहान मूल. तिचे केस भुरूभुरू उडत होते. खोल श्वास घेत तिने क्षितिजावर नजर टाकली. तिने एडीचं लक्ष वेधलं. दूरवर एक मोठी पांढरी अॅम्युझमेन्ट राइड दिसत होती. तिचे लाल पाळणे झाडावर लोंबणाऱ्या दागिन्यांप्रमाणे दिसत होते.

''इथून दिसतंय बघ,'' ती म्हणाली.

''फेरीज व्हील?'' त्याने विचारलं.

नजर वळवत तिने उत्तर दिलं, 'घर.'

७७ स्वर्गात आल्यापासून न झोपल्यामुळे एडीला वाटलं की, इथल्या लोकांना भेटण्यामध्ये त्याचे फारसे तास गेले नव्हते. तसंही, दिवस–रात्रीचा पत्ता नसताना, झोपता किंवा उठता येत नसताना, सूर्योदय किंवा भरती किंवा जेवणं किंवा नित्यक्रम नसताना त्याला कसा उलगडा होणार होता?

आता मागरिट सोबत असताना त्याला फक्त वेळ हवा होता – अधिक वेळ, थोडा अजून वेळ, तोच वेळ त्याला मिळाला होता. रात्र, दिवस, पुन्हा रात्र. त्या वेगवेगळ्या विवाहप्रसंगांच्या दारांतून ती दोघं जोडीने चालत गेली. ज्या ज्या गोष्टींबद्दल संभाषण साधण्याची त्याची इच्छा होती त्या प्रत्येक गोष्टीबद्दल ती दोघं बोलली. स्वीडिश लग्नप्रसंगी एडीने मागरिटला 'जो' या त्याच्या भावाविषयी सांगितलं. साधारण दहा वर्षांपूर्वी हृदयविकाराच्या झटक्याने त्याचा मृत्यू झाला होता. मरण्यापूर्वी जेमतेम महिनाभर आधी 'जो'ने फ्लोरिडा इथे एक नवीन घर विकत घेतलं होतं. रशियन लग्नप्रसंगी तिने एडीला जुन्या घराबद्दल विचारलं. ''अजूनही मी त्याच घरात राहत होतो,'' असं त्याने म्हटल्यावर तिने आनंद दर्शवला. लेबनिज गावातल्या विवाहसमारंभात त्याने

तिला स्वर्गात आल्यापासून काय काय घडलं ते सांगितलं. ती ते मन लावून ऐकत असली तरी तिला ते आधीपासूनच ठाऊक असावं. निळा माणूस आणि त्याची कथा एडीने तिला सांगितलं. काही लोक मरतात आणि काही जगतात याबद्दल तो बोलला. कॅप्टन आणि त्याने केलेल्या त्यागाबद्दल त्याने सांगितलं. एडी जेव्हा स्वतःच्या वडिलांबद्दल सांगू लागला तेव्हा मागारिटच्या आठवणी जाग्या झाल्या. एडीने कित्येक रात्री वडिलांवरच्या संतापात धुमसत काढल्या होत्या. वडिलांच्या मौनाने एडी संभ्रमात पडला होता. अनेक गोष्टींचा योग्य परामर्श घेतल्याचं एडीने जेव्हा सांगितलं तेव्हा तिच्या भुवया उंचावल्या. तिचे ओठ विलग झाले. आपल्या बायकोला आनंदी करण्याची ही छोटीशी कृती आणि त्यातून जाणवणारी आश्वासकता एडीला चिरपरिचित आणि जुनी होती. कित्येक काळानंतर पुन्हा एकदा ती जाणीव त्याच्या वाट्याला आली.

౧౧ अशाच एका रात्री एडीने तिला रुबी पियर इथे झालेल्या बदलांबद्दल सांगितलं. कित्येक जुन्या राइड कामातून काढून टाकण्यात आल्या होत्या. पूर्वी कमानीपाशी वाजवल्या जाणाऱ्या मंद संगीताची जागा आता रॉक अँड रोलच्या कर्णकर्कश आवाजाने घेतली होती. प्रत्येक रोलर कोस्टर आता विचित्र वळणं घेत उंचावरून भिरभिरत जाऊ लागलं होतं. अनेक पाळणे ट्रॅकवरून खाली लोंबकळत होते. पूर्वी 'काळोख्या' समजल्या जाणाऱ्या राइड्समध्ये जागोजागी काऊबॉयचे कटआउट्स प्रकाशणाऱ्या रंगांमध्ये रंगवलेले असत. त्या जागी आता मोठाले व्हिडिओ स्क्रीन लावले होते. त्यामुळे, सातत्याने टीव्ही बघितल्यासारखं वाटे.

नवीन राइड्‌सची नावंसुद्धा त्याने तिला सांगितली. नो मोअर डिपर्स. टंबल बग्ज. ब्लिझार्ड, माइंडबेंडर, टॉप गन. व्हॉर्टेक्स.

''काय विचित्र नावं आहेत, नाही का?'' एडीने म्हटलं.

''कुणा दुसऱ्याच्याच सुट्टीसारखं वाटत आहे ते,'' तिने विचारपूर्वक उत्तर दिलं.

गेली कित्येक वर्षं एडीला नेमकी तीच भावना जाणवत होती हे त्याला त्या क्षणी लक्षात आलं.

''मी कुठेतरी दुसरीकडे काम करायला हवं होतं,'' तो तिला सांगू लागला. ''तू असताना आपण तिथून बाहेर पडू शकलो नाही याबद्दल मला क्षमा कर. माझे वडील, माझा पाय. युद्धानंतर मला फार रिकामटेकड्यासारखं वाटत असे.''

तिच्या चेहऱ्यावर त्याला दुःखाची सावली दिसली.

''काय झालं?'' तिने विचारलं. 'युद्धात?'

ती हयात असताना तो तिच्याशी युद्धाबद्दल फारसं बोलला नव्हता. तिने सारं समजून घेतलं होतं. त्याच्या काळात सैनिकांना जे सांगितलं जाई ते पार पाडणं त्यांचं काम होतं. घरी आल्यावर ते त्याबद्दल चकार शब्दही उच्चारत नसत. त्याने ठार केलेल्या अनेक माणसांचा विचार त्याच्या मनात आला. त्या रक्षकांचा विचार त्याच्या मनात आला. त्याच्या हातांवर सांडलेल्या रक्ताचा विचार त्याच्या मनात आला. आपल्याला कधी क्षमा केली जाईल का असा प्रश्न त्याला पडला.

''मी स्वतःला गमावलं,'' त्याने उत्तर दिलं.

''नाही रे,'' त्याच्या बायकोने म्हटलं.

'हो,' तो पुटपुटला. त्यावर तिने काहीही म्हटलं नाही.

तिथे स्वर्गात ती दोघं एकमेकांच्या बाजूला पडून राहत पण झोपत नसत. पृथ्वीवर झोपल्यावर पाहिलेल्या स्वप्नांतून इथला स्वर्ग निर्माण करण्यास मदत होते असं मार्गरिट म्हणाली. परंतु प्रत्यक्षात त्या स्वर्गात तशा स्वप्नांची काही आवश्यकता नव्हती.

त्याऐवजी तिचे खांदे धरून एडी तिच्या केसांत नाक खुपसून लांब श्वास घेत असे. तो तिथे आहे हे ईश्वराला ठाऊक आहे का असंही त्याने तिला एकदा विचारलं. ती हसून म्हणाली, 'अर्थातच.' आयुष्यातला बराचशा भाग ईश्वरापासून दडून राहण्यात आणि उरलेला भाग ईश्वराचं आपल्याकडे लक्षच जात नाही असा विचार करण्यात गेल्याचं एडीने तिला तिथेच सांगितलं.

चौथा पाठ

सरतेशेवटी अनेक विषयांचा ऊहापोह झाल्यानंतर मागरिट एडीला दुसऱ्या एका दाराने घेऊन गेली. आता ते एका छोट्या गोलाकार खोलीत आले होते. स्टूलवर बसून तिने हात जोडले. ती आरशाकडे वळली. त्यात एडीला तिचं प्रतिबिंब दिसलं पण स्वतःचं मात्र दिसलं नाही.

"नववधू इथे वाट पाहत आहे," केसांतून हात फिरवत, स्वतःच्या प्रतिबिंबाकडे पाहत तरीसुद्धा कुठेतरी दूर असल्यागत ती म्हणाली. "आपण काय करत आहोत याचा विचार आपण याच क्षणी करत असतो. आपण कोणाला निवडत आहोत. आपण कोणावर प्रेम करणार आहोत. ते जर योग्य असेल तर एडी, हा क्षण फारच सुरेख ठरतो." ती त्याच्याकडे वळली.

"प्रेमावाचून तुला कित्येक वर्ष काढावी लागली, नाही का?"

एडीने काही उत्तर दिलं नाही.

"मी तुला खूप लवकर सोडून गेले, तुझं प्रेम तुझ्याकडून हिरावण्यात आलं असं तुला वाटलं."

तो हळूच खाली बसला. तिचा फिकट जांभळा ड्रेस त्याच्या समोर पसरला होता.

"तू फारच लवकर सोडून *गेलीस*," तो म्हणाला.

"तुला माझा राग आला होता."

'नाही.'

तिचे डोळे चमकले.

"बरं. आला होता."

"त्या सगळ्यांमागे एक कारण होतं," ती म्हणाली.

"कोणतं कारण?" तो बोलू लागला. "असं कसं कारण असू शकेल? तू गेलीस. फक्त सत्तेचाळीस वर्षांची होतीस. तुझ्यासारखी उत्तम व्यक्ती आम्हाला ठाऊक नव्हती. आणि तू गेलीस. तू सारं काही सोडून दिलंस. आणि मी सारं काही गमावलं. जिच्यावर मी सतत प्रेम केलं होतं त्या एकमेव स्त्रीला मी गमावलं."

त्याचे हात हातात घेत तिने त्याला समजावलं, "नाही, तू नाही गमावलंस. मी तिथेच होते. आणि तुझं माझ्यावर तसंच प्रेम होतं.

"प्रेम गमावलं तरी ते प्रेमच असतं एडी. फरक इतकाच की त्या प्रेमाने दुसरं रूप धारण केलेलं असतं. गेलेल्या व्यक्तीचं हसू दिसू शकत नाही, त्यांना आपण खाऊपिऊ घालू शकत नाही, त्यांचे केस विस्कटू शकत नाही, त्यांच्या बरोबर डान्स फ्लोअरवर गिरक्या घेऊ शकत नाही. तरीसुद्धा या सगळ्या जाणिवा जेव्हा क्षीण होतात तेव्हा इतर जाणिवा तल्लख होतात. स्मृती. स्मृती आपली जोडीदार होते. आपण तिचं संगोपन करू लागतो. तिला घट्ट धरून ठेवतो. तिच्या बरोबर नृत्य करू लागतो.

''जीवनाला शेवट आहेच,'' ती पुढे म्हणाली, ''प्रेमाला मात्र नाही.''

आपल्या बायकोचं दफन केल्यानंतरच्या वर्षांचा विचार एडीच्या मनात आला. तो जणू कुंपणापलीकडे नजर टाकत होता. तिथे कुठलंतरी वेगळ्या प्रकारचं आयुष्य होतं. पण तरीही आता तो कधीच त्या जीवनाचा भाग होणार नव्हता याची जाणीव त्याला होती.

''मला आयुष्यात कधीच कोणी नको होतं,'' शांतपणे त्याने उत्तर दिलं.

''माहीत आहे मला,'' ती म्हणाली.

''तू गेलीस तरी माझं तुझ्यावरचं प्रेम तसंच होतं.''

''माहीत आहे मला.'' मान डोलावत तिने म्हटलं, ''मला जाणीव होत होती त्याची.''

'इथे?' त्याने विचारलं.

''हो, इथेसुद्धा,'' तिने हसून उत्तर दिलं. ''गमावलेलं प्रेम खरोखरंच इतकं खंबीर असू शकतं.''

उठून उभं राहत तिने दरवाजा उघडला. तिच्या मागून जाताना एडीने डोळ्यांची उघडझाप केली. त्या खोलीत अंधूक प्रकाश होता. तिथे घडीच्या खुर्च्या होत्या. एका कोपऱ्यात बसून एक वादक ॲकॉर्डिंअन वाजवत होता.

''हे दृश्य मी जपून ठेवलं होतं,'' ती म्हणाली.

आता तिने दोन्ही हात पसरले. स्वर्गात आल्यापासून पहिल्यांदाच एडीने स्पर्श अनुभवला. तो तिच्या दिशेने पुढे झाला. गुडघ्यात कळ आली तरी त्याने दुर्लक्ष केलं. विवाहप्रसंगी वाजवलं जाणारं संगीत आणि नृत्य याबद्दल त्याच्या मनात जतन केलेल्या विपरीत सहयोगाकडे त्याने दुर्लक्ष केलं. खरं तर

त्या क्षणांची जोड एकटेपणाशी आहे हे त्याला आता कळून चुकलं होतं.

"एकच उणीव आहे," त्याच्या खांद्यावर हात ठेवत मागरिट कुजबुजली. "बिन्गो कार्ड्स."

हसतमुखाने त्याने तिच्या कमरेभोवती हात टाकला.

"मी तुला काही विचारू शकतो का?" त्याने विचारलं. 'हो.'

"मी तुझ्याशी लग्न केलं त्या दिवशी तू जशी दिसत होतीस तशीच तू आत्ता कशी काय दिसत आहेस?"

"मला या रूपात पाहायला तुला आवडेल असं मला वाटलं होतं."

क्षणभर विचार करत तो म्हणाला, "हे रूप तुला बदलता येऊ शकतं का?"

'बदलता?' तिला नवल वाटलं. "आणि कोणतं रूप घेऊ?"

"अंत्यसमयीचं."

दोन्ही हात खाली घेत ती म्हणाली, "शेवटी शेवटी मी बेढब झाले होते."

तिचं म्हणणं खरं नाही हे दर्शवण्यासाठी एडीने मान झटकली.

"बदलता येऊ शकेल का?"

क्षणभर थांबून ती पुन्हा त्याच्या मिठीत आली. ॲकॉर्डिअन वादकाने ओळखीची धून वाजवायला सुरुवात केली. ती एडीच्या कानात गुणगुणू लागली. ती दोघं संगीताच्या तालावर झुलू लागली. सुरुवातीला अगदी सावकाश लयीत

त्यांचं नृत्य सुरू झालं. एखादा नवरा फक्त आणि फक्त आपल्या बायकोलाच म्हणेल अशी सुरावट तिला आठवली.

'यू मेड मी लव्ह यू
आय डिड'न्ट वॉन्ट टु डू इट
आय डिड'न्ट वॉन्ट टु डू इट...
यू मेड मी लव्ह यू
ॲण्ड ऑल द टाइम न्यू इट
ॲण्ड ऑल द टाइम न्यू इट...'

त्याने मान किंचित मागे घेतली तेव्हा ती पुन्हा सत्तेचाळीस वर्षांची झाली होती. डोळ्यांच्या कोपऱ्यांत सुरकुत्या, पातळ केस, हनुवटीखालची सैलावलेली त्वचा. ती हसली. तो हसला. त्याही रूपात त्याच्यासाठी ती पूर्वीप्रमाणेच सुंदर होती. तिला पुन्हा पाहिल्या क्षणापासून त्याच्या मनात उमटलेल्या भावना त्याने पहिल्यांदाच तिला ऐकवल्या, ''मला इथून पुढे कुठेही जायचं नाही. मला इथेच राहायचं आहे,'' असं म्हणत त्याने डोळे मिटून घेतले.

त्याने पुन्हा डोळे उघडले तेव्हा त्याचे हात तिच्याच भोवती होते पण ती मात्र त्याच्या बाहूत नव्हती. आजूबाजूला मघाचं कुठलंही दृश्य नव्हतं.

शुक्रवार, दुपारचे ३.१५

डॉमिन्गेझने एलेव्हेटरचं बटन दाबलं. कुरकुरत दार बंद झालं. आतलं पोर्टहोल आणि बाहेरचं पोर्टहोल एका रांगेत आलं. लिफ्ट उचलली गेली. जाळीदार काचेतून बाहेरचा व्हरांडा अदृश्य होताना त्याला दिसला.

'हे एलेव्हेटर, ही लिफ्ट अजूनही सुरू आहे यावर माझा विश्वासच बसत नाही,'' डॉमिन्गेझ म्हणाला, ''खरं तर मागच्या शतकातली वगैरे वाटते ही लिफ्ट.''

त्याच्या बाजूला उभा असलेला माणूस इस्टेट ॲटर्नी होता. स्वारस्य असल्याचं दाखवत त्याने मान किंचित डोलावली. त्याने टोपी काढून हातात घेतली. बोजड होती ती. तो चांगलाच घामाघूम झाला होता. लिफ्टच्या आतल्या ब्रास पट्टीवरचे नंबर बदलताना तो पाहत राहिला. दिवसभरातली त्याची ही तिसरी ग्राहक भेट होती. अजून एकाला भेटल्यानंतर तो घरी जाऊन आरामात जेवू शकणार होता.

'एडीकडे फारसं काही नव्हतंच,'' डॉमिन्गेझ म्हणाला.

''अं-अं,'' कपाळावरचा घाम हातरुमालाने पुसत तो माणूस म्हणाला. ''असं असेल तर फारसा वेळ लागणार नाही.''

लिफ्ट थांबली. पुन्हा एकदा कुरकुरत दार उघडलं. ते दोघं ६ब क्रमांकाच्या फ्लॅटकडे वळले. मधल्या पॅसेजमध्ये अजूनही १९६०च्या दशकातल्या काळ्या पांढऱ्या चौकडीच्या फरशा बसवलेल्या होत्या. कोणाच्यातरी घरातून लसूण आणि बटाट्याचा दरवळ सुटला होता. तिथल्या रक्षकाने त्यांना किल्ली दिली. पुढच्या बुधवारपर्यंत सगळं रिकामं करा असंही बजावायला तो विसरला नाही. त्याला नवीन भाडेकरू ठेवता आला असता.

''वाह!'' दरवाजा उघडून स्वैपाकघरात शिरत डॉमिन्गेझ उद्‌गारला. ''वयोवृद्ध माणसाच्या मानाने काय नीटनेटकी आहे ही जागा.'' स्वैपाकघरातलं सिंक अगदी स्वच्छ होतं. ओटा पुसलेला होता. बाप रे! *त्याची* स्वतःची जागा इतकी स्वच्छ कधीच दिसली नसती.

''अर्थव्यवहारासंबंधी कागदपत्रं?'' सोबतच्या माणसाने विचारलं. ''बँकेचे स्टेटमेन्ट्स? दागदागिने?''

गळ्यात किंवा हातात काहीतरी दागिना घातलेल्या एडीचा विचार मनात येऊन डॉमिन्गेझला हसू आलं. त्या वयोवृद्धाची किती उणीव भासते आहे हेही त्याला प्रकर्षाने जाणवलं. पियरवर एडी आता त्याच्या सोबत नसायचा, येता जाता हुकूम सोडत नसायचा, एखाद्या बहिरी ससाण्याप्रमाणे सगळीकडे लक्ष ठेवत नसायचा. तिथलं एडीचं लॉकरसुद्धा बाकीच्यांनी रिकामं केलं नव्हतं. कुणाचं मनच करत नव्हतं. त्याचं होतं-नव्हतं ते सामान जशाल तसं ठेवण्यात आलं होतं. जणू एडी दुसऱ्या दिवशी परतून येणार होताच.

''मला कल्पना नाही. त्या बेडरूममधल्या सामानात बघायचं का?''

''टेबलचे खण?''

''हो. तसं बघितलं तर मी इथे एकदाच आलो होतो. माझी आणि एडीची दोस्ती कामावरची.''

टेबलवर ओणवं होतं डॉमिन्गेझ स्वैपाकघराच्या खिडकीतून डोकावला. त्याला पियरची जुनी छत्री दिसली. त्याने मनगटावरच्या घड्याळ्याकडे नजर टाकली. त्याच्या मनात आलं, *कामाचा विचार करायला हवा.*

त्याच्या सोबत आलेल्या अॅटर्नीने बेडरूममधल्या टेबलचं ड्रॉवर उघडलं. समोरच मोज्यांची नीटस गुंडाळी होती. त्याच्या

जोडीने आतले कपडे, बॉक्सर शॉर्ट्स अशा सगळ्या वस्तू व्यवस्थित रचून ठेवल्या होत्या. त्यामागे अगदी जुना लेदरचा एक बॉक्स होता. यात काहीतरी असू शकतं असा विचार करत त्याने तो बॉक्स उघडला. चटकन सगळं शोधून, आवरून निघून जायची इच्छा होती. त्याच्या कपाळावर आठ्या उमटल्या. त्या डब्यात महत्त्वाचं काहीच नव्हतं. बँकेचे कुठले स्टेटमेन्ट्स नव्हते. विमा पॉलिसी नव्हत्या. एक काळा बो टाय, चायनिज रेस्टॉरंटचा मेन्यू, पत्त्यांचा एक जुना डाव, सैन्याचं मेडल आणि एक पत्र, त्याचबरोबर वाढदिवसाच्या केकभोवती मुलांच्या गराड्यात उभ्या असणाऱ्या एका माणसाचा पोलॅरॉइड कॅमेऱ्याने काढलेला, पुसट झालेला एक फोटो.

"ऐकलंस का?" दुसऱ्या खोलीतून डॉमिनगेझचा आवाज आला. "तू हे शोधतो आहेस का?"

स्वैपाकघरातल्या एका ड्रॉवरमध्ये त्याला पाकिटांचा एक गठ्ठा मिळाला होता. व्हेटेरन्स ॲडमिनिस्ट्रेशन आणि एका स्थानिक बँकेकडून आलेली ती पाकिटं होती. बोटाने ते चाचपडून पाहत मान वर न करता ॲटर्नी म्हणाला, "हे चालेल." बँकेचं एक स्टेटमेन्ट काढून त्याने शिल्लक रकमेची मनोमन दखल घेतली. अशा भेटींनंतर स्वाभाविकतः त्याच्या मनात जो विचार आला तोच आताही आला. त्याने स्वतःलाच शाबासकी देऊन घेतली. इतक्या वर्षांत त्याने बऱ्याच स्टॉक्स, बॉन्ड्स आणि निवृत्ती योजनांमध्ये पैसे गुंतवले होते. एका अतिशय नीटनेटक्या स्वैपाकघराव्यतिरिक्त काहीही नसणाऱ्या या घराच्या तुलनेत त्याची स्वतःची बचत नक्कीच खूप छान होती.

७७

स्वर्गात एडीला भेटलेली
पाचवी व्यक्ती

पांढराशुभ्र रंग. आता फक्त पांढरा रंग होता. ना पृथ्वी, ना आकाश, ना दोन्हींमधलं क्षितिज. फक्त आणि फक्त शुद्ध, अबोल पांढरा रंग. अत्यंत शांत अशा सूर्योदयासमयी जराही आवाज न होणाऱ्या अचाट हिमवृष्टीसारखा. एडीला फक्त पांढरा रंग तेवढा दिसत होता. स्वतःचा जड श्वास तेवढा ऐकू येत होता. त्या श्वासाचा अनुनादही त्याच्या कानांवर पडत होता. त्याने श्वास घेतला की, त्याहून मोठ्या आवाजातला श्वासाचा प्रतिध्वनी त्याला जाणवत होता. त्याने उच्छ्वास सोडला की, तितकाच मोठा उच्छ्वास ध्वनी ऐकू येत होता.

त्याने डोळे गच्च मिटले. मौन तुटणार नसेल तर ते फार भयानक असतं हे एडी जाणून होता. त्याची बायको नाहीशी झाली होती. त्याला ती आसुसून हवी होती. निदान एक मिनिटासाठी, किमान अर्ध्या मिनिटासाठी, नाहीतर पाच सेकंदांसाठी तरी. परंतु तिच्यापर्यंत पोहोचण्याचा, तिला बोलावण्याचा, खुणावण्याचा

अथवा फोटोकडे पाहण्याचा कुठलाही मार्ग नव्हता. जणू कुठल्यातरी पायऱ्यांवरून गडगडत तळाशी येऊन आपटल्याप्रमाणे त्याला वाटलं. त्याचा आत्मा रिक्त झाला. त्याच्यात कुठलीही ऊर्मी उरली नव्हती. लोळागोळा आणि निर्जीव होऊन तो एका पोकळीत तो लटकला होता. जणू एखाद्या खुंटीवर त्याला कोणी टांगलं असावं. जणू त्याच्या शरीरातून सारा जीवनरस वाहून गेला असावा. त्या अवस्थेत तसाच तो दिवसभर किंवा महिनाभरसुद्धा लटकून राहिला असता – कुणी सांगावं शंभर वर्षंसुद्धा तो तसाच लटकून राहिला असता.

त्यानंतर एका अल्पशा पण पछाडणाऱ्या आवाजामुळे त्याने हालचाल केली. त्याच्या जडावलेल्या पापण्या उचलल्या गेल्या. एव्हाना तो स्वर्गाच्या चार कोपऱ्यांत जाऊन आला होता, चार लोकांना भेटला होता, प्रत्येकाची भेट अतिशय गूढ होती. इतकं असलं तरी त्या क्षणी त्याला होत असलेली अनुभूती सगळ्यांपेक्षा वेगळी होती हे त्याच्या लक्षात आलं. त्या आवाजाची स्पंदनं त्याला पुन्हा जाणवली. या वेळेस आवाज थोडा मोठा होता. आयुष्यभर बाळगलेल्या स्वबचावाच्या प्रवृत्तीने एडीने मुठी आवळून घेतल्या. आपल्या उजव्या हातात काठी असल्याचं त्याच्या लक्षात आलं. त्याच्या दंडांवर लाल ठिपके उमटले होते. त्याची नखं अगदी छोटी आणि पिवळसर होती. त्याच्या अनवाणी पायांवर लाल चट्टे – शिंगल्स उमटले होते. पृथ्वीवरच्या शेवटच्या आठवड्यात त्याची अशीच अवस्था होती. झपाट्याने ऱ्हास होणाऱ्या स्वतःच्या शरीरावरून त्याने लक्ष काढून घेतलं. मानवी संकल्पनांनुसार त्याचं शरीर आता शेवटाला आलं होतं.

पुन्हा एकदा मघाचा आवाज आला. कोणीतरी उच्च स्वरात किंचाळलं. वादळापूर्वीची शांतता त्याला जाणवली.

जिवंतपणी त्यांने दु:स्वप्नात ते आवाज ऐकले होते. ते खेडं, ती आग, स्मिटी आणि हाच तो चिरकणारा आवाज, सरतेशेवटी त्याने बोलायचा प्रयत्न केला तेव्हा त्याच्याच घशातून तो आवाज उमटला.

तो आवाज थांबण्याच्या दृष्टीने त्याने दात एकमेकांवर दाबून ठेवले पण तो आवाज काही थांबला नाही. एखाद्या दुर्लक्षित अलार्मप्रमाणे आवाज येत राहिला. चिरडीला येऊन एडी त्या आवळून टाकणाऱ्या शुभ्रतेत किंचाळला. ''काय आहे हे? *काय हवं आहे तुला?*''

त्यासरशी तो उच्च पट्टीतला आवाज मागे पडून दुसराच एक सैलसर आणि अथक खडखडाट ऐकू येऊ लागला - नदीच्या पाण्याची खळखळ ऐकू येऊ लागली - शुभ्रता कमी कमी होत तिथे वाहत्या पाण्यात पडलेल्या सूर्याचं प्रतिबिंब दिसू लागलं. एडीच्या पायांखाली जमीन आली. हातातल्या काठीचा स्पर्श कुठल्याशा कठीण वस्तूला झाला. तो एका बंधाऱ्यावर होता. वारं त्याच्या चेहऱ्याला स्पर्श करत होतं. पाण्याच्या तुषारांमुळे त्याचं अंग ओलं होत होतं. त्याने खाली पाहिलं. त्याला नदी दिसली. या सगळ्या विचित्र आवाजांचं उगमस्थान तीच होती. आपल्या घरात कोणी आगंतुक घुसला असेल या कल्पनेने हातात बेसबॉल घेऊन त्या आगंतुकाचा शोध घेणाऱ्या माणसाला घरात कोणी नसल्याचं लक्षात येताच जी शांतता लाभेल तशीच भावना एडीला जाणवली. किंचाळणं, शिट्ट्या, गळचेपी, खडखडाट हे सगळे मुलांच्या आवाजांचे एकत्रित परिणाम होते. हजारो मुलं खेळत होती, नदीच्या पाण्यात बागडत होती, निरागसपणे हसत-खिदळत होती.

हेच स्वप्न मला पडत असे का? त्याच्या मनात आलं. *सदैव? का?* त्या छोट्या छोट्या मुलांचं त्याने निरीक्षण केलं.

काही मुलं उड्या मारत होती. काही पाण्यातून चालत होती. काही बादल्या घेऊन निघाली होती. काही इथल्या उंच गवतात गडाबडा लोळत होती. त्या दृश्यात एक वेगळीच निरामय शांतता होती. मुलांसंदर्भात सहसा दिसून येणारा गडबड-गोंधळ कुठेही नव्हता. अजून एक गोष्ट एडीच्या लक्षात आली. इथे कोणी मोठं नव्हतं. किशोरवयीन मुलंसुद्धा नव्हती. त्याच्या समोर सगळी छोटी मुलं होती. गडद लाकडासारखा त्यांच्या त्वचेचा रंग होता. ते सगळे स्वतःच स्वतःची काळजी घेत असल्यासारखे वाटत होते.

जवळच्याच एका मोठ्या पांढऱ्या खडकाकडे एडीचं लक्ष गेलं. त्यावर सडपातळ बांध्याची एक छोटी मुलगी उभी होती. ती सगळ्यांपासून दूर होती. तिचं तोंड एडीच्या दिशेने होतं. दोन्ही हात हलवत तिने त्याला खुणावलं. तो गोंधळला. ती हसली. तिने पुन्हा दोन्ही हात दाखवत मान डोलावली. जणू ती म्हणत होती, "*हो, तूच*".

उतारावरून चालण्याच्या दृष्टीने एडीने आपल्या हातातली काठी खाली टेकवली. तो घसरला. त्याचा दुखरा गुडघा लचकला. त्याच्या पायांनी दगा दिला. तरीसुद्धा तो जमिनीवर कोसळण्याआधी हवेचा एक प्रचंड झोत त्याच्या पाठीवर आदळल्याचं त्याला जाणवलं. त्या आघातासरशी तो समोरच्या दिशेने फेकला गेला. स्वतःच्या पायांवर पुन्हा उभा राहिला तेव्हा तो त्या लहान मुलीसमोर होता. जणूकाही तो कायम असाच तिच्या समोर उभा होता.

आज एडीचा जन्मदिन

एडी आज एकावन्न वर्षांचा झाला. शनिवार आहे. मागरिटशिवाय त्याचा हा पहिलाच वाढदिवस. पेपरकपात तो सान्का तयार करतो. मार्गरीन लावून दोन टोस्ट खातो. त्याच्या बायकोच्या अपघातानंतरच्या वर्षांमध्ये एडीने वाढदिवस साजरे करणं थांबवलं होतं. ''त्या दिवसाची आठवण कशासाठी करून घ्यायची मी?'' असं त्याचं म्हणणं होतं. तोवर मागरिटचाच आग्रह असे. ती आवर्जून केक तयार करे. मित्रमैत्रिणींना आमंत्रण देई. टॉफीची एक पिशवी विकत घेऊन रिबनने तिचं तोंड बांधे. ''स्वतःचा वाढदिवस विसरायचा नसतो,'' असं तिचं सांगणं असे.

ती तर आता गेली होती. म्हणूनच एडी आपल्या मनासारखं वागायचा प्रयत्न करत होता. कामाच्या ठिकाणी स्वतःला एका रोलर कोस्टरच्या वळणावर एकटंच उंच बांधून घेतो. जणू पहाड चढणारा गिर्यारोहकच. रात्री घरातच टीव्ही पाहत बसणं. लवकर निजणं. केक नाही. पाहुणे नाहीत. जेव्हा मनातून आपल्याला सामान्य असल्यासारखं वाटतं तेव्हा सामान्य वागणं कठीण नसतं. शरणागतीचा तो फिकुटलेपणाच एडीच्या दिवसांना मिळतो.

बुधवार, एडीचा साठावा वाढदिवस. दुरुस्ती विभागात त्या दिवशी तो जरा लवकर जातो. ब्राउन पेपर बॅगमधलं जेवण काढून सँडविचचा एक तुकडा तोडतो. गळाला तुकडा अडकवून गळ खाली सोडतो. कितीतरी वेळ तुकडा तरंगत राहतो. सरतेशेवटी समुद्राच्या पाण्यात तो नाहीसा होतो.

शनिवार, एडीचा अडुसष्टावा वाढदिवस. समोरच्या ओट्यावर तो आपल्या गोळ्या पसरवतो. तितक्यात फोनची घंटी वाजते. फ्लोरिडा इथून त्याचा भाऊ 'जो' याचा फोन आला आहे. 'जो' वाढदिवसाबद्दल एडीचं अभीष्टचिंतन करतो. 'जो' आपल्या नातवाबद्दल बोलतो. 'जो' एका चाळीबद्दल बोलतो. संपूर्ण संभाषणात किमान पन्नास वेळा तरी एडी ''हो का?'' असं म्हणतो.

सोमवार, आज एडीचा पंचाहत्तरावा वाढदिवस. चश्मा लावून तो देखभालीचे अहवाल तपासतो. आदल्या रात्री कोणीतरी कामावर आलं नाही हे त्याच्या लक्षात येतं. स्किगली विगली वर्म अॅडव्हेंचरचे ब्रेक तपासले गेले नाहीत हेही त्याच्या लक्षात येतं. उसासा सोडत तो भिंतीवरचा फलक उचलतो, 'देखभालीसाठी राइड तात्पुरती बंद' असं त्यावर लिहिलेलं असतं. तो बोर्ड घेऊन स्किगली विगली वर्मच्या प्रवेशद्वाराशी येतो. तिथे जाऊन तो स्वतः ब्रेकची तपासणी करतो.

मंगळवार, एडीचा ब्याऐंशीवा वाढदिवस. पार्कच्या प्रवेशद्वाराशी एक टॅक्सी येते. समोरचं दार उघडून आत बसत तो स्वतःची काठी आत ओढून घेतो.

''बहुतेक लोकांना मागे बसायला आवडतं,'' ड्रायव्हर म्हणतो.

''तुमची काही हरकत?'' एडी विचारतो.

खांदे उडवत ड्रायव्हर म्हणतो, ''नाही. माझी कशालाही हरकत नाही.'' एडी थेट समोर पाहतो. या सीटवर बसलं की आपणच गाडी चालवत असल्यासारखं वाटतं याबद्दल तो काहीही बोलत नाही. सुमारे दोन वर्षांपूर्वी त्याला नवीन लायसन्स देण्यास नकार दिल्यापासून त्याने गाडी चालवली नाही.

टॅक्सीने तो सिमेटरीमध्ये जातो. तिथे आईच्या आणि भावाच्या थडग्यांना भेट देतो. स्वतःच्या वडिलांच्या थडग्याभोवती मात्र तो जेमतेम काही क्षण थांबतो. नेहमीप्रमाणे सगळ्यांत शेवटी तो आपल्या बायकोच्या थडग्यापाशी येतो. काठी खाली करून तो तिथल्या चिऱ्याकडे पाहतो. त्याच्या मनात अनेक विचार येतात. टॅफी. तो टॅफीचा विचार करतो. आता ती खाल्ली तर आपले दात बाहेर निघून येतील असं त्याच्या मनात येतं. पण टॅफी खाल्ल्याने बायकोला बरं वाटणार असेल तर त्याही परिस्थितीत त्याची खायची तयारी असते.

शेवटचा पाठ

ती छोटी मुलगी आशियाई असावी. जेमतेम पाचसहा वर्षांची दिसत होती ती. तिचा वर्ण अगदी गव्हाळी होता. केस गडद आलुबुखारासारखे होते. छोटं चपटं नाक, कोवळे ओठ, पडलेले दात, खिळवून टाकणारे काळेभोर डोळे आणि बुबुळाच्या जागी टाचणीसारखा पांढरा रंग. एडी अगदी अगदी जवळ येईपर्यंत ती टाळ्या वाजवत राहिली. तो पाऊलभर अंतरावर येताच तिने अभिवादन केलं.

'ताला,' छातीवर तळहात ठेवत तिने स्वतःचं नाव सांगितलं.

'ताला,' एडीने त्या नावाचा पुनरुच्चार केला.

एखादा खेळ सुरू झाल्यागत ती हसली. अंगावर घातलेल्या, भरतकाम केलेल्या सैलसर ब्लाउजकडे बोट दाखवत ती म्हणाली, 'बारो,' नदीच्या पाण्याने ते ब्लाउज ओलं झालं होतं.

'बारो.'

कमरेभोवती गुंडाळलेल्या विणलेल्या लाल कपड्याकडे तिने बोट दाखवलं

'*साया.*'

'साया.'

पायातल्या खोड्यासारख्या जोड्याकडे दाखवत – '*बाकीया*' – त्यानंतर पावलापाशी पडलेल्या शिंपल्यांकडे बोट दाखवून – '*कॅपिझ*' – त्यानंतर तिच्या समोर पसरलेल्या बांबूने विणलेल्या चटईकडे बोट दाखवून – '*बानिग*' – असं तिने म्हटलं. मग त्या चटईकडे निर्देश करत तिने एडीला त्यावर बसायला सांगितलं. तीही पालथी मांडी खालून बसली. इतर मुलांचं त्यांच्याकडे लक्षही नव्हतं. ते आपले पाणी उडवण्यात, पाण्यात खेळण्यात, नदीपात्रातले गोटे गोळा करण्यात मग्न होते. एक मुलगा दुसऱ्या मुलाच्या अंगावर, पाठीवर, बगलेवर दगड चोळत असल्याचं एडीने पाहिलं.

''घासत आहेत,'' ती मुलगी म्हणाली. ''आमची इनास असं करायची.''

'इनास?' एडीने विचारलं.

तिने एडीच्या चेहऱ्याचं निरीक्षण केलं.

''आई,'' तिने उत्तर दिलं.

तोवरच्या आयुष्यात एडीने अनेक मुलांचा आवाज ऐकला होता. परंतु आत्ता तो जो आवाज ऐकत होता त्या आवाजात मोठ्यांशी बोलताना लहानांना वाटणारा संदेह कुठेही नव्हता. या मुलीने किंवा त्या इतर मुलांनी मुद्दामच नदीकाठच्या स्वर्गाची निवड केली आहे का असं त्याच्या मनात आलं. किंवा, त्यांची अल्प स्मृती लक्षात घेता मुद्दामच त्यांच्यासाठी हा निसर्गरम्य परिसर निवडण्यात आला असावा का?

एडीच्या शर्टच्या खिशाकडे तिने बोट दाखवलं. त्याने वळून पाहिलं. पाइप क्लीनर्स.

'हे?' त्याने विचारलं. मग त्याने ते खिशातून काढून वळवायला सुरुवात केली. पियरवर पूर्वी तो असंच करत असे. गुडघ्यावर बसत ती त्याचं निरीक्षण करू लागली. त्याचे हात थरथरू लागले. ''पाहते आहेस ना? हा...'' शेवटचा पीळ देत त्याने तो प्राणी पूर्ण केला आणि म्हटलं, ''... कुत्रा आहे.''

तो घेत ती हसली. हे हसू एडीने हजारदा तरी पाहिलं होतं.

''तुला आवडलं का?'' त्याने विचारलं.

''तू जाळलंस मला,'' तिने उत्तर दिलं.

७७ जबडा आवळल्याची भावना एडीच्या मनात आली.

''काय म्हणालीस तू?''

''तू मला जाळलंस. तू मला आग लावलीस.''

लहान मूल धडा पाठ करत असताना जसा एकसुरी आवाजात बोलतं तशाच आवाजात ती म्हणाली,

''माझी इना म्हणाली, 'निपामध्ये थांब. लप लप' असं माझी इना म्हणाली.''

आवाज खाली आणत एडी सावकाश आणि एकेका शब्दावर जोर देत म्हणाला,

''बाळा, तू कशापासून... लपत होतीस?''

पाइप क्लीनरने तयार केलेल्या कुत्र्याकडे बोट दाखवून तिने तो पाण्यात बुडवला.

'सन्डॅलाँग.'

'सन्डॅलाँग?'

तिने मान वर केली.

''सैनिक.''

तो शब्द ऐकताच एडीला जिभेत कुणीतरी सुरी खुपसल्यासारखं वाटलं. सैनिक. बॉम्बस्फोट. मॉर्टन. स्मिटी. कॅप्टन. मशाली.

'ताला...' त्याने तिला हलकेच हाक मारली.

'ताला,' स्वतःचं नाव ऐकताच ती हसून म्हणाली.

''तू इथे स्वर्गात का आहेस?''

तिने हातातला प्राणी खाली केला.

''तू मला जाळलंस. तू मला आग लावलीस.''

एडीच्या डोळ्यांच्या आत घणाचे घाव बसल्यागत झालं. त्याचं मस्तक भणभणू लागलं. त्याच्या श्वासाची लय वाढली.

''तू फिलिपाइन्समध्ये होतीस... ती सावली... ती झोपडी...''

''*निपा.* इना म्हणाली तिथे सुरक्षित राहा. तिची वाट पाहा. सुरक्षित राहा. मग मोठा आवाज. मोठी आग. तू मला जाळलं.'' आपले इवलेसे खांदे तिने उडवले. ''सुरक्षित नाही.''

एडीने आवंढा गिळला. त्याचे हात थरथरू लागले. तिच्या गडद काळ्या डोळ्यांत पाहत त्याने हसण्याचा प्रयत्न केला. जणू काही त्या लहान मुलीला हसण्याच्या रूपातल्या औषधाची गरज होती. तीसुद्धा हसली. त्यामुळे त्याचं मन अधिक विषण्ण झालं. त्याचा चेहरा पडला. दोन्ही तळव्यांत त्याने आपला चेहरा झाकला. त्याचे खांदे पडले. फुप्फुसं विकल झाली. गेली कित्येक वर्षं ज्या अंधकाराने त्याला व्यापून टाकलं होतं तो अंधार सरतेशेवटी इथे प्रत्यक्षात, रक्तमांसाच्या रूपात, त्या मुलीच्या रूपात, त्या छोट्याशा गोड मुलीच्या रूपात समोर

आला होता. त्याने तिला ठार केलं होतं, मरेपर्यंत जाळलं होतं, आजवर पडलेली दुःस्वप्नं, तीच लायकी होती त्याची. त्याने काहीतरी पाहिलं होतं. त्या ज्वालांमध्ये दिसलेली सावली! त्याच्या हातून झालेला मृत्यू! त्याच्या *स्वतःच्याच जळजळीत हातांनी झालेला मृत्यू!* तोंडावर झाकलेल्या बोटांच्या फटींतून अश्रू वाहू लागले. त्याचा आत्मा जणू कोसळला.

त्या क्षणी त्याने आकांत केला. आजवर त्याने कधी ऐकली नव्हती अशी विचित्र किंकाळी त्याच्या घशातून बाहेर पडली. त्याच्या अस्तित्वाच्या गाभ्यापासून, बेंबीच्या देठापासून ती किंकाळी निघाली होती. त्या किंकाळीने नदीच्या पाण्याचा खळखळाट वाढला. धुक्याने वेढलेला स्वर्ग हादरला. त्याचं शरीर झटके देऊ लागलं. मानेला झटके बसू लागले. त्या किंकाळीचं रूपांतर हळूहळू प्रार्थनावजा शब्दांत झालं. प्रत्येक शब्दातून तो जणू कबुलीजबाब देत होता, श्वास घ्यायलासुद्धा थांबत नव्हता. तो म्हणत होता - ''मी तुला मारलं, मी तुला मारलं,'' मग तो पुटपुटू लागला, ''मला क्षमा कर,'' त्यानंतर पुन्हा म्हणाला, ''मला क्षमा कर, हे ईश्वरा...'' सरतेशेवटी तो म्हणाला, ''हे मी काय करून बसलो... हे मी काय करून बसलो?...''

तो रडू लागला. ढसाढसा रडू लागला. रडून रडून तो अगदी क्लांत झाला. तो थरथरू लागला. आता त्याच्या तोंडातून आवाज फुटेनासा झाला होता. तसाच तो पुढे-मागे डोलू लागला. काळ्याभोर केसांच्या त्या छोट्याशा मुलीसमोर एका चटईवर तो थोड्या वेळाने ओणवा झाला. ती मात्र पाइप क्लीनरने तयार केलेल्या हातातल्या प्राण्याबरोबर खेळण्यात मग्न होती. बाजूला नदी वाहत होती.

बऱ्याच काळाने त्याचा शोक थांबल्यावर त्याला खांद्यावर कुणीतरी हात ठेवल्यासारखं वाटलं. त्याने वर पाहिलं. हातात गुळगुळीत गोटा घेऊन ताला उभी होती.

"माझं अंग घास," ती म्हणाली. मग ती वळून नदीत उतरली. तिची पाठ आता एडीकडे होती. भरतकाम केलेलं बॅरो तिने वरून काढलं. तो हादरला. तिची त्वचा भयंकररीत्या भाजली होती. तिचं धड आणि अरुंद खांदे कोळशासारखे काळेकुट्ट झाले होते. सगळीकडे छाले दिसत होते. ती त्याच्या दिशेने वळली तेव्हा तिच्या सुंदर, निरागस चेहऱ्यावर असंख्य बीभत्स व्रण दिसत होते. तिचे ओठ लोंबकळत होते, एक डोळा तेवढा उघडा होता. डोक्यावरचे केस अनेक ठिकाणी जळून गेले होते. त्या जागी राठ त्वचा दिसत होती.

हातातला दगड पुढे करत ती पुन्हा म्हणाली, "तू मला घास."

कसेबसे पाय ओढत एडी नदीत उतरला. तिच्या हातून तो गोटा घेताना त्याची बोटं थरथरत होती.

"कसं करायचं ते मला माहीत नाही..." जेमतेम ऐकू येईल अशा स्वरात तो पुटपुटला. "मला कधीच मूल झालं नाही ना..."

त्या छोट्या मुलीने तिचा जळलेला हात एडीसमोर धरला. तो अगदी अलगद हातात धरत एडीने तिच्या दंडावरून गोटा अलवारपणे घासायला सुरुवात केली. एक-एक करत जखमेवरच्या खपल्या पडू लागल्या. मग तो अधिक नेटाने घासू लागला. सगळ्या खपल्या सुटून आल्या, व्रण सुटून आले. आता तो उत्साहाने तिचं अंग घासू लागला. तिची जळलेली त्वचा गळून पडली. त्या जागी निरोगी त्वचा दिसू लागली. मग गोटा हातातल्या हातात फिरवत त्याने तिची हडकुळी

पाठ आणि इवलेसे खांदे घासायला सुरुवात केली. मग तो तिची मान घासू लागला. त्यानंतर तिचे गाल, कपाळ आणि कानांमागची त्वचा घासली.

त्याच्या खांद्यावर झुकत तिने त्याच्या मानेवर डोकं टेकवलं. डुलकी लागल्यागत तिने डोळे मिटून घेतले. अगदी हळुवारपणे त्याने तिच्या पापण्यांभोवती घासलं. तितक्याच अलवारपणे त्याने तिचे ओठ आणि डोक्यावरचा केसविहीन भाग घासला. पाहता पाहता मुळापासून तिचे गडद लाल रंगाचे केस दिसू लागले. त्याने सुरुवातीला पाहिलेला गोड चेहरा पुन्हा एकदा त्याच्या समोर साकार झाला. तिने डोळे उघडले तेव्हा डोळ्यांच्या बाहुल्या मोठ्या झाल्या होत्या. ती कुजबुजली, ''मी पाच...''

हातातला गोटा खाली घेत एडी चमकला. त्याचा श्वास उथळ झाला. ''पाच... अं, म्हणजे... पाच वर्षांची...?''

तिने मानेने नकार दिला. हाताची पाच बोटं वर करून दाखवत तिने ती एडीच्या छातीवर टेकवली. ती जणू म्हणत होती, *तुझी* पाचवी. *तुझी पाचवी.*

उबदार वारं वाहू लागलं. एडीच्या गालांवर अश्रू ओघळले. गवतात दिसलेल्या कीटकाकडे लहान मूल ज्या तन्मयतेने पाहील तसंच तिने एडीकडे पाहिलं. त्यानंतर त्या दोघांमधल्या जागेकडे पाहत ती बोलू लागली.

''दुःखी का?'' तिने विचारलं.

''मी दुःखी का आहे?'' तो कुजबुजला. 'इथे?'

तिने पृथ्वीकडे दिशेने निर्देश करत म्हटलं, 'तिथे.'

एडीला हुंदका आला. सरतेशेवटी एक रिकामाच हुंदका आला. त्याची छाती जणू रिकामीच होती. सगळे अडथळे त्याने आता पार केले होते. इथून पुढे ना कोणी मोठं होतं ना

कोणी छोटं. मागरिटला, रुबीला, कॅप्टनला, निळ्या माणसाला आणि मुख्य म्हणजे या सर्वांहून अधिक स्वतःला त्याने जे सांगितलं होतं तेच तो म्हणाला,

"माझ्या आयुष्यात मी काहीही केलं नाही म्हणून मला दुःख होतं. मी कुणीच नव्हतो. मी काही कमावलं नाही. मी वाया गेलो. मला असं वाटलं होतं की, मी त्या पृथ्वीवर येणं अपेक्षितच नव्हतं.''

तालाने पाण्यातून पाइप क्लीनरचा कुत्रा उचलला.

"तू तिथेच असणं अपेक्षित होतं,'' ती म्हणाली.

"कुठे? रुबी पियरला?''

तिने मान डोलावली.

"राइइसकडे लक्ष देणं? तितकंच माझं अस्तित्व होतं का?'' खोल श्वास सोडत त्याने विचारलं, 'का?'

उत्तर स्वाभाविक असल्यागत तिने मान कलती केली.

'मुलं,' ती बोलू लागली. "तू त्यांना सुरक्षित ठेवतोस. तू माझ्यासाठी छान तयार करतोस.''

असं म्हणत तिने हातातला कुत्रा त्याच्या शर्टभोवती नाचवला.

"तू तिथेच असणं अपेक्षित होतं,'' असं म्हणत तिने त्याच्या शर्टवरच्या छोट्या तुकड्याकडे बोट दाखवत हसून म्हटलं, "एडी दे-ख-भा-ल.''

७७ एडी त्या वाहत्या पाण्यात बसला. त्याच्या कंठेचे गोटे इतस्तः दिसत होते. ते तळाशी एका बाजूला एक विखुरले होते. एडीचं रूप विरघळू लागलं आपल्या हातात फारसा वेळ उरला नाही याची जाणीव त्याला झाली. स्वर्गातल्या पाच व्यक्तींना भेटल्यावर आता पुढे काय करायचं हे त्याच्यावर अवलंबून होतं.

त्याने हळून हाक मारली, 'ताला?'

तिने मान वर केली.

"त्या पियरवरची ती छोटी मुलगी? तुला तिच्याबद्दल माहीत आहे का?"

स्वतःच्या बोटांच्या टोकांकडे पाहत तालाने मान डोलावली.

"मी वाचवलं का तिला? मी तिला मार्गातून बाजूला ओढलं का?"

मान झटकत ताला म्हणाली, "ओढलं नाही."

एडीचा थरकाप झाला. त्याने मान खाली घातली. असं झालं होतं तर! त्याची कथा शेवटास आली होती.

'ढकललं,' तालाने उत्तर दिलं.

तिच्याकडे पाहत त्याने विचारलं, 'ढकललं?'

"तिचे पाय ढकलले. ओढलं नाही. तू ढकलंस. मोठी वस्तू पडली. तू तिला सुरक्षित ठेवलंस."

तिच्या बोलण्यावर विश्वास बसत नसल्याप्रमाणे एडीने डोळे मिटले. "पण मला तिचे हात जाणवले," तो सांगू लागला. "तेवढी एकच गोष्ट मला आठवते. मी तिला ढकललं *नसणारंच*. मला तिचे *हात* जाणवले."

छानसं हसत तालाने नदीचं पाणी उडवलं. मग आपली छोटी ओली बोटं एडीच्या मोठ्या तळव्यात तिने ठेवली. ती बोटं त्याआधीसुद्धा तिथे होती हे त्याला प्रकर्षाने जाणवलं.

"*तिचे* हात नाहीत," ताला बोलू लागली. "ते *माझे* हात होते. मी तुला स्वर्गात आणलं. तुला सुरक्षित ठेवलं."

७७ तिने असं म्हणताच नदीचं पाणी अचानक उसळलं. पाहता पाहता एडीच्या कमरेपर्यंत, छातीपर्यंत आणि खांद्यांपर्यंत पाणी आलं. तो पुढचा श्वास घेण्याआधीच इतका वेळ येणारा मुलांचा आवाज थांबला. एका जोरदार पण शांत प्रवाहात तो बुडला होता. अजूनही तालाचे हात त्याच्या हातात होते. पण त्याचं शरीर मात्र आत्म्यापासून वेगळं होत असल्यागत त्याला जाणवलं. हाडांपासून मांस वेगळं होत होतं. त्या सरशी आजवर सतत बाळगलेल्या वेदना आणि थकवासुद्धा दूर झाला. प्रत्येक व्रण, प्रत्येक जखम आणि प्रत्येक वाईट आठवणसुद्धा दूर झाली.

आता तो कुणीही नव्हता. पाण्यातलं एखादं पान तेवढं होता. तिने त्याला हलकेच ओढून घेतलं. सावल्या आणि प्रकाशातून ओढलं. निळ्या आणि हस्तिदंती रंगच्छटांतून, पिवळ्या आणि काळ्या रंगच्छटांतून ओढून घेतलं. तोवर दिसलेला प्रत्येक रंग त्याच्याच जीवनातल्या भावना होत्या हे त्याला लक्षात आलं. एका अथांग राखाडी महासागराच्या खळबळत्या लाटांतून तिने त्याला ओढून नेलं. एका अकल्पित निसर्गदृश्यात, झगझगत्या प्रकाशात तो प्रकटला.

ते एक पियर होतं. हजारो लोक तिथे जमले होते. पुरुष आणि स्त्रिया, वडील आणि माता, मुलंबाळं – कितीतरी मुलं – भूतकाळातली मुलं, वर्तमानाकाळातली मुल, भविष्यकाळातली अजून जन्माला न आलेली मुलं; हातात हात घालून एकमेकांच्या बरोबर चालणारी मुलं, डोक्यावर टोप्या, अंगावर हाफ पॅन्ट, अनेक मुलं. तिथल्या फळकुटांच्या रस्त्यावरून चालणारी, राइड्सवर बसणारी, लाकडी प्लॅटफॉर्मवर धावणारी, एकमेकांच्या खांद्यांवर बसलेली, एकमेकांच्या मांडीवर बसलेली... मुलंच मुलं. ती मुलं तिथे होती किंवा ती पुढे तिथे असणार होती. कारण, एडीने आयुष्यात साध्या आणि

नीरस वाटणाऱ्या गोष्टी सातत्याने केल्या होत्या. अनेक अपघात टाळले होते. सगळ्या राइड्स सुरक्षित ठेवल्या होत्या. प्रत्येक दिवशी त्याच्या कृतींमुळे धोकादायक वळणं टळली होती. मुलांचे ओठ जरी हलले नाहीत तरी एडीला त्यांचा आवाज नक्कीच ऐकू येत होता. इतक्या आवाजांची त्याने कधी कल्पना केली नव्हती. तरीसुद्धा त्या सगळ्यांतून त्याला एक असीम शांतता जाणवली. अशा शांततेशी त्याचा तोवर कधीच परिचय नव्हता. तो आता तालाच्या पकडीतून मुक्त होता. रेतीवर तरंगत होता, फळकुट्यांच्या मार्गावर तरंगत होता, तंबूंच्या टोकांवरून तरंगत होता, मध्ये असलेल्या घुमटावरून तरंगत होता, भल्या मोठ्या पांढऱ्या आकाशपाळण्याच्या घुमटाच्या दिशेने तो निघाला होता. तिथे तरंगणारी एक गाडी उभी होती. त्यामध्ये पिवळे कपडे घातलेली एक स्त्री उभी होती. त्याची बायको, मागरिट होती ती. दोन्ही हात पसरवून ती त्याचीच वाट पाहत होती. तो तिच्या जवळ पोहोचला. त्याने तिचं हसू पाहिलं. इतका वेळ जाणवणाऱ्या सगळ्या आवाजांतून ईश्वराकडून आलेला एकमेव शब्द प्रकटला –

'घर.'

☙

निरोप

अपघातानंतर तीन दिवसांनी रुबी पियर पार्क पुन्हा सुरू झालं. एडीच्या मृत्यूची वार्ता वर्तमानपत्रांत छापून आली. आठवडाभर त्यावर काही ना काही प्रतिक्रिया छापल्या गेल्या. त्यानंतर इतर मृत्यूंच्या ओघात पहिली बातमी मागे पडली.

त्या मोसमापुरता फ्रेडीज फ्री फॉल बंद ठेवण्यात आला. पुढच्या वर्षी डेअरडेव्हिल ड्रॉप या नवीन नावाने पुन्हा सुरू झाला. त्यात बसणं म्हणजे धैर्याची कसोटी असं किशोरवयीन मुलांना वाटू लागलं. अनेक ग्राहक त्या फेरीकडे आकर्षित झाले. मालकांना आनंद झाला.

ज्या घरात एडी वाढला होता ते घर दुसऱ्या कोणालातरी भाड्याने देण्यात आलं. नवीन भाडेकरूने स्वैपाकघराच्या खिडकीला काच बसवली. पियरची जुनी छत्री तिथून आता दिसेनाशी झाली. एडीचं काम पाहण्याची जबाबदारी डॉमिनगेझने स्वीकारली होती. एडीच्या उरल्यासुरल्या फुटकळ वस्तू डॉमिनगेझने एका ट्रंकेत भरून दुरुस्ती विभागाच्या एका कोपऱ्यात

ती ठेवून दिली. तिथेच रुबी पियरच्या मूळ प्रवेशद्वाराचे फोटो आणि काही स्मृतिचिन्हं होती.

ज्या तरुणाची किल्ली कधी काळी केबलमध्ये अडकली होती त्या तरुणाने म्हणजेच निकी याने घरी गेल्यावर नवीन किल्ली तयार करून ती गाडी चार महिन्यांनी विकून टाकली. अनेकदा तो रुबी पियर इथे येत असे. मुळात ती जागा त्याच्या पणजीसाठी उभारण्यात आली होती आणि तिचंच नाव इथे देण्यात आलं होतं अशी शेखी तो बरेचदा आपल्या मित्रांसमोर गाजवत असे.

अनेक ऋतू आले आणि गेले. शाळेला सुट्ट्या लागल्या, दिवस लांबू लागले की, त्या राखाडी महासागराच्या बाजूला असलेल्या ॲम्युझमेन्ट पार्कमध्ये गर्दी होत असे. इतर थीम पार्क्समध्ये होणाऱ्या प्रचंड गर्दीच्या तुलनेत तिथली गर्दी कमी असे. तरीसुद्धा ती पुरेशी असे. प्रत्येक उन्हाळ्यात चैतन्य परतून येई. समुद्रकिनारा लाटांनी गजबजे. मेरी-गो-राउंड, आकाशपाळणे, गोड थंडगार पेयं आणि 'बुड्ढीके बाल' या सगळ्यांचा आस्वाद घ्यायला अनेक लोक जमत.

रुबी पियर इथे रांग तयार होऊ लागे. अशीच रांग दूर कुठेतरीसुद्धा तयार होऊ लागे - पाच लोक, प्रतीक्षा, पाच निवड स्मृती, ॲमी किंवा ॲनी नावाची कुणी लहान मुलगी, ती मोठी होईल, प्रेम करेल, वृद्ध होईल, मृत्यू पावेल, सरतेशेवटी तिच्या प्रश्नाचं उत्तर तिला मिळेल - ती का जगली? कशासाठी जगली? त्या रांगेतच आता एक वयोवृद्ध मिशीवाला गृहस्थ असेल, त्याच्या डोक्यावर कापडी टोपी असेल, त्याचं नाक वेडवाकडं असेल, स्टारडस्ट शेल या जागी तो शांतपणे वाट पाहत असेल. स्वर्गातलं गुपित सांगण्यातला त्याचा हिस्सा तो आवर्जून उचलेल. प्रत्येकाचा दुसऱ्यावर परिणाम होतो,

त्या दुसऱ्याचा तिसऱ्यावर परिणाम होतो, या जगात अशा अनेकानेक कथा आहेत; पण सरतेशेवटी सगळ्यांची मिळून एकच कथा आहे.

आभार

अॅम्युझमेन्ट्स ऑफ अमेरिका इथल्या विनी कर्सी त्याचप्रमाणे सान्ता मोनिका पियर इथल्या पॅसिफिक पार्कच्या डायरेक्टर ऑफ ऑपरेशन्स असलेल्या दाना विआत यांचे लेखक आभार मानतात. या पुस्तकासाठी संशोधन करण्यात त्यांनी मोलाचं साहाय्य केलं. अशा पार्कमध्ये येणाऱ्या ग्राहकांना संरक्षित ठेवण्यात त्यांना अभिमान वाटतो. तो कौतुकास्पद आहे. त्याचप्रमाणे हेन्री फोर्ड हॉस्पिटलच्या डॉ. डेव्हिड कोलोन यांनी युद्धात होणाऱ्या जखमांची माहिती दिल्याबद्दल त्यांचे आभार. प्रत्येक बाबीचा योग्य परामर्श घेणाऱ्या केडी अॅलेक्झांडर यांचे विशेष आभार. बॉब मिलर, एलेन आर्चर, विल श्वाल्ब, नेस्ली वेल्स, जेन कॉमिन्स, केटी लाँग, मायकेल बर्किंग, फिल रोझ यांचं मी मनापासून कौतुक करतो. त्यांनी माझ्यावर ठेवलेल्या विश्वासातून मला प्रेरणा मिळाली. डेव्हिड ब्लॅक हे अत्यंत उत्तमरीत्या एजंट आणि लेखक यांच्यातील नातेसंबंध सांभाळतात. जेनिन हिने अतिशय संयमाने या पुस्तकाचं मी वारंवार मोठ्यांदा करत असलेलं वाचन ऐकून घेतलं. ऱ्होडा, इरा, कॅरा आणि पीटर यांना मी पहिल्यांदा माझ्या पहिल्या फेरीज व्हीलबद्दल सांगितलं. या सगळ्यांचे मनापासून आभार मानल्यानंतर

मी माझ्या काकांचेही आभार मानतो. खरे एडी तेच. मला स्वतःची कथा माहीत होण्याअगोदर कित्येक वर्षं आधी त्यांनी त्यांची कथा मला ऐकवली.

७

अनुवादकाचे मनोगत

'टचूजडेज विथ मॉरी' हे मिच अॅल्बम यांचं पुस्तक वाचल्यानंतर झपाटल्यागत त्यांची उर्वरित पुस्तकं मी वाचून काढली. त्या वेळेस 'द फोइव्ह पीपल यू मीट इन हेवन' हे पुस्तक हातात आलं. फार आवडलं ते पुस्तक. मुळातच, मृत्यूपश्चात जीवन, आत्मा, पुनर्जन्म, स्वर्ग, नरक अशा अनेक कल्पना आपल्याला नेहमीच मोहवतात. कारण साधं आहे. 'याचि देही याची डोळां' जगत असताना त्या सर्व संकल्पनांचा प्रत्यक्ष परिचय होण्याची संधी आपल्याला मिळत नसते. म्हणूनच जिवंतपणी कुठेतरी त्या सगळ्यांचं कुतूहल असतं, आकर्षणही असतं, भुरळसुद्धा पडू शकते. म्हणूनच हे पुस्तक अनुवाद कराल का असं मंजुल पब्लिशिंग हाऊसतर्फे माननीय विकास रखेजा यांनी विचारलं तेव्हा मी पटकन 'हो' म्हटलं.

काळं-पांढरं, वर-खाली, आत-बाहेर, थंड-उष्ण; या विरोधाभासी जोड्या जितक्या खऱ्या आहेत तितकीच जीवन-मृत्यू ही जोडी खरी आहे. आरंभ म्हटला की अंत आलाच. किंबहुना ज्या क्षणी आपण जन्म घेतो - मी तर म्हणेन की ज्या क्षणी जीवाची गर्भधारणा होते त्या क्षणी त्याचा मृत्यूही निश्चित होतो. मृत्यूनंतर नेमकं काय घडतं याबद्दल अनेकांनी अनेक प्रकारे लिखाण केलं आहे. त्यावर अनेकांचा अभ्यास आहे.

पुनर्जन्म हे एक फार मोठं शास्त्र मानलं जातं. अशा परिस्थितीत सदरहू पुस्तकात लेखकाने एक छोटीशी कल्पना मनात धरून लेखन केलं आहे. कथानायक एडी किंवा एडवर्ड याच्या मृत्यूनंतर तो स्वर्गात जातो आणि तिथे त्याला पाच व्यक्ती भेटतात. त्या व्यक्ती कोणी अशातशा अथवा सरसकट नाहीत. त्याच्या जिवंतपणी त्याच्या आयुष्यात येनकेन प्रकारे महत्त्वाची भूमिका वठवलेल्या या व्यक्ती आहेत. त्यांच्या अस्तित्वामुळे एडीच्या जीवनात फार मोठा फरक पडलेला असतो. नेमक्या त्याच व्यक्ती त्याला स्वर्गात भेटतात.

मोठा मजेशीर प्रवास वाटला तो. माझ्या मनात आलं, माझ्या मृत्यूनंतर मला कोण कोण भेटेल? या पृथ्वीवरून माझा आधीच निरोप घेऊन गेलेले माझे अनेक प्रियजन तिथे माझी वाट पाहत असतील. त्यांपैकी नेमक्या कोणत्या पाच व्यक्ती मला भेटतील? हे आयुष्य जगत असताना – एक अतिशय मौल्यवान संधी माझ्या समोर उभी असताना मी या जगण्याचा आदर करते आहे की नाही हे तपासून पाहायला मी या पुस्तकामुळे प्रवृत्त झाले. 'ट्यूझडेज विथ मॉरी' या पुस्तकातून मी जसं मनातलं प्रेम उघड करायला, क्षमा मागायला शिकले होते तसंच या पुस्तकातूनही मी शिकले. माझ्या जीवनात असलेल्या व्यक्तींबद्दल मनात असलेले समज, अपसमज दूर करण्याकरता संवाद साधायला हवा याची जाणीव मला झाली. शक्य तिथे तसा तो संवाद मी साधलासुद्धा. अर्थात, ज्यांनी यापूर्वीच माझा निरोप घेतला आहे त्यांच्याशी मनोमन जोडलं जाण्याचा मी प्रयत्न तेवढा करू शकले. आशा आहे की हा यत्न सफल झाला असेल.

हे पुस्तक मराठीत आणण्याची संधी मला देणाऱ्या श्री. विकास रखेजा, मंजुल पब्लिशिंग हाऊस, भोपाळ यांची

मी मनःपूर्वक आभारी आहे. तसंच मंजुल पब्लिशिंग हाऊसच्या मराठी विभागाचे संपादक श्री. चेतन कोळी यांचेही मी आभार मानू इच्छिते. मंजुलसाठी माझं हे सोळावं पुस्तक आहे. खूप मोठी संधी मला या प्रकाशनाने दिली आहे. त्यांचा माझ्यावरचा विश्वास मी असाच सार्थ ठरवत राहीन याची खात्री बाळगा.

– डॉ. शुचिता नांदापूरकर–फडके

अनुवादक परिचय

डॉ. शुचिता नांदापूरकर-फडके या गेली कित्येक वर्षे अनुवाद, संपादन, काव्यलेखन अशा क्षेत्रांत सर्वथैव कार्यरत आहेत. त्यांनी आजवर अनेक इंग्लिश पुस्तकांचा सुरस आणि सरस अनुवाद केला असून, यात आत्मचरित्र, पौराणिक, तत्त्वज्ञान, विधी, तांत्रिक, शैक्षणिक, पाककृती, वैद्यकीय अशा विविध विषयांवरील पुस्तकांचा समावेश आहे.

नित्यनवीन काही आत्मसात करणं आणि शब्दांवरच्या प्रेमातून कविता करणं हे त्यांचे छंद आहेत. वाचनाची दांडगी आवड असलेल्या डॉ. शुचिता नांदापूरकर-फडके यांनी मानसशास्त्रात पदव्युत्तर शिक्षण घेतले असून त्या समुपदेशक म्हणूनही काम करतात. कॅन्सरग्रस्त रूग्णांसाठी त्यांनी समुपदेशक म्हणून काम केले असून व्हॉइस ओव्हर आर्टिस्ट म्हणूनही त्यांनी काम केले आहे. प्री-स्कूल उभारणीच्या कार्याचा त्यांना अनुभव असून शालेय अभ्यासक्रमाची रचना करण्यात त्यांना स्वारस्य आहे.

अनुवादशास्त्र मांडणी आणि व्यवस्थापन या विषयांत त्यांनी पीएच.डी. केली आहे.

www.ingramcontent.com/pod-product-compliance
Lightning Source LLC
LaVergne TN
LVHW020132230825
819400LV00034B/1115
* 9 7 8 9 3 5 5 4 3 0 2 4 3 *